AF762713

ഗ്രീൻ ബുക്സ്

എന്റെ കുറ്റാന്വേഷണ യാത്രകൾ

എം.പി. മുഹമ്മദ് റാഫി

1966ൽ തൃശൂർ ജില്ലയിൽ പൊയ്യ പഞ്ചായത്തിൽ
മാള പള്ളിപ്പുറം ദേശത്ത് ജനനം.
പൂപ്പത്തിയിൽ താമസിക്കുന്നു.
പിതാവ്: മണ്ണാന്തറ പരീക്കുട്ടി. മാതാവ്: നെബിസ.
വിദ്യാഭ്യാസം: മാള സി.എം.എസ് സ്കൂൾ,
സെന്റ് ആന്റണീസ് ഹൈസ്കൂൾ ശാന്തപുരം കോളേജ്,
കെ.കെ.ടി.എം കോളേജ്, ഷിമോഗ ശ്രീകൃഷ്ണ
ഫിസിക്കൽ എഡ്യൂക്കേഷൻ കോളേജ്
എന്നിവിടങ്ങളിൽ പഠനം പൂർത്തിയാക്കി.
1990ൽ പൊലീസ് കോൺസ്റ്റബിൾ ആയി
തൃശ്ശൂർ എ.പി.ടി.സി (തൃശൂർ ആംഡ് പൊലീസ്
ട്രെയിനിംഗ് ക്യാമ്പിൽ) ട്രെയിനിംഗ് പൂർത്തിയാക്കി.
കേന്ദ്ര ആഭ്യന്തര മന്ത്രാലയത്തിന്റെ മികച്ച
കുറ്റാന്വേഷകനുള്ള അവാർഡ്, കേരള മുഖ്യമന്ത്രിയുടെ
പൊലീസ് മെഡൽ, കേരള സംസ്ഥാന പൊലീസ്
മേധാവിയുടെ മൂന്ന് ബാഡ്ജ് ഓഫ് ഹോണർ,
സംസ്ഥാന പൊലീസ് മേധാവിയുടെ
കമന്റേഷൻ സർട്ടിഫിക്കറ്റ്, സംസ്ഥാന പൊലീസ്
മേധാവിയുടെ പ്രശംസാപത്രം, സംസ്ഥാന പൊലീസ്
മേധാവിയുടെ ഗുഡ് സർവീസ് എൻട്രി,
സംസ്ഥാന പൊലീസ് മേധാവിയുടെ ക്യാഷ് റിവാർഡ്
സിബിഐ ചെന്നൈ യൂണിറ്റിന്റെ ക്യാഷ് റിവാർഡ്
തുടങ്ങി മുന്നൂറ്റി ഇരുപതോളം റിവാർഡുകൾ കിട്ടിയിട്ടുണ്ട്.
2022 ഏപ്രിലിൽ സർവീസിൽനിന്ന് വിരമിച്ചു.

ഇ-മെയിൽ: rafimala@yahoo.com

അനുഭവം

എന്റെ കുറ്റാന്വേഷണ യാത്രകൾ

എം.പി. മുഹമ്മദ് റാഫി

ഗ്രീൻബുക്സ്

green books private limited
gb building, civil lane road, ayyanthole,
thrissur- 680 003, kerala, ph: +91 487-2381066, 2381039
website: www.greenbooksindia.com
e-mail: info@greenbooksindia.com

malayalam
ente kuttanweshana yathrakal
experience
by
m.p. mohamed rafee

published april 2022
copyright reserved

cover design : rgb dileep

printed in india
repro india ltd

branches:
thrissur 0487-2422515
thiruvananthapuram 0471-2335301
calicut 0495 4854662

isbn : 978-93-93596-63-5

---

no part of this publication may be reproduced,
or transmitted in any form or by any means,
without prior written permission of the publisher.

₹ 240.00
GBPL/1216/2022

മുഖക്കുറി

ഈ ഓർമ്മക്കുറിപ്പുകൾ ഒരു കുറ്റാന്വേഷണ നോവലിനേക്കാൾ രസകരമായി വായിച്ചു പോകാവുന്നതാണ്. അതിനോടൊപ്പം വായനക്കാർക്ക് ഈ രചനയിൽ നിന്നു ലഭിക്കുന്ന വിവരങ്ങളും അറിവുകളും മറ്റൊരിടത്തുനിന്നും ലഭിക്കാൻ സാധ്യതയുള്ളതുമല്ല. വർഷങ്ങളായി കുറ്റാന്വേഷണരംഗത്ത് മികച്ച രീതിയിൽ നേരിട്ട് ഇടപെടുകയും ഭാഗഭാക്കാകുകയും ചെയ്ത് ദുരൂഹമായ കേസുകൾ വിവിധ മാർഗ്ഗങ്ങളിലൂടെ അന്വേഷിച്ച് കണ്ടെത്തുകയും ചെയ്ത അനുഭവ സമ്പത്തിന്റെ വിവരണങ്ങൾ ഉൾക്കൊള്ളിച്ച അന്യാദൃശമായ ഒരു ശേഖരമാണ് ഇത്. കേസിന്റെ പുരോഗതിക്കനുസരിച്ച് മാർഗ്ഗങ്ങളും രീതികളും അപ്പപ്പോൾ മാറ്റിയും തിരുത്തിയും വിജയകരമായി പൂർത്തിയാക്കിയ സങ്കീർണ്ണമായ കേസുകളുടെ വിവരണങ്ങൾ ആശ്ചര്യത്തോടെ മാത്രമേ വായിച്ചുപോരാൻ കഴിയൂ. കേസന്വേഷണങ്ങളുടെ ശാസ്ത്രീയ വശവും അപഗ്രഥിച്ചു പഠിക്കുന്ന രീതികളും മനശ്ശാസ്ത്ര പരമായ സമീപനങ്ങളും മികച്ച രീതിയിൽ പകർന്നു നൽകുന്ന കുറിപ്പുകൾ ഈ മേഖലയിൽ പ്രവർത്തിക്കുന്നവർക്ക് പാഠപുസ്തകങ്ങളേക്കാൾ മികച്ച ഒരു മാർഗ്ഗരേഖ കൂടിയായിരിക്കും. നമുക്കിടയിൽ കുറ്റകൃത്യങ്ങൾ വർദ്ധിച്ചുക്കൊണ്ടിരിക്കുന്ന കാലഘട്ടത്തിൽ മുഹമ്മദ് റാഫിയുടെ അനുഭവക്കുറിപ്പുകൾക്ക് പ്രസക്തി വർദ്ധിക്കുന്നു. അയത്ന ലളിതമായ ഭാഷയിൽ എഴുതിയ ഈ കുറിപ്പുകളിലൂടെ വായനക്കാർക്ക് ലഭിക്കുന്ന അറിവുകൾ കുറ്റകൃത്യങ്ങൾ ഒഴിവാക്കുന്നതിനും പ്രതിരോധിക്കുന്നതിനും സഹായകരമാകുമെന്ന ഉറപ്പോടെ വായനക്കാർക്കായി സമർപ്പിക്കുന്നു.

എഡിറ്റർ

ഉള്ളടക്കം

ആമുഖം

പൊലീസ് ജീവിതത്തിന്റെ തുടക്കം

1990 ആഗസ്റ്റ് ഒന്നിനാണ് ഞാൻ കേരള പൊലീസിൽ ചേർന്നത്. എന്റെ അമ്മായിയുടെ മകളുടെ ഭർത്താവ് മൊയ്തീൻ അളിയനാണ് എനിക്ക് പൊലീസ് ട്രെയിനിംഗ് കേന്ദ്രത്തിൽ ചെന്നു ചേരാൻ കൂട്ട് വന്നത്. ആ കാലഘട്ടത്തിൽ തൃശൂർ ആംഡ് പൊലീസ് ട്രെയിനിംഗ് ക്യാമ്പിന്റെ കമാന്റണ്ട് ശ്രീ അലക്സാണ്ടർ ജേക്കബ് ഐ പി എസ് സാർ ആയിരുന്നു. മുൻ വർഷങ്ങളിലെ ട്രെയിനിംഗിൽ നിന്ന് വ്യത്യസ്തമായിരുന്നു 1990ലെ ട്രെയിനിംഗ്. അദ്ദേഹത്തിന്റെ ക്ലാസുകളും പ്രചോദനങ്ങളും എന്റെ സർവ്വീസിൽ ഒരു മുതൽ കൂട്ടായിരുന്നു. തൃശൂർ എ പി ടി സിയിൽ (ആംഡ് പൊലീസ് ട്രെയിനിംഗ് ക്യാമ്പ്) ബി കമ്പനിയിൽ ഒമ്പതു മാസം ട്രെയിനിംഗ് പൂർത്തിയാക്കിയശേഷം പാലക്കാട് ബറ്റാലിയനിലേക്ക് നിയമനം കിട്ടി. അവിടെ നിന്ന് ബറ്റാലിയന്റെ ഒരു യൂണിറ്റായ നിലമ്പൂരിലേക്ക് സ്ഥലം മാറ്റമായി. നിലമ്പൂരിലായിരിക്കുമ്പോൾ 1993ലെ ബാച്ചിനു ട്രെയിനിംഗ് കൊടുക്കുന്നതിൽ എന്നെ പങ്കാളിയാക്കി. ആ ബാച്ചിന്റെ പാസ്സിംഗ് ഔട്ട് പരേഡ് വിജയകരമായി പൂർത്തിയാക്കിപ്പോൾ സർവ്വീസിലെ ആദ്യത്തെ ഗുഡ് സർവ്വീസ് എൻട്രി എനിക്കു ലഭിച്ചു. നല്ല രീതിയിൽ ട്രെയിനിംഗ് കൊടുത്തതിനുള്ള അംഗീകാരമായിരുന്നു അത്.

തുടർന്ന്, തൃശൂർ എ.ആർ. ക്യാമ്പിലേക്ക് മാറ്റം. അവിടെ നിന്ന് തൃശൂർ ട്രാഫിക്ക് സ്റ്റേഷനിലേക്കു മാറ്റി. ഒരു പൊലീസ് സ്റ്റേഷനിൽ ആദ്യമായി ജോലി ചെയ്യുന്നത് അവിടെയാണ്. ഒരു വർഷം അവിടെ ജോലി ചെയ്തതിനു ശേഷം ഇരിങ്ങാലക്കുട പൊലീസ് സ്റ്റേഷനിലേക്ക് മാറ്റമായി. ആദ്യമായി ലോക്കൽ സ്റ്റേഷനിൽ ജോലി ചെയ്യുകയാണ്. അതിന്റെ ചില പ്രയാസങ്ങൾ തുടക്കത്തിൽ ഉണ്ടായിരുന്നു.

ഇരിങ്ങാലക്കുട പൊലീസ് സ്റ്റേഷനിൽ പതിവു ഡ്യൂട്ടികൾ ചെയ്തു മുന്നോട്ടു പൊയ്ക്കൊണ്ടിരുന്നു. പൊലീസെന്നാൽ കള്ളനെ പിടിക്കുന്നവനാണെന്ന ഒരു സങ്കൽപം എനിക്കുണ്ട്. ഒരു ഓഫീസ് ജോലി പോലെ ദിവസവും പൊലീസ് സ്റ്റേഷനിൽ വന്നു സ്ഥിരം ജോലികൾ ചെയ്യുന്നതിൽ അർത്ഥമില്ല എന്നൊരു തോന്നൽ. പൊലീസുകാരനാണെങ്കിൽ കളവുകൾ കണ്ടെത്തുകയും കുറ്റകൃത്യങ്ങൾ അന്വേഷിക്കുകയും കുറ്റവാളികളെ പിടിക്കുകയും വേണം. അതിനാണു മാസം തോറും ശമ്പളം കൈ നീട്ടി വാങ്ങുന്നത്. കള്ളന്മാരെ പിടിക്കുന്ന പൊലീസുകാരനാകുക എന്നൊരു സ്വപ്നം ഞാൻ ഉള്ളിൽ സൂക്ഷിച്ചു.

അങ്ങനെയിരിക്കെയാണ് ഒരു ദിവസം ഇരിങ്ങാലക്കുട കൂടൽമാണിക്യക്ഷേത്രത്തിനടുത്ത് വച്ച് ബൈക്കിൽ വന്ന് ഒരു സ്ത്രീയുടെ മാല പൊട്ടിച്ച സംഭവമുണ്ടാകുന്നത്. മാല പൊട്ടിച്ചത് തോക്ക് കുട്ടൻ എന്ന കള്ളനാണെന്ന് ഏതാനും ദിവസങ്ങൾക്കു ശേഷം അറിഞ്ഞു. അയാൾ തമിഴ്നാട്ടിലേക്കു കടന്നിരിക്കുകയാണ്. മാലകൾ അവിടെ വിൽക്കുകയും ചെയ്തിരിക്കുന്നു. തോക്കു കുട്ടനെ അറസ്റ്റ് ചെയ്യാനും മോഷ്ടിച്ച മാലകൾ കണ്ടെടുക്കുന്നതിനും മറ്റും പോകുന്നത് അന്നത്തെ വലപ്പാട് സർക്കിൾ ഇൻസ്പെക്ടർ ഉണ്ണിരാജൻ സാർ ആണെന്നു പറഞ്ഞു കേട്ടു. ആ കാലത്ത് ഇരിങ്ങാലക്കുട സ്റ്റേഷനിൽ പെട്ട അന്വേഷണങ്ങൾക്ക് സമൻസ് നടത്താൻ പോകുന്നത് സെയ്തുവും കോടതി ഡ്യൂട്ടിക്ക് പോകുന്നത് പപ്പനുമായിരുന്നു.

കള്ളന്മാരുടെ പിന്നാലെ പോകാനുള്ള ആഗ്രഹം ഞാൻ സെയ്തുവിനോടു പറഞ്ഞിരുന്നെങ്കിലും അദ്ദേഹം അപ്പോൾ അതു കാര്യമായി എടുത്തിരുന്നില്ല. റഹിംസർ ആയിരുന്നു അന്ന് എസ്.ഐ. കുറച്ച് നാൾ കഴിഞ്ഞ് ഇരിങ്ങാലക്കുട സ്റ്റേഷനിലേക്ക് പുതിയ എസ്.ഐ ആയി സുദർശനൻ സാർ എത്തി. സുദർശനൻ സാറിന്റെ വരവ് പൊലീസ് സ്റ്റേഷനിൽ ഒരു പുതിയ ഉണർവു പകർന്നു. സെയ്തു സുദർശനൻ സാറിനു എന്നെ പരിചയപ്പെടുത്തുകയും സമൻസ് നടത്തേണ്ട ജോലി ഏൽപ്പിക്കുകയും ചെയ്തു. സ്റ്റേഷനിൽ സമൻസ് നടത്തികൊണ്ടിരുന്ന മോഹൻദാസ് ഈ ജോലിയിൽ എന്നെ സഹായിച്ചു. സ്റ്റേഷൻ എസ്.ഐ ആണെങ്കിലും ഞാനും സുദർശനൻ സാറുമായി സഹോദരതുല്യമായ ഒരു ബന്ധം വളർന്നു വന്നു.

സ്റ്റേഷനതിർത്തിയിൽ നടന്നുകൊണ്ടിരിക്കുന്ന ചീട്ടുകളി, വ്യാജമദ്യ വില്പന, കഞ്ചാവ്, കളവ് തുടങ്ങിയ കേസുകൾ കണ്ടെത്തുവാൻ സമൻസിനു പോകുന്ന പരിചയങ്ങൾ ഉപയോഗിച്ചു ശ്രമിക്കണമെന്നു എസ്.ഐ എന്നോടു പറയുമായിരുന്നു. സ്റ്റേഷനിലുണ്ടായിരുന്ന മാഹിൻകുട്ടി, ജോയി, മോഹൻദാസ്, ഡ്രൈവറായിരുന്ന മോഹനൻ, കോടതി ഡ്യൂട്ടിയിലുണ്ടായിരുന്ന ശിവദാസൻ എന്നിവരുടെയെല്ലാം സഹായം ഉണ്ടാകുമെന്നും അദ്ദേഹം വാഗ്ദാനം ചെയ്തു.

സമൻസ് കൊടുക്കുവാൻ പോകുമ്പോൾ കാണുന്ന ജനങ്ങളുമായി നല്ല രീതിയിൽ പെരുമാറുവാൻ ഞാൻ ശ്രമിച്ചിരുന്നു. അങ്ങനെ ഇരിങ്ങാലക്കുട പൊലീസ് സ്റ്റേഷൻ പരിധിയിൽ നല്ല സുഹൃദ്ബന്ധങ്ങൾ സ്ഥാപിച്ചെടുക്കാൻ സാധിച്ചു. അതുവഴി എല്ലാ ഭാഗത്തു നിന്നും ധാരാളം ഇൻഫർമേഷൻ കിട്ടികൊണ്ടിരുന്നു. ഓട്ടോറിക്ഷക്കാരും യൂണിയൻ തൊഴിലാളികളുമായി നല്ല സൗഹൃദബന്ധങ്ങളുണ്ടായിരുന്നു. സാധിക്കുന്ന സഹായങ്ങൾ അവർക്കു ചെയ്തു കൊടുക്കുകയും ചെയ്യുമായിരുന്നു. അവർ തങ്ങളുടെ ശ്രദ്ധയിൽ പെടുന്ന വിവിധ സാമൂഹ്യവിരുദ്ധ പ്രവൃത്തികളെക്കുറിച്ച് എന്നെ അറിയിക്കുകയും ചെയ്തു കൊണ്ടിരുന്നു. അറിയുന്ന കാര്യങ്ങളെല്ലാം എസ്.ഐ സുദർശനൻ സാറുമായി ചർച്ച ചെയ്യുകയും അദ്ദേഹം അനന്തര നടപടികൾ സ്വീകരിക്കുകയും ചെയ്യും. അക്കാലത്ത് ഇരിങ്ങാലക്കുട സ്റ്റേഷൻ പരിധിയിൽ നടന്ന മിക്ക കേസുകളും കണ്ടെത്തുവാൻ ഞങ്ങൾക്ക് കഴിഞ്ഞിരുന്നു. ഹേമചന്ദ്രൻ ഐ.പി.എസ് സാർ ആയിരുന്നു അന്ന് ജില്ലാ പൊലീസ് മേധാവി. അദ്ദേഹം ഏൽപ്പിക്കുന്ന കുറ്റാന്വേഷണങ്ങളും സമയബന്ധിതമായി ഞങ്ങൾ പൂർത്തിയാക്കിക്കൊണ്ടിരുന്നു. ഒരു ദിവസം തന്നെ 5 സ്ഥലത്തെ ചീട്ടുകളി പിടിച്ചതിന് എസ്.പി അപ്പോൾ തന്നെ റിവാർഡ് തന്ന ഒരു സംഭവമുണ്ടായി. ഇരിങ്ങാലക്കുടയിൽ വൻകിടക്കാർ കളിച്ചുകൊണ്ടിരുന്ന ചീട്ടുകളി ക്ലബുകൾ റെയ്ഡ് ചെയ്യാനും കേസ്സെടുക്കാനും പോയ എസ്.പിയുടെ പ്രത്യേക സംഘത്തിൽ ഞാനും അംഗമായിരുന്നു.

ഈ സമയത്താണ് ഇരിങ്ങാലക്കുട ടൗണിനടുത്ത് കുറച്ച് വീട് മോഷണങ്ങൾ നടന്നത്. മിക്ക ദിവസങ്ങളിലും രാവിലെയാണ് കളവ് നടന്ന വിവരം പുറത്തറിയുന്നത്. ഇതു സംബന്ധിച്ച് എസ്.ഐ യുമായി ചർച്ചകൾ നടത്തിക്കൊണ്ടിരുന്നു.

സമൻസ് നടത്തുവാൻ പോകുമ്പോൾ ഇതും അന്വേഷിക്കണമെന്ന് അദ്ദേഹം നിർദേശിച്ചു. അന്വേഷിച്ചു നോക്കാം എന്ന് ഞാൻ പറയുകയും ചെയ്തു.

ഇരിങ്ങാലക്കുട ഊളക്കാട് എന്ന സ്ഥലത്തുള്ള ഭഗീരഥൻ, സാബു എന്നിവർ മുമ്പ് ചില കേസുകളിൽ പെട്ടവരായിരുന്നു. അവർക്കു സമൻസ് കൊടുക്കാൻ പോയപ്പോൾ ഞാൻ ചുമ്മാ ഒരു വീരവാദം മുഴക്കി, ''ഇരിങ്ങാലക്കുടയിൽ നടന്ന എല്ലാ കളവുകളും ഒരാഴ്ചയ്ക്കുള്ളിൽ ഞങ്ങൾ പിടിക്കും.''

പിറ്റേ ദിവസം രാവിലെ ഊളക്കാട് ടീമുമായി ബന്ധമുള്ള ഒരാൾ എന്റെയടുത്ത് വന്നു, ചില കാര്യങ്ങൾ സംസാരിക്കാനുണ്ടെന്നും ഒറ്റയ്ക്ക് കാണണമെന്നും പറഞ്ഞു. ഇരിങ്ങാലക്കുടയിൽ ആളൊഴിഞ്ഞ ഒരു സ്ഥലത്ത് വച്ചു ഞാൻ അവനെ കണ്ടു. കേസുകളെല്ലാം പിടിക്കും എന്ന് ഞാൻ ഊളക്കാട് ടീമിനോടു പറഞ്ഞയന്നു രാത്രി ഭഗീരഥൻ, സജീവൻ, മണികണ്ഠൻ, അജിത്, സാബു എന്നിവർ ഒത്തു കൂടുകയും എന്നെ കൊല്ലാൻ തീരുമാനിക്കുകയും ചെയ്തിട്ടുണ്ട്. ഇതായിരുന്നു അവനു പറയാനുണ്ടായിരുന്നത്. തങ്ങൾ ചെയ്ത കേസുകളെല്ലാം ഞാൻ മനസ്സിലാക്കിക്കഴിഞ്ഞുവെന്ന തോന്നലിൽ നിന്നാണ് ഈ തീരുമാനം ഉണ്ടായിട്ടുള്ളത്.

ഞാൻ വിവരം എസ്.ഐ യോടു പറഞ്ഞു. ഇവരെയെല്ലാം അന്നു തന്നെ പിടികൂടാം എന്നതായിരുന്നു എസ്ഐയുടെ മറുപടി. എസ്.ഐയും കൂടെ ഞാനും ജോയിയും മോഹൻ ദാസും മാഹിൻ കുട്ടിയും ചേർന്ന് ഇവരെ പിടിക്കാനിറങ്ങി. ഓരോരുത്തരെയായി പിടിച്ചു കൊണ്ടുവന്ന് ഞങ്ങൾ വിശദമായി ചോദ്യം ചെയ്തു. വിവരങ്ങൾ അവർ ഒന്നൊന്നായി പറഞ്ഞു. 1997 നവംബർ മാസത്തിൽ മുരിയാട് ഇന്ത്യൻ ഓവർസീസ് ബാങ്കിൽ മോഷണശ്രമം നടത്തിയെങ്കിലും അതു പരാജയപ്പെട്ടു. ഇരിങ്ങാലക്കുട ആസാദ് റോഡിൽ ഒരു ഡോക്ടറുടെ വീട്ടിൽ മോഷണം നടത്തി ഇലക്ട്രോണിക് ഉപകരണങ്ങൾ കവർന്നു. 1998 ജനുവരിയിൽ പൈനാടത്ത് ഫൈനാൻസിൽ നിന്ന് ഇരുമ്പ് സേഫ് മോഷ്ടിച്ചു. സേഫ് പൊട്ടിക്കാൻ കഴിയാതെ അത് റെയിൽവേ ട്രാക്കിൽ വെച്ചു. ട്രെയിൻ കയറി സേഫ് പൊട്ടിത്തെറിക്കുകയും അതിലുണ്ടായിരുന്ന വെള്ളിയും പണവും എടുക്കുകയും ചെയ്തു. ഒല്ലൂർ എടക്കുന്നിലുള്ള പേരിഞ്ചേരി ജോസിന്റെ കടയിൽ നിന്ന് ലോക്കർ എടുത്ത് ഇതേ പോലെ റെയിൽ ട്രാക്കിൽ വെച്ച്

പൊട്ടിച്ചു. ഒരു കിലോയോളം വെള്ളി അതിൽ നിന്നു കിട്ടി. പട്ടേപാടത്ത് നിന്ന് ബൈക്ക് മോഷ്ടിച്ചു. കോണത്തുകുന്നിലെ പഞ്ചായത്ത് ഓഫീസിൽ നിന്ന് ടി.വി മോഷ്ടിച്ചു. ബാങ്കിന്റെ ലോക്കർ കട്ട് ചെയ്യുന്നതിനായി ഗ്യാസ് സിലിണ്ടറുകൾ മോഷ്ടിച്ചു. ഇങ്ങനെ പതിനൊന്നിൽപരം കേസുകൾ അന്നു തെളിഞ്ഞു.

ആളില്ലാത്ത വീടുകളാണ് ഈ തസ്കരസംഘം മോഷണത്തിനായി തിരഞ്ഞെടുത്തിരുന്നത്. വീടിന്റെ മുൻവാതിൽ കമ്പിപാര പോലുള്ള ആയുധം കൊണ്ട് പൊളിച്ചാണ് അകത്തു കടക്കുന്നത്. വീടുകളും കടകളും ബാങ്കുകളും ഇവർ കൊള്ളയടിക്കും. വീടുകളാണെങ്കിൽ സ്വർണ്ണത്തോടൊപ്പം ഇലക്ട്രോണിക് ഉപകരണങ്ങളും മോഷ്ടിച്ചെടുക്കുന്നു. അന്ന് ഇവരെ പിടിച്ചില്ലായിരുന്നെങ്കിൽ തൃശൂർ ജില്ലയിൽ തന്നെ മറ്റു ധാരാളം മോഷണങ്ങൾ നടത്തുമായിരുന്നു. അതിനുള്ള പദ്ധതികളുമായി മുന്നോട്ടു പോകുകയായിരുന്നു അവർ. ആ മോഷണങ്ങളെല്ലാം ഒഴിവായിപ്പോയി. എന്റെ പോലീസ് ജീവിതത്തിൽ ഞാൻ പങ്കാളിയാകുന്ന ആദ്യത്തെ കളവു പിടിക്കലായിരുന്നു അത്. കളവ് കേസ് കണ്ടെത്തിയതിനുള്ള ആദ്യ റിവാർഡും അന്നു കിട്ടി. പൊലീസെന്ന നിലയിലുള്ള സ്വന്തം തൊഴിൽ ജീവിതം കൂടുതൽ അർത്ഥവത്തായതായി അന്നെനിക്കു തോന്നി.

പൊതുജനങ്ങളുമായി നല്ല ബന്ധം പുലർത്തണമെന്ന പാഠവും അന്നു പഠിച്ചു. അതു പൊലീസിന്റെ ജോലി എളുപ്പമാക്കും. നല്ല ജനബന്ധമുണ്ടെങ്കിൽ ആളുകൾ ഇൻഫർമേഷൻ തന്നു കൊണ്ടിരിക്കും. പ്രത്യേകിച്ച് ഓട്ടോറിക്ഷ ഡ്രൈവർമാർ, ചുമട്ടു തൊഴിലാളികൾ തുടങ്ങിയവർ. അവർ രാവും പകലുമെല്ലാം ബസ് സ്റ്റോപ്പുകളിലും കവലകളിലും ജോലിയുടെ ഭാഗമായി കഴിയുന്നവരാണ്. അനേകം ആളുകളെ അവർ ദിനംപ്രതി കാണുന്നുണ്ട്. എന്നും കാണുന്നവരേയും വല്ലപ്പോഴും വരുന്നവരേയും അവർക്കു മനസ്സിലാകും. പതിവില്ലാത്ത ആളുകളേയും നീക്കങ്ങളേയും അവർക്കു പെട്ടെന്നു മനസ്സിലാക്കാനാകും. വിശ്വസ്തരും സമീപിക്കാവുന്നവരുമാണെന്നു തോന്നിയാൽ അവർ ഈ വിവരങ്ങളെല്ലാം യഥാസമയം പൊലീസിനെ അറിയിക്കാൻ സന്നദ്ധരാകും. അങ്ങനെയൊരു സൗഹൃദബന്ധം പൊലീസുമായില്ലെങ്കിൽ എന്തിനു വെറുതെ പോയി പുലിവാലു പിടിക്കണമെന്ന് ആരായാലും വിചാരിക്കുമല്ലോ. അതുകൊണ്ട് എല്ലാത്തരം മനുഷ്യരുമായി

നല്ല രീതിയിൽ ഇടപെടാനും ബന്ധങ്ങൾ സ്ഥാപിക്കാനും സാധിക്കുന്ന വിധത്തിൽ സഹായിക്കാനും പൊലീസ് ജീവിതത്തിൽ ഞാൻ ശ്രമിച്ചു പോന്നിട്ടുണ്ട്.

എന്റെ കുറ്റാന്വേഷണ യാത്രകൾ എന്ന പുസ്തകത്തിൽ പറഞ്ഞിട്ടുള്ള സംഭവങ്ങളെല്ലാം തന്നെ യഥാർത്ഥമായി നടന്നിട്ടുള്ളതും അതാത് കാലത്ത് ദിനപത്രങ്ങളിലും വാരികകളിലും വലിയ പ്രാധാന്യത്തോടെ വന്നിട്ടുള്ളതുമാണ്. എങ്കിലും സ്വകാര്യത പരിഗണിച്ച് ഇരകളായ വ്യക്തികളുടെ പേരുകൾ മാറ്റിയാണ് കൊടുത്തിട്ടുള്ളത്.

അവതാരികയെഴുതി അനുഗ്രഹിച്ച പ്രിയ അലക്സാണ്ടർ സാറിനോടുള്ള അകമഴിഞ്ഞ, വാക്കുകൾക്കതീതമായ നന്ദി രേഖപ്പെടുത്തട്ടെ. എന്റെ കുറ്റാന്വേഷണ യാത്രയിൽ ഒപ്പം നിന്നവരും കഠിനമായി അദ്ധ്വാനിച്ച് കേരള പൊലീസ് വിഭാഗത്തെ സഹായിച്ച അനേകമനേകം സുഹൃത്തുക്കളും സഹപ്രവർത്തകരും അഭ്യുദയകാംക്ഷികളും ഏറെയാണ്. പേരെടുത്ത് പറഞ്ഞാൽ തീരാത്തത്ര ശ്രേഷ്ഠ വ്യക്തികൾ. അവരോടെല്ലാമുള്ള നന്ദി വാക്കുകളിൽ ഒതുങ്ങുന്നതല്ല. ഗ്രീൻ ബുക്സിനും നന്ദി.

എം.പി. മുഹമ്മദ് റാഫി

അവതാരിക

അലക്സാണ്ടർ ജേക്കബ്ബ് ഐ.പി.എസ്.

(ഡയറക്ടർ ജനറൽ ഓഫ് പൊലീസ് (റിട്ട.) കേരള)

എം.പി. മുഹമ്മദ് റാഫിയുടെ 'എന്റെ കുറ്റാന്വേഷണ യാത്രകൾ' വളരെ നല്ല ഒരു പുസ്തകമാണ്. ഒരു പൊലീസ് ഉദ്യോഗസ്ഥൻ എന്ന നിലയിൽ കുറ്റാന്വേഷണങ്ങളുടെ രഹസ്യങ്ങൾ ചുരുൾ അഴിയുന്നത് രസകരമാണ്. പുസ്തകത്തിലെ പല കുറ്റവാളികളും ജയിൽ ഡി.ജി.പി. എന്ന നിലയിൽ ഞാൻ ജയിലിൽ കണ്ടുമുട്ടിയ അന്തേവാസികളാണ്.

സാധാരണ കേസ്സ് അന്വേഷണത്തിൽ കഷ്ടപ്പെടുന്നത് പൊലീസുകാരും ക്രെഡിറ്റ് സീനിയർ ഉദ്യോഗസ്ഥർക്കും ആണ്. ഡി.ഐ.ജി.യുടെ നേതൃത്വത്തിൽ, എസ്.പിയുടെ കഠിനാദ്ധ്വാനത്തിൽ പ്രതിയെ പിടിച്ചു എന്ന് പത്രവാർത്ത. ഡി.ഐ.ജിയും എസ്.പി.യും കേസ്സിനെപ്പറ്റി ഒരു കാര്യവും അറിയാത്തവരായിരിക്കും. കഷ്ടപ്പെട്ട എസ്.ഐയ്ക്കും പൊലീസുകാർക്കും ഒരു ക്രെഡിറ്റും കിട്ടില്ല. മുഹമ്മദ് റാഫിയുടെ പുസ്തകം യഥാർത്ഥ കുറ്റാന്വേഷണ ചിത്രം വെളിവാക്കുന്നു. യഥാർത്ഥത്തിൽ ക്രെഡിറ്റ് കിട്ടേണ്ടവരെയെല്ലാം റാഫി പരാമർശിക്കുന്നുണ്ട് എന്നത് ശ്രദ്ധിക്കേണ്ടതാണ്.

കുറ്റാന്വേഷണം ഒരു അനുക്രമമായ ഉദ്യോഗമാണ്.

ഉദാഹരണത്തിന് ഒരു കൊലപാതകം ഉണ്ടായാൽ അന്വേഷണത്തിന് ആറ് ചോദ്യങ്ങളാണ് ചോദിക്കുക.

1. Who was killed?
2. Where was he killed ?
3. When was he killded?
4. How was he killed?
5. Why was he killed ?
6. Who Killed him

കൃത്യമായി ഈ ചോദ്യങ്ങൾ ചോദിച്ച് ലീഡ്സ് എല്ലാം വെരിഫൈ ചെയ്യുമ്പോൾ, കുറ്റവാളി പിടിക്കപ്പെടും. മോഷണക്കേസ്സ് ആണെങ്കിൽ Modus Operandi വളരെ പ്രധാനമാണ്. മുഹമ്മദ് റാഫി ഈ സയന്റിഫിക് ഇൻവെസ്റ്റിഗേഷൻ കൃത്യമായി വിവരിക്കുന്നു.

റാഫിയുടെ പുസ്തകം വളരെ ലളിതമായ ഭാഷയിൽ, നല്ല അവതരണ ശൈലിയിൽ രചിച്ചിരിക്കുന്നു. ഡിസിപ്ലിനറി ആക്ഷനിൽ ഒന്നും ഉൾപ്പെടാതെ 300-ൽ ഏറെ റിവാർഡുകൾ വാരിക്കൂട്ടിയിരിക്കുന്നു. 118 ക്യാഷ് റിവാർഡ്സ്, 3 കമന്റേഷൻസ്, 15 അപ്രിസിയേഷൻസ്, യൂണിയൻ ഹോം മിനിസ്റ്റർ, കേരള ചീഫ് മിനിസ്റ്റർ, സ്റ്റേറ്റ് പോലീസ് ചീഫ് തുടങ്ങിയവരുടെ മെഡലുകൾ വാങ്ങി. ഒരു സബ് ഇൻസ്പെക്ടറെ സംബന്ധിച്ചിടുത്തോളം ഇത് വളരെ അഭിനന്ദാർഹമാണ്. എന്റെ ഒരു ട്രെയ്നി ഇത്രയും നേട്ടങ്ങൾ കൊയ്തതിൽ ട്രെയ്നർ എന്ന നിലയിൽ ഞാനും അഭിമാനിക്കുന്നു.

കുറ്റാന്വേഷണ കഥകൾ വായിക്കുന്നത് അന്വേഷണ പുസ്തകത്തിലെ അന്വേഷണ ടെക്നിക് മനസ്സിലാക്കുന്നതിന് മാത്രമല്ല. എങ്ങനെ ഒരു വിക്റ്റിം ആകാതിരിക്കാം എന്നും പഠിക്കുവാൻ വേണ്ടിയാണ്. പല സ്ത്രീകളും കൊല്ലപ്പെടുന്നതിന് കാരണം കഴുത്തിലെ സ്വർണ്ണമാലയാണ്. ചിലപ്പോൾ ചീത്ത കൂട്ടുകെട്ടാണ്. കൂടാതെ കുറ്റാന്വേഷകൻ സ്വന്തം ജീവൻ പണയപ്പെടുത്തിയാണ് പലപ്പോഴും കുറ്റവാളിയെ പിടിക്കുന്നത് എന്നും സാധാരണക്കാർ മനസ്സിലാക്കണം. പൊലീസിനെ

വിമർശിക്കുവാനും എതിർക്കുവാനും 'പൊലീസ് ഞങ്ങ ൾക്ക് പുല്ലാണ്' എന്ന് മുദ്രാവാക്യം വിളിക്കുവാനും എളുപ്പ മാണ്. നമ്മൾ ശാന്തമായി വീട്ടിൽ കിടന്നുറങ്ങുന്നത് പൊലീസ് കുറ്റവാളികളെയും മോഷ്ടാക്കളെയും കൊല പാതകികളെയും രാവും പകലും നേരിടുന്നതുകൊണ്ടാണ് എന്ന് ഓർത്തിരിക്കുക.

റാഫിയുടെ പുസ്തകത്തിൽ, കുറ്റാന്വേഷകന്റെ സിക്സ്ത് സെൻസ് വളരെ പ്രധാനമാണ്, റിപ്പറിനെ പിടിക്കുമ്പോഴും മറ്റു ചില മോഷ്ടാക്കളെ പിടിക്കു മ്പോഴും റാഫിയുടെ സിക്സ്ത് സെൻസ് പ്രവർ ത്തിക്കുന്നത് വളരെ ശ്രദ്ധേയമാണ്. മുഹമ്മദ് റാഫി ഒരു സംഗീതജ്ഞന്റെ പേരാണ്. ഭൂമിയിലെ ഈശ്വര സാന്നിദ്ധ്യം എന്ന് നാം കരുതിയ ഹിന്ദി സിനിമയിലെ അത്ഭുതം. ആ സംഗീതജ്ഞന്റെ പേരുള്ള സബ് ഇൻസ്പെക്ടർ ഒരു കുറ്റാന്വേഷകനായി എന്നുള്ളത് ഒരു പ്രത്യേക ചരിത്രം തന്നെ. പുസ്തകം നല്ല ഒരു അനുഭവം ആയിരുന്നു. റാഫിയുടെ പുസ്തകത്തിന് എല്ലാ ഭാവുകങ്ങളും നേരുന്നു. ■

ഹോളിഡേ റോബേഴ്സ്

2018 ജനുവരി 27നു രാത്രി. ചാലക്കുടി പട്ടണത്തിലെ ജ്വല്ലറിയിൽ നിന്ന് 13 കിലോ സ്വർണവും 6 ലക്ഷം രൂപയും കൊള്ളയടിക്കപ്പെട്ടു. ജ്വല്ലറിയുടെ പിൻഭാഗത്തുള്ള എക്സോസ്റ്റ് ഫാൻ ഇളക്കി മാറ്റി ചുമർ തുരന്ന് അകത്തു കയറിയിട്ടായിരുന്നു കവർച്ച. ഗ്യാസ് കട്ടർ ഉപയോഗിച്ച് ലോക്കർ കട്ട് ചെയ്താണ് ലോക്കറിൽ സൂക്ഷിച്ചിരുന്ന സ്വർണവും പണവും കൊള്ളക്കാർ എടുത്തത്. യാതൊരു വിധ തെളിവുകളും അവശേഷിപ്പിച്ചിട്ടുമില്ല. പട്ടണമദ്ധ്യത്തിൽ നടത്തിയ വൻകൊള്ളയുടെ വാർത്ത കേട്ടു സംസ്ഥാനം മൊത്തത്തിൽ ഞെട്ടിപ്പോയി. സംസ്ഥാന പൊലീസ് മേധാവി തന്നെ പ്രശ്നത്തിലിടപെട്ടു. ഡി.ജി.പിയും തൃശൂർ ജില്ലാ പൊലീസ് മേധാവിയും ചർച്ച നടത്തി ഒരു പ്രത്യേക അന്വേഷണ സംഘം രൂപീകരിച്ചു. ചാലക്കുടി ഡി വൈ എസ് പി ഷാഹുൽ ഹമീദ് സാറിനായിരുന്നു അന്വേഷണ ചുമതല. ഞാനും കൂടെയുള്ള പൊലീസുദ്യോഗസ്ഥരും അന്വേഷണ സംഘത്തിൽ ഉണ്ടായിരുന്നു.

മോഷണം ചെയ്തത് കേരളത്തിന് പുറത്ത് നിന്നുള്ള മോഷ്ടാക്കളാണെന്നു പ്രഥമഘട്ടത്തിലെ ശാസ്ത്രീയ അന്വേഷണങ്ങളിൽ നിന്നു തന്നെ മനസിലായി. അന്വേഷണ സംഘാംഗങ്ങൾ വ്യത്യസ്ത ഗ്രൂപ്പുകളായി തിരിഞ്ഞ് പ്രതികളെ കണ്ടെത്താനുള്ള അന്വേഷണമാരംഭിച്ചു. തൃശൂർ ജില്ലയിലെ ലോഡ്ജുകളിൽ ഈ കാലയളവിൽ താമസിച്ചവരുടെ അഡ്രസുകൾ എടുത്തു പരിശോധിച്ചപ്പോൾ, തൃശൂരിലെ ഒരു ലോഡ്ജിൽ ചാലക്കുടിയിലെ ജ്വല്ലറിക്കവർച്ചയ്ക്കു മുമ്പുള്ള ദിവസങ്ങളിൽ താമസിച്ചിരുന്ന കുറച്ചാളുകളുടെ തിരിച്ചറിയൽ രേഖകൾ കിട്ടി. അതിൽ ഒരു ബീഹാർ സ്വദേശിയുടെ വിലാസമുണ്ടായിരുന്നു. ചാലക്കുടിയിലെ മോഷണത്തിന് ശേഷം ഇയാളും സംഘവും സ്ഥലം വിട്ടതായും മനസ്സിലായി. കേരളത്തിൽ മുമ്പു നടന്ന സമാനമായ മറ്റു കേസുകളെക്കുറിച്ചുള്ള വിവരങ്ങൾ ശേഖരിച്ചു. ജാർഖണ്ഡ് സംസ്ഥാനത്തിലെ സാഹിബ്ഗഞ്ച് ജില്ലയിൽ പിയാർപുർ എന്ന

ഗ്രാമത്തിലെ ഉദുവ ഹോളിഡേ റോബേഴ്സ് എന്ന ഒരു കൂട്ടം കൊള്ള ക്കാരെക്കുറിച്ചുള്ള വിവരങ്ങളിൽ ഞങ്ങളുടെ കണ്ണുകളുടക്കി.

അവധിദിവസത്തിന്റെ തലേന്നാണ് ഇവർ മോഷണം നടത്തുക. അതുകൊണ്ടാണു ഹോളിഡേ റോബേഴ്സ് എന്ന പേര്. ഇവരെ അന്വേഷിച്ചു ജാർഖണ്ഡിലേക്ക് യാത്ര തിരിക്കാൻ ഞങ്ങൾ തീരുമാനിച്ചു. ചാലക്കുടിയിലെ കവർച്ചയ്ക്ക് മുൻപ് തൃശൂരിലെ ഒരു ലോഡ്ജിലും ആലുവയിലെ ഒരു ലോഡ്ജിലും താമസിച്ചപ്പോൾ കൊടുത്ത ചില ഫോൺ നമ്പറുകളും ഉള്ളതാണോയെന്ന് ഉറപ്പില്ലാത്ത ചില അഡ്രസ്സുകളും മാത്രമാണ് ഞങ്ങളുടെ പക്കലുള്ളത്. കൂടാതെ ഏതാനും സി സി ടി വി ദൃശ്യങ്ങളും. ബിഹാറിലെ കത്തിഹാറിലേതായിരുന്നു അഡ്രസ്. ഇവയുമായി 2018 ജനുവരി 7നു ഞങ്ങൾ ഈ കവർച്ചക്കാരുടെ താവളം തേടി പുറപ്പെട്ടു.

ഉദുവ ഹോളിഡേ റോബേഴ്സിനെക്കുറിച്ച് പഠിച്ചപ്പോൾ ഡൽഹി പൊലീസിനെ തോക്ക് കൊണ്ട് എതിർത്തു പരാജയപ്പെടുത്തിയ ചരിത്രമുള്ളവരാണ് അവരെന്ന് അറിഞ്ഞു. അവരുടെ അടുത്തേക്കാണ് ഞങ്ങൾക്കു പോകേണ്ടി വരുന്നത്. കൈയിലാണെങ്കിൽ വിശേഷപ്പെട്ട ആയുധങ്ങൾ യാതൊന്നുമില്ല. രണ്ടും കല്പിച്ചൊരു യാത്രയായിരുന്നു അത്. വീട്ടുകാരെയെല്ലാം കാര്യങ്ങളുടെ ഗൗരവം ബോദ്ധ്യപ്പെടുത്തി തന്നെയാണു യാത്ര പുറപ്പെട്ടത്.

ഞങ്ങൾ ആദ്യം എത്തിയത് ഉദുവ ഇൻസ്പെക്ടർ ജനറലിന്റെ ഓഫീസിലാണ്. അദ്ദേഹം ഞങ്ങളെ ഓഫീസിൽ ഇരുത്തി കാര്യങ്ങൾ വിശദീകരിച്ചു തന്നു. ഉദുവയ്ക്ക് സമീപം കാൺപൂർ, രാജ്മഹൽ, സഹർവ, പിയാർപൂർ തുടങ്ങിയ നിരവധി ഗ്രാമങ്ങളുണ്ട്. ഇവയുൾപ്പെടുന്ന സാഹിബ് ഗഞ്ച് ജില്ലയുടെ എസ് പിയായ ധനഞ്ജയൻ സാറിന്റെ അടുത്തേക്ക് ഐ ജി ഞങ്ങളെ പറഞ്ഞയച്ചു.

ഞങ്ങൾ സാഹിബ്ഗഞ്ചിലെത്തി ഒരു ലോഡ്ജിൽ മുറിയെടുത്തു. അടുത്ത ദിവസം രാവിലെ എസ് പി ധനഞ്ജയൻ സാറിനെ കാണുന്നതിനായി അദ്ദേഹത്തിന്റെ ഓഫീസിൽ എത്തി. വളരെ സൗഹാർദ്ദപൂർവം അദ്ദേഹം ഞങ്ങളെ സ്വീകരിച്ചു. കവർച്ചക്കേസ് അന്വേഷിക്കുന്ന ഒരു പൊലീസ് സംഘം കേരളത്തിൽ നിന്ന് എത്തിയിട്ടുണ്ടെന്ന കാര്യം അവിടത്തെ പൊലീസുകാരെ പോലും അറിയിക്കേണ്ടതില്ലെന്ന് അദ്ദേഹം ഞങ്ങളോടു പറഞ്ഞു. വിവരങ്ങൾ ചോരാതിരിക്കാനുള്ള ഒരു മുൻകരുതലായിരുന്നു ഇത്. പകരം തന്റെ വിശ്വസ്തമായ സ്ക്വാഡിന്റെ സേവനം ഞങ്ങൾക്കു വിട്ടു തരാമെന്നു വാഗ്ദാനം ചെയ്തു. തനിക്കു കിട്ടിയിട്ടുള്ള ചില വിവരങ്ങൾ അദ്ദേഹം ഞങ്ങൾക്കു കൈമാറുകയും ചെയ്തു. ബിഹാറിലെ കതിഹാർ ജില്ലയിലുള്ള അശോക് ബാരിക്ക് എന്ന കൊള്ളക്കാരൻ സാഹിബ് ഗഞ്ച് രാജ്മഹലിനടുത്തുള്ള പിയാർപൂർ എന്ന ഗ്രാമത്തിലെ ചില

കൊള്ളക്കാരുമായി ചേർന്ന് കേരളത്തിലേക്ക് പോയിരുന്നതായും അവർ തിരിച്ചെത്തിയിട്ടുണ്ടെന്നും ഉള്ളതായിരുന്നു ആ വിവരം. പക്ഷേ, അവരെ പിടികൂടുക അത്ര എളുപ്പമല്ലെന്നു അദ്ദേഹം മുന്നറിയിപ്പ് നൽകി. ആ ഗ്രാമങ്ങളിലേക്ക് യാതൊരു കാരണവശാലും നിങ്ങൾ മാത്രമായി പോകരുതെന്നും അവരുടെ കയ്യിൽ തോക്കുകളുണ്ടെന്നും എസ് പി പറഞ്ഞു.

ഞങ്ങളുടെ മനസ്സുകൾ ഉലഞ്ഞു. കാരണം കേരളത്തിലൊന്നും പൊലീസിന് ഇത്തരമൊരു കൊള്ളസംഘവുമായി ഏറ്റുമുട്ടേണ്ടി വന്നിട്ടില്ല. ഏതായാലും കത്തിഹാറിലേക്കു പോയ്ക്കൊള്ളുക, അവിടത്തെ എസ് പി യെ വിളിച്ച് വേണ്ട ഏർപ്പാടുകൾ ചെയ്യാം എന്നു എസ് പി ധനഞ്ജയൻ സാർ പറഞ്ഞു. കേരളത്തിൽ നിന്ന് ഐ പി എസ് ഓഫീസർമാരായ തൃശ്ശൂർ റേഞ്ച് ഐ.ജി.: എ.ആർ. അജിത് കുമാർ സാറിന്റെയും തൃശൂർ റൂറൽ എസ് പി യതീഷ് ചന്ദ്രൻ സാറിന്റെയും മേൽനോട്ടത്തിലും പിന്തുണയിലുമാണ് ഞങ്ങൾ ജാർഖണ്ഡിലേക്ക് പുറപ്പെട്ടിരുന്നത്. ഇവർ രണ്ടുപേരും അവിടെയുള്ള എസ് പി മാരെയും ഐ ജി മാരെയും നേരിട്ട് വിളിച്ച് ഞങ്ങൾക്കുള്ള സഹായങ്ങൾ ചെയ്തു തരണമെന്നു ആവശ്യപ്പെടുന്നുണ്ടായിരുന്നു.

ഡി വൈ എസ് പി ഷാഹുൽ ഹമീദ് സാർ ആയിരുന്നു ഞങ്ങളുടെ യാത്രാ സംഘത്തിന്റെ മേധാവി. കിട്ടിയ വിവരങ്ങളുടെ അടിസ്ഥാനത്തിൽ, അദ്ദേഹം സാഹിബ് ഗഞ്ചിൽ താമസിക്കാനും ഞാൻ ഉൾപ്പെടുന്ന സംഘം അശോക് ബാരിക്കിനെ തേടി ബീഹാർ സംസ്ഥാനത്തെ കത്തിഹാറിലേക്ക് പുറപ്പെടാനും തീരുമാനമായി. ഞങ്ങളുടെ സംഘം അവിടെ നിന്നു യാത്രയായി.

ഫെറിയിൽ ബീഹാറിലേക്ക്

സാഹിബ്ഗഞ്ചിൽ നിന്നു കത്തിഹാറിലേക്ക് 150 കിലോമീറ്റർ ദൂരം ഉണ്ട്. കേരളത്തിലെ 150 കിലോമീറ്റർ പോലെയല്ല ഇത്. റോഡു പോലുമില്ലാത്ത അവസ്ഥ. മണിക്കൂറുകൾ നീണ്ട യാത്ര വേണം. ഇതിനാൽ ഫെറിയുടെ സഹായത്തോടെ യാത്ര ചെയ്യാൻ തീരുമാനിച്ചു. ധാരാളം ക്വാറികൾ ഉള്ള സാഹിബ്ഗഞ്ചിൽ നിന്ന് പാറകളും ഗംഗാനദിയിലെ പുഴ മണലും കൊണ്ട് പോകുന്നത് ടോറസ് ലോറികൾ ഫെറികളിൽ കയറ്റിയാണ്. ഇത്തരത്തിലുള്ള ഫെറിയിൽ കയറി ഗംഗ നദിയിലൂടെ യാത്ര ചെയ്ത് ഒന്നര മണിക്കൂർ കൊണ്ട് ഞങ്ങൾ ബിഹാറിലെ മണിഹറിയിൽ എത്തി. അവിടെ നിന്ന് കത്തിഹാറിലേക്ക് 25 കിലോമീറ്റർ ദൂരമുണ്ട്. അതു താണ്ടി ഞങ്ങൾ കത്തിഹാർ എസ് പി യുടെ അടുത്തെത്തി. കയ്യിലുണ്ടായിരുന്ന അഡ്രസ്സ് കാണിച്ചയുടനെ അദ്ദേഹം ഞങ്ങളെ സി ഐ യുടെ അടുത്തേക്ക് അയച്ചു. ഒരു കാര്യം

അദ്ദേഹം പ്രത്യേകം നിർദ്ദേശിച്ചു, സി ഐ യുടെ അടുത്ത് മാത്രം അഡ്രസ്സ് കാണിച്ചാൽ മതി. ഞങ്ങൾ സി ഐ യുടെ അടുത്ത് എത്തി. അദ്ദേഹത്തിനു കാര്യങ്ങൾ വിശദീകരിച്ചു കൊടുത്തു. ഞങ്ങളുടെ സംഘാംഗമായ എസ് ഐ അഷ്റഫിനു ഹിന്ദി നന്നായി സംസാരിക്കാൻ അറിയുമായിരുന്നത് വളരെ പ്രയോജനപ്പെട്ടു.

ഞങ്ങൾ തേടുന്ന പ്രതിയായ അശോക് ബാരിക് ആ സ്റ്റേഷനുമായി അടുത്ത ബന്ധം പുലർത്തിയിരുന്ന ആളായിരുന്നു. അതിനാൽ തന്നെ അയാൾ ഭാര്യ വീടുള്ള നേപ്പാളിലേക്ക് പോകുവാനുള്ള തയ്യാറെടുപ്പിലാണെന്ന് പൊലീസിന് എളുപ്പം അറിയാൻ കഴിഞ്ഞു. അവിടുത്തെ പൊലീസിന്റെ സഹായത്തോടെ അശോക് ബാരിക്കിനെ അവന്റെ ഗ്രാമത്തിൽ നിന്നുതന്നെ കണ്ടെത്തി കത്തിഹാർ സ്റ്റേഷനിലേക്ക് കൂട്ടിക്കൊണ്ടു വന്നു. താൻ കേരളത്തിൽ പോയ കാര്യം തന്നെ അശോക് തുടക്കത്തിൽ നിഷേധിച്ചു. പക്ഷേ പോയിട്ടുണ്ടെന്ന് അവിടത്തെ പൊലീസിന് അറിയാം. ഞങ്ങളുടെ പക്കൽ ചില തെളിവുകളുമുണ്ട്. അതെല്ലാം വച്ച് വിശദമായി ചോദ്യം ചെയ്തപ്പോൾ അയാൾക്കു പിടിച്ചു നിൽക്കാൻ കഴിഞ്ഞില്ല. പതിയെ അയാൾ കാര്യങ്ങൾ വെളിപ്പെടുത്താൻ തുടങ്ങി. കൂട്ടു പ്രതികളെക്കുറിച്ചും അയാൾ പറഞ്ഞു. സാഹിബ് ഗഞ്ചിലെ പിയാർപൂർ സ്വദേശികളാണു കൂടെ കവർച്ചയ്ക്കു വന്നതെന്നും അവർ ആരൊക്കെയാണെന്നും അശോക് പറഞ്ഞു തന്നു. ഇനി അവരെ പിടി കൂടണം. അന്ന് ഞങ്ങൾ അവിടെ തന്നെ താമസിച്ചു. നല്ല തണുപ്പായിരുന്നതിനാൽ വിറകു കത്തിച്ച് ചൂടു കാഞ്ഞു രാത്രി കഴിച്ചു കൂട്ടിയത് ഞങ്ങൾക്ക് പുതിയ ഒരനുഭവമായിരുന്നു. അശോക് ബാരിക്കിനെ ലോക്കപ്പിൽ ഇട്ടു ഞങ്ങൾ തന്നെ മാറി മാറി അവനു കാവൽ നിന്നു.

അടുത്ത ദിവസം അവിടത്തെ എസ് ഐ യുടെ നേതൃത്വത്തിൽ അശോകിനെ ഹോസ്പിറ്റലിൽ കൊണ്ടുപോയി മെഡിക്കൽ സർട്ടിഫിക്കറ്റ് വാങ്ങി. കേരളത്തിലെ പോലെ കയ്യിൽ മാത്രമല്ല അവിടെ വിലങ്ങ് വയ്ക്കുന്നത്. വലിയ നീളമുള്ള ചങ്ങലയിട്ടു കാലടക്കം ബന്ധിച്ചു പൂട്ടുകയാണു ചെയ്യുക. നക്സൽ ഭീഷണി ഉള്ളതിനാൽ യന്ത്ര തോക്കുകളാണ് അവിടത്തെ പൊലീസുകാർ ഉപയോഗിച്ചിരുന്നത്. അശോക് ബാരിക്കിനെ ഞാൻ അറസ്റ്റു ചെയ്ത ശേഷം ശേഷം അവിടത്തെ കോടതിയിൽ ഹാജരാക്കി കേരളത്തിലേക്ക് കൊണ്ടു പോകാനുള്ള വാറണ്ട് വാങ്ങി.

വീണ്ടും സാഹിബ് ഗഞ്ചിൽ

അശോകിനെയും കൂട്ടി ഞങ്ങൾ സാഹിബ്ഗഞ്ചിൽ എത്തി. താമസിക്കുന്ന ഹോട്ടലിൽ തന്നെ ഞങ്ങൾ ഓരോരുത്തരായി അയാൾക്കു കാവലിരുന്നു. ഇനി സാഹിബ് ഗഞ്ചിലുള്ള കൂട്ടുപ്രതികളെ പിടിക്കണം.

അശോക് തന്ന മൊബൈൽ നമ്പറും പേരും വെച്ച് അന്വേഷണം നടത്തി. കൊള്ളക്കാരുടെ ഗ്രാമമാണ് പിയാർപൂർ. അവിടെ ഉള്ള കള്ളന്മാരാണു അശോകിന്റെ കൂട്ടാളികൾ. ഞങ്ങൾ രാജ് മഹൽ പൊലീസ് സ്റ്റേഷനുമായി ബന്ധപ്പെടുകയും അമീർ എന്ന കൊള്ള ക്കാരനെ പിടിക്കാൻ അവരുടെ സഹായം തേടുകയും ചെയ്തു. സാധാരണയായി തോക്കുമായി നടക്കുന്നയാളാണ് അമീർ. മദ്യപി ക്കുന്നതിനായി അയാൾ ഒരു ചെറിയ ഷാപ്പിൽ എത്തിയ സമയത്താണ് ഞങ്ങൾ ചെന്നു പിടികൂടിയത്. ബലപ്രയോഗം വേണ്ടി വന്നുവെങ്കിലും ആ സമയം അയാളുടെ കൈയിൽ തോക്ക് ഇല്ലാതിരുന്നതിനാൽ ഒരപകടസാദ്ധ്യത ഒഴിവായി. അമീറിനെയും കൂട്ടി ഞങ്ങൾ വീണ്ടും ഹോട്ടൽ മുറിയിലേക്കെത്തി. അമീറിനെയും അശോകിനെയും കൂട്ടി നിറുത്തിയുള്ള ചോദ്യം ചെയ്യലിൽ മറ്റുള്ള പ്രതികളെക്കറിച്ചുള്ള വിവരങ്ങളും കിട്ടി. ഡി വൈ എസ് പി ഷാഹുൽ ഹമീദ് സാർ അമീറിനെ അറസ്റ്റ് ചെയ്തു, സാഹിബ് ഗഞ്ച് കോടതിയിൽ ഹാജരാക്കി. കോടതിയിൽ നിന്നു വാറണ്ട് വാങ്ങി അമീറിനെയും അശോക് ബാരിക്കി നെയും കൊണ്ട് ഞങ്ങളിൽ ഒരു സംഘം കേരളത്തിലേക്ക് തിരിച്ചു.

മുർഷിദാബാദിലേക്കുള്ള യാത്ര

മൂന്നാമത്തെ പ്രതി മുർഷിദാബാദിലേക്ക് കടന്നിട്ടുണ്ടെന്ന് അമീ റിനെ ചോദ്യം ചെയ്തപ്പോൾ മനസ്സിലായിരുന്നു. അയാളെ പിടികൂടു ന്നതിനായി എന്റെ നേതൃത്വത്തിലുള്ള സംഘത്തെയാണ് ഡി വൈ എസ് പി നിയോഗിച്ചത്. സാഹിബ്ഗഞ്ചിൽ നിന്ന് 300 കിലോമീറ്റർ അകലെയാണ് ബംഗാൾ സംസ്ഥാനത്തിന്റെ അതിർത്തിയിലുള്ള മുർഷിദാബാദ് ജില്ല. ഒരു ടാറ്റാ സുമോ വാടകയ്ക്കെടുത്താണ് ഞങ്ങളവിടേക്കു പോയത്. മുർഷിദാബാദിലെത്തി ഒരു ലോഡ്ജിൽ മുറിയെടുത്തു താമസിച്ചു. പിറ്റേ ദിവസം ഭഗവാൻഗോള പൊലീസ് സ്റ്റേഷനിൽ എത്തി. അവടെ ധാരാളം പരാതിക്കാർ തടിച്ചു കൂടിയിട്ടുണ്ട്. എസ് ഐ യെ കാണണമെന്ന് ഞങ്ങൾ ആവശ്യപ്പെട്ടു. ഞങ്ങളുടെ സംഘത്തിൽ ഹിന്ദി അറിയാമായിരുന്ന റോയ് തോമസാണു സംസാ രിച്ചുകൊണ്ടിരുന്നത്. എസ് ഐ ഒരു മീറ്റിംഗിനു പോയിരിക്കുകയാ ണെന്നു പറഞ്ഞ സ്റ്റേഷന്റെ ചാർജുള്ള ഹെഡ് കോൺസ്റ്റബിൾ ഞങ്ങൾക്കെന്താണു വേണ്ടതെന്ന് ആരാഞ്ഞു. അദ്ദേഹത്തിനു മാത്രം കേൾക്കാൻ കഴിയുന്ന വിധത്തിൽ രഹസ്യമായി ഞങ്ങൾ വിവരം പറഞ്ഞു. ഉടനെ തന്നെ അദ്ദേഹം വലിയ ഗൗരവത്തിലായി. മറ്റാരോടും ഇക്കാര്യങ്ങൾ പറയരുതെന്നും വേഗം ലോഡ്ജിലെ മുറിയിലേക്കു മടങ്ങിക്കൊള്ളാനും അദ്ദേഹം നിർദേശിച്ചു. ലോഡ്ജിൽ നിന്നു പുറത്തിറങ്ങരുതെന്നും വെടിവയ്പുകളും കൊലപാതകങ്ങളും നടക്കുന്ന സ്ഥലമാണിതെന്നും നടക്കുന്ന സ്ഥലമാണിതെന്നും

ഞങ്ങളെ ഓർമിപ്പിച്ചു. ഒരു ജീപ്പ് നിറയെ പൊലീസിനെയും കൂട്ടിയാണ് ഞങ്ങളെ ലോഡ്ജിൽ കൊണ്ടു വന്നാക്കിയത്. ആയുധധാരികളായ പൊലീസുകാർ ഞങ്ങൾക്ക് ചുറ്റും കാവൽ നിൽക്കുകയും ചെയ്തു. ഞങ്ങൾ പറയുന്നതൊന്നും അവർക്ക് മനസിലാകുന്നില്ല, മനസ്സിലാകുന്നതായി നടിക്കുന്നില്ല.

ഇനി എന്തു ചെയ്യാൻ പറ്റുമെന്ന ആലോചനയിലായി ഞങ്ങൾ. ഹിന്ദിയും ബംഗാളിയും കൈകാര്യം ചെയ്യാൻ പറ്റുന്ന ഒരാളുടെ സേവനമാണ് ഞങ്ങൾക്ക് വേണ്ടിയിരുന്നത്. ഞാൻ എനിക്കു പരിചയമുള്ള ഡൽഹിയിൽ താമസിക്കുന്ന മാളക്കാരനായ നഹാസിനെ വിളിച്ചു കാര്യങ്ങൾ പറഞ്ഞു. മുർഷിദാബാദിൽ ഞങ്ങളെ സഹായിക്കാൻ പറ്റിയ ഭാഷകളറിയുന്ന, വിശ്വസ്തനായ ഒരാളെ ഏർപ്പാടു ചെയ്തു തരണമെന്ന അഭ്യർത്ഥന അദ്ദേഹത്തിന്റെ മുമ്പിൽ വച്ചു. അദ്ദേഹം അര മണിക്കൂർ കഴിഞ്ഞപ്പോൾ ഒരു അധ്യാപകന്റെ ഫോൺ നമ്പർ അയച്ചു തന്നു. അദ്ദേഹത്തെ വിളിച്ചു പറഞ്ഞിട്ടുണ്ടെന്നും പറഞ്ഞു. ഞാൻ അദ്ദേഹത്തെ ഫോണിൽ വിളിച്ചു. ഞങ്ങൾ താമസിക്കുന്ന സ്ഥലം ചോദിച്ചറിഞ്ഞ അദ്ദേഹം 15 മിനിറ്റിനുള്ളിൽ ആ ലോഡ്ജിലേയ്ക്ക് എത്തിക്കൊള്ളാമെന്നു പറഞ്ഞു. പറഞ്ഞ സമയത്തു തന്നെ എത്തിച്ചേരുകയും ചെയ്തു.

റോയ് പൗലോസ് ഞങ്ങൾക്ക് ആവശ്യമായ കാര്യങ്ങൾ അദ്ദേഹത്തിനു ഹിന്ദിയിൽ പറഞ്ഞു മനസിലാക്കി കൊടുത്തു. അദ്ദേഹം ആ നാടിന്റെ വിശേഷങ്ങൾ ഞങ്ങളോടു പങ്കു വച്ചു. വിദ്യാഭ്യാസമില്ല, കടുത്ത ദാരിദ്ര്യമുണ്ട്. കൂട്ടത്തിൽ ആ നാട്ടിലെ ക്രിമിനൽ പശ്ചാത്തലത്തെ കുറിച്ചും അദ്ദേഹം വിശദീകരിച്ചു. അവിടത്തെ ഗ്രാമങ്ങളിൽ കയറി പരിശോധിച്ച്, ഒരാളെ പോലും പിടിച്ചു കൊണ്ടു വരാൻ ഞങ്ങൾക്ക് പറ്റുകയില്ലെന്നും അദ്ദേഹം വ്യക്തമാക്കി.

പക്ഷേ പിന്മാറാൻ ഞങ്ങൾ ഒരുക്കമല്ലായിരുന്നു. എന്തെങ്കിലും ചെയ്തേ തീരു എന്നു ഞങ്ങളയാളെ നിർബന്ധിച്ചുകൊണ്ടിരുന്നു. ഒടുവിൽ അവിടെ സ്റ്റേഷനിൽ ജോലിചെയ്യുന്ന ഒരു ഹോം ഗാർഡിനെ ഞങ്ങൾ വിളിച്ചു വരുത്തി. ഹോംഗാർഡിനോടു ബംഗാളി ഭാഷയിൽ കാര്യങ്ങൾ പറയാൻ അദ്ദേഹത്തിന്റെ സഹായമാവശ്യപ്പെട്ടു. അതിനദ്ദേഹം തയ്യാറായി. പറയേണ്ട കാര്യങ്ങൾ ഹിന്ദിയിൽ അദ്ദേഹത്തിനു വിശദീകരിച്ചു കൊടുത്തു. പ്രതി ഉപയോഗിക്കുന്ന ഫോൺ നമ്പർ ഞങ്ങൾക്കു കിട്ടിയിട്ടുണ്ട്. ആ നമ്പറിലേക്ക് വിളിച്ച് ഹോം ഗാർഡിനെ കൊണ്ട് ബംഗാളി ഭാഷയിൽ സംസാരിപ്പിച്ചു. ഫോൺ എടുത്തയാൾ ഭഗവാൻ ഗോളയിലെ ഹബാസ് പുരിയിലുള്ള ഒരു സ്കൂളിൽ ഉണ്ടെന്നു പറഞ്ഞു. ഞങ്ങൾ രണ്ടും കല്പിച്ചു ഹോം ഗാർഡിനെയും കൂട്ടി ആ സ്കൂൾ ഗ്രൗണ്ടിൽ എത്തി. ഫോണിൽ

സംസാരിച്ച ആളെ റോഡിലേക്ക് വിളിച്ചുവരുത്തി. തന്റെ നാട്ടിൽ ഒരിക്കലും യാതൊരപകടവും പ്രതീക്ഷിക്കാതിരുന്ന അവൻ വളരെ ലാഘവത്തോടെ ഞങ്ങളുടെ വാഹനത്തിന് അരികിലേക്കു വന്നു. ഞങ്ങൾ ഒരു നിമിഷവും പാഴാക്കാതെ ആളെ പിടിച്ചു വാഹനത്തി നുള്ളിലാക്കി. പ്രശ്നമാണെന്നു തോന്നിയപ്പോൾ കുതറി മാറാൻ ശ്രമിച്ചെങ്കിലും ബലപ്രയോഗത്തിലൂടെ അവനെ കീഴ്പ്പെടുത്താൻ കഴിഞ്ഞു.

അവിടെ ഞങ്ങളെ അത്ഭുതപ്പെടുത്തിയ ഒരു കാഴ്ചയുണ്ടായി രുന്നു. അവന്റെ കഴുത്തിൽ ഒരു സ്വർണമാല, അതിന്റെ കൊളുത്തിൽ ജ്വല്ലറിയുടെ മുദ്ര! ഞങ്ങളുടെ സന്തോഷത്തിനു അതിരില്ലായിരുന്നു. ഒന്നാന്തരം തെളിവാണത്. ഈ മാല ആരാണ് തന്നതെന്ന് ചോദിച്ച പ്പോൾ ജ്യേഷ്ഠൻ തന്നതാണെന്നു പറഞ്ഞു. അപ്പോൾ ഇവൻ പ്രതി അല്ല. ഏതായാലും ഞങ്ങളിൽ കുറച്ചു പേർ പിടിച്ചെടുത്ത ആളെയും കയറ്റി സ്കൂൾ പരിസരത്തിനു പുറത്തേക്കു പോന്നു.

ഹോംഗാർഡ് അവിടെ ഉള്ള ആളുകളോട് പ്രതിയെക്കുറിച്ചു വിശ ദീകരിച്ചു. അവൻ വലിയ കള്ളനാണെന്നും കേരളത്തിൽ വലിയ സ്വർണക്കവർച്ച നടത്തിയിട്ടുണ്ടെന്നും അവനെ കാണുകയാണെ ങ്കിൽ അറിയിക്കണം എന്നും അവിടെ കൂടിയ ആളുകളോടു ഹോം ഗാർഡ് ബംഗാളി ഭാഷയിൽ വിവരിച്ചു. ഹോംഗാർഡിനെ നാട്ടു കാർക്കു പരിചയമുണ്ടായിരുന്നു. ഞങ്ങൾ അവിടെ നിന്നു 2 കിലോ മീറ്റർ ദൂരം മാറി വണ്ടിയുമായി കാത്തുകിടന്നു. കുറച്ചു കഴിഞ്ഞപ്പോൾ ആ സ്കൂളിൽ നിന്ന് ഹോംഗാർഡിനു ഒരു വിളി വന്നു. പ്രതിയെ തടഞ്ഞു വച്ചിട്ടുണ്ടെന്നും വേഗം വരണം എന്നുമായിരുന്നു സന്ദേശം. ഞങ്ങൾ ഉടൻ അങ്ങോട്ടു കുതിച്ചു. അവിടെ പാഞ്ഞെത്തി, പ്രതിയെയും പിടികൂടി വണ്ടിയിൽ കയറ്റി, വേഗം പൊലീസ് സ്റ്റേഷൻ ലക്ഷ്യമാക്കി പാഞ്ഞു.

ഞങ്ങൾ പൊലീസ് സ്റ്റേഷനിൽ എത്തി. ഇൻസ്പെക്ടർ അവിടെ ഉണ്ടായിരുന്നു. പ്രതിയെ കിട്ടിയിട്ടുണ്ടെന്നും തൊണ്ടിമുതലായ ഒരു സ്വർണമാല അടക്കമാണു പിടികൂടിയിട്ടുള്ളതെന്നും ഇൻസ്പെ ക്ടറെ അറിയിച്ചു. കുറച്ചു മാലകളും സ്വർണം വിറ്റുകിട്ടിയ 7 ലക്ഷം രൂപയും വീട്ടിൽ ഉണ്ടെന്നു ചോദ്യം ചെയ്യലിൽ പ്രതി ഞങ്ങളോടു സമ്മതിച്ച കാര്യവും ഇൻസ്പെക്ടറെ അറിയിച്ചു. അവിടത്തെ പൊലീസിന് ഒരു അപേക്ഷ എഴുതി കൊടുക്കാൻ അദ്ദേഹം ആവ ശ്യപ്പെട്ടു. അതനുസരിച്ചു ഞാൻ അപേക്ഷ എഴുതി കൊടുത്തു. അപ്പോൾ തന്നെ ഇൻസ്പെക്ടറും നാലു പൊലീസുകാരും സ്റ്റെൻഗണ്ണും പിസ്റ്റളുമായി തയ്യാറായി. ജീപ്പും റെഡി. പ്രതിയെ അവരുടെ ജീപ്പിൽ കയറ്റി പുറപ്പെട്ടു. ഞങ്ങൾ ഞങ്ങളുടെ വാഹനത്തിൽ അവരെ പിന്തു ടർന്നു. എട്ടു കിലോമീറ്ററോളം പോയപ്പോൾ ഒരു കൊച്ചു ഗ്രാമത്തിൽ

എത്തി. കുറെ കുടിലുകൾ മാത്രമേ അവിടെ ഉണ്ടായിരുന്നുള്ളു. ഏറ്റവും അറ്റത്തുള്ള ഒരു കുടിലിനു മുമ്പിൽ പൊലീസുകാരും ഞങ്ങളും ഇറങ്ങി.

പ്രതി അവന്റെ ജേഷ്ഠന്റെ ഭാര്യയെ വിളിച്ചു, താൻ തന്ന പണവും സ്വർണ മാലകളും എടുത്തു തരാൻ ആവശ്യപ്പെട്ടു. ആ സ്ത്രീ പോയി രണ്ടു മാലകൾ എടുത്തു കൊണ്ടു വന്നു. പണമില്ലെന്നും പറഞ്ഞു. പൊലീസ് പക്ഷേ സമ്മതിച്ചില്ല. ഒടുവിൽ ആ സ്ത്രീ ഒരു പാടത്തിന്റെ നടുവിലേക്ക് ഞങ്ങളെ കൊണ്ടുപോയി, അവിടെ നിന്ന് ഒരു പ്ലാസ്റ്റിക് കവർ എടുത്തു തന്നു. പ്രതി പറഞ്ഞത്രയും പണം അതിലുണ്ടായിരുന്നു. അവന്റെ പെട്ടി പരിശോധിച്ചപ്പോൾ ഒരു പിസ്റ്റളും കണ്ടെടുത്തു. ഇതെല്ലാം കിട്ടി കഴിഞ്ഞപ്പോൾ അവിടത്തെ പൊലീസ് ഞങ്ങളുടെ എസ് പി യെയും മറ്റും വിളിച്ചു വിശേഷങ്ങൾ പറയുന്നുണ്ടായിരുന്നു. ആദ്യം ഭഗവാൻ ഗോള പൊലീസ് സ്റ്റേഷനിൽ കേസെടുക്കണമെന്നും അവിടത്തെ കോടതിയിൽ ഹാജരാക്കണമെന്നു മെല്ലാം അവർ ആവശ്യപ്പെട്ടു. പക്ഷേ, അതു കൂടുതൽ നൂലാമാല കൾക്കു കാരണമാകും. അതോടെ കേരളത്തിൽ നിന്ന് ഐ ജി ഉൾപ്പെടെയുള്ളവർ അവിടത്തെ അധികാരികളുമായി സംസാരിച്ചു. തുടർന്നു പ്രതികളെയും കൊള്ളമുതലുകളും ഞങ്ങൾക്ക് വിട്ടുതരാം എന്നവർ സമ്മതിച്ചു. പക്ഷേ, പ്രതികളെ തങ്ങളുടെ സ്റ്റേഷനിൽ കൊണ്ടുപോയി വീണ്ടെടുത്ത സ്വർണവും പണവും പിസ്റ്റളുകളും വച്ചു ഫോട്ടോ എടുക്കണം, അവർ ആവശ്യപ്പെട്ടു. അതു നമുക്കു മനസ്സിലാക്കാൻ പറ്റും. അതൊക്കെ ചെയ്തുകൊള്ളൂ എന്നു പറഞ്ഞു. സ്റ്റേഷനിൽ എത്തി ഇൻസ്പെക്ടറുടെ മുറിയിൽ എല്ലാം നിരത്തി വെച്ച് ഫോട്ടോ എടുക്കുകയും അവിടത്തെ പത്രങ്ങളിൽ ഈ വാർത്ത കൊടുക്കുകയും ചെയ്തു.

ഈ ചടങ്ങുകൾ കഴിഞ്ഞതോടെ ഞങ്ങൾ അവിടെ നിന്ന് അതി വേഗം പുറപ്പെട്ടു. 300 കിലോമീറ്റർ ഈ പ്രതിയും കൊള്ളമുതലു കളുമായി തിരിച്ചു യാത്ര ചെയ്ത് ജാർഖണ്ഡിലെ സാഹിബ്ഗഞ്ചിൽ എത്തി. ഡി വൈ എസ് പി പ്രതിയെ ചോദ്യം ചെയ്തു. പിറ്റേന്ന്, അവന്റെയും അറസ്റ്റ് രേഖപ്പെടുത്തി രാജ്മഹൽ കോടതിയിൽ ഹാജരാക്കി കേരളത്തിലേക്ക് കൊണ്ടു പോകാനുള്ള വാറണ്ട് വാങ്ങി. അങ്ങനെ കേരളത്തെ ഞെട്ടിച്ച ജ്വല്ലറിക്കവർച്ച നടത്തിയ മൂന്നു പ്രതികളും ഞങ്ങളുടെ പിടിയിലായി. രണ്ടു പേരെ നേരത്തെ കേരള ത്തിലേയ്ക്ക് അയച്ചു കഴിഞ്ഞിരുന്നു. മൂന്നാമനായ ഇൻസമാമുൽ ഹഖിനെയും കൊണ്ട് അവശേഷിച്ചിരുന്ന സംഘാംഗങ്ങളായ ഞങ്ങളും കേരളത്തിലേക്കു പുറപ്പെട്ടു. ഞങ്ങളെ സംബന്ധിച്ച്, അപരിചിതവും സാഹസികവുമായ ഒരു ഭഗീരഥപ്രയത്നത്തിന്റെ വിജയകരമായ പര്യവസാനമായിരുന്നു അത്.

ഉദുവ ഹോളിഡേ റോബേഴ്സ്

ബീഹാർ, ജാർഖണ്ഡ്, പശ്ചിമബംഗാൾ എന്നീ സംസ്ഥാനങ്ങളിലെ, പിയാർപൂർ പ്രാൺപൂർ, മുഷിദാബാദ്, കതിഹാർ തുടങ്ങിയ ജില്ലകളിൽ ചില ഗ്രാമങ്ങൾ ഉണ്ട്. കൊള്ളക്കാരുടെ പിള്ളത്തൊട്ടിലുകൾ എന്ന് ഈ ഗ്രാമങ്ങളെ വിളിക്കാം. ചില ഗ്രാമങ്ങൾ മുസ്ലീം ഭൂരിപക്ഷം ആണെങ്കിൽ ചില ഗ്രാമങ്ങൾ ഹിന്ദു ഭൂരിപക്ഷ പ്രദേശങ്ങൾ. വർഗീയ കലാപങ്ങളൊക്കെ ഉണ്ടാകാറുണ്ട്. പക്ഷേ മറ്റു സംസ്ഥാനങ്ങളിൽ പോയുള്ള കൊള്ളയുടെ കാര്യത്തിൽ ജാതിയും മതവും പ്രശ്നമല്ല. അതിന് ഇവരെല്ലാവരും ഒന്നിക്കും. ഡൽഹി, മഹാരാഷ്ട്ര, ഹരിയാന, കേരളം എന്നിവടങ്ങളിലെല്ലാം ഈ സംഘം മോഷണം നടത്തിയിട്ടുണ്ട്. നേരത്തെ പറഞ്ഞതുപോലെ കടമുടക്കത്തിന് തലേ ദിവസമാണ് ഇവരുടെ മോഷണങ്ങൾ മിക്കതും നടന്നിട്ടുള്ളത്. അതായതു ശനിയാഴ്ചകളിൽ. അതുകൊണ്ടു സാറ്റർഡേ റോബേഴ്സ് എന്നും ഇവരെ വിശേഷിപ്പിക്കാറുണ്ട്. കളവു നടത്തിയാൽ രക്ഷപ്പെടാൻ ധാരാളം സമയം ലഭിക്കുമെന്നതിനാലാണ് ഇവർ അവധി ദിനങ്ങളുടെ തലേന്ന് മോഷണത്തിനായി തിരഞ്ഞെടുക്കുന്നത്. ഈ ഗ്രാമങ്ങളിലൂടെ സഞ്ചരിക്കുമ്പോൾ നമുക്കൊരു കാര്യം മനസ്സിലാകും. കൊള്ള ഈ സമൂഹത്തെ ഒരിക്കലും ഉയർത്തിയിട്ടില്ല. കിലോ കണക്കിനു സ്വർണം ഇവർ കവർന്നിട്ടുണ്ട്. പക്ഷേ അതുകൊണ്ട് ഇവരുടെ ജീവിതനിലവാരം തെല്ലും ഉയർന്നിട്ടില്ല. കൊള്ളമുതൽ വിൽക്കുന്നതിന് ഇടനിലക്കാരാകുന്ന കുറെ പേർ സാമ്പത്തികമായ ഉന്നതി നേടിയിട്ടുണ്ട്. അവർ കുറെ ഭൂമിയൊക്കെ വാങ്ങി കൂട്ടിയിട്ടുണ്ട്.

അധികാരികൾ തിരിഞ്ഞു നോക്കാത്ത ഗ്രാമങ്ങൾ

കള്ളന്മാരുടെ ഗ്രാമങ്ങൾ എന്ന് വിശേഷിപ്പിക്കപ്പെടുന്ന ഈ ഗ്രാമങ്ങളിലെല്ലാം അത്യന്തം ദുരിതപൂർണമാണ് സാഹചര്യങ്ങൾ. സ്കൂൾ ഇല്ല, ആശുപത്രി ഇല്ല, വെള്ളമില്ല, വൈദ്യുതി ഇല്ല. പൊട്ടിപ്പൊളിഞ്ഞ റോഡുകൾ. വാഹനങ്ങൾക്ക് എത്തിച്ചേരാനാകില്ല. വല്ലപ്പോഴും വരുന്നത് ഇരുചക്ര വാഹനങ്ങൾ മാത്രം. ആകെയുള്ള ജോലി ബീഡി തെറുപ്പാണ്. കുറച്ച് ആടുകളേയും പശുക്കളേയുമൊക്കെ കാണാം. അവ ആളുകൾക്കൊപ്പം ഒരേ കൂരയ്ക്കു താഴെ അന്തിയുറങ്ങുന്നു. മറ്റൊരു മാർഗമില്ലാതെയാവാം ഇവിടത്തെ പുതിയ തലമുറകൾ വീണ്ടും വീണ്ടും മോഷണങ്ങളിലേക്കു തിരിയുന്നത്. മദ്യം സുലഭമാണ് ഈ ഗ്രാമങ്ങളിൽ. മറ്റു മയക്കുമരുന്നുകളും യഥേഷ്ടം ലഭിക്കും. അടിപിടി കേസുകളും കൊലപാതകങ്ങളും നിത്യ സംഭവങ്ങൾ.

ഞങ്ങൾ ഈ ഗ്രാമത്തിലേക്ക് ബൈക്കുകൾ സംഘടിപ്പിച്ചാണ് പോയത്. ബൈക്കുകളിൽ തന്നെ പോകുക എളുപ്പമല്ല. ഇരുവശവും

പാടവും ചെളിക്കുണ്ടുകളും. ഒരു ദിവസം ഞങ്ങളൊരു ഗ്രാമത്തിൽ ചെല്ലുമ്പോൾ 100ലധികം ചെറിയ കുട്ടികൾ ചളിക്കുണ്ടുകളിൽ നിന്നു ചെറിയ മീനുകളെ പിടിക്കുന്നതു കണ്ടു. കുറച്ചു നേരം കഴിഞ്ഞ് കുറച്ചു സ്ത്രീകൾ വന്ന് ഈ കുട്ടികൾ പിടിച്ച മീൻ വാങ്ങിക്കൊണ്ടു പോകുന്നു. കളിക്കാനല്ല, കഴിക്കാനാണ് ആ കുട്ടികൾ മീൻ പിടിച്ചു കൊണ്ടിരുന്നതെന്ന് വാസ്തവത്തിൽ അപ്പോഴാണ് ഞങ്ങൾക്കു മനസ്സിലായത്. മൂന്നാം ക്ലാസാണ് ഇവരിൽ മിക്കവരുടേയും കൂടിയ വിദ്യാഭ്യാസം. ഇവിടെ നിന്നാണ് രാജ്യത്തെ വിറപ്പിക്കുന്ന കൊള്ളക്കാർ ഉണ്ടായിക്കൊണ്ടിരിക്കുന്നത്. ഇവർ വിവാഹം കഴിക്കുന്നത് മിക്കവാറും അടുത്തടുത്ത വീടുകളിൽ നിന്നാണ്.

വർഗീയമായി കലഹിക്കും, കൊള്ളയ്ക്കായി ഒന്നിക്കും

ഇതിനെല്ലാം പുറമെയാണ് ഗ്രാമങ്ങളിലെ വർഗീയ ചേരിതിരിവുകൾ. ഒരു ഗ്രാമത്തിൽ ഒരു വിഭാഗം മാത്രമായിരിക്കും സാധാരണയായി ഉണ്ടാകുക. ഓരോ വിഭാഗത്തിനും പ്രത്യേകം ഹോട്ടലുകൾ വരെയുള്ള സ്ഥലങ്ങളുണ്ട്. വർഗീയമായി ചേരി തിരിയുകയും കലാപങ്ങൾ നടത്തുകയുമൊക്കെ പതിവാണ്. പക്ഷേ മോഷണത്തിന്റെ കാര്യം വരുമ്പോൾ ഇവർ പരസ്പരവൈരാഗ്യമെല്ലാം മറക്കും. പൊലീസിനെ നേരിടുന്നതിൽ ഒറ്റക്കെട്ടാണ്. നേതാക്കളുടെ സഹായങ്ങളും ഇവർ സംഘടിപ്പിക്കും. രാജ്യത്തിന്റെ വിവിധ ഭാഗങ്ങളിൽ മോഷണം നടത്തിയ ശേഷം ബംഗ്ലാദേശിലേക്ക് രക്ഷപ്പെടുന്നവരും ഇവിടെയുണ്ട്.

ഇവരെ പിടികൂടുക എളുപ്പമല്ല. വളരെ അപൂർവമായി ഏതെങ്കിലും അന്വേഷകർ ജീവൻ പണയം വെച്ച് ഇവിടെ എത്തി ചേരുകയും അവിടെയുള്ള നല്ലവരായ ചില പൊലീസ് ഉദ്യോഗസ്ഥരെ കണ്ടെത്തി സഹായം ലഭിക്കുകയും ചെയ്തെങ്കിൽ മാത്രമേ പ്രതികളെ പിടികൂടാൻ കഴിയുകയുള്ളൂ. പതിവില്ലാത്ത കാര്യമാണ് അത്. ഇനി, പ്രതികളെ പിടിച്ചാൽ തന്നെ തൊണ്ടിമുതലുകൾ കണ്ടെടുക്കുക എന്നത് അതീവ ദുഷ്കരമാണ്. ഈ പശ്ചാത്തലത്തിലാണ് അശോക് ബാരിക്കിനെയും അമീറിനെയും ഇൻസമാം ഉൾ ഹഖിനെയും കസ്റ്റഡിയിലെടുക്കാനും 1 കിലോ സ്വർണവും ഏതാനും ലക്ഷം രൂപയും വീണ്ടെടുക്കാനും ഞങ്ങൾക്കു സാധിച്ചത്.

ജ്വല്ലറി കേസിലെ മറ്റൊരു പ്രതിയെ അന്വേഷിച്ചു വീണ്ടും ഞങ്ങൾ സാഹിബ് ഗഞ്ച് ജില്ലയിലെ പിയർപൂരിലെത്തുകയും വേഷം മാറി അവിടത്തെ പൊലീസിന്റെ സഹായത്തോടെ അയാളെ കീഴ്പെടുത്തി അറസ്റ്റിലാക്കുകയും ചെയ്തു. അയാളിൽ നിന്ന് അര ലക്ഷം രൂപയും

ജ്വല്ലറിയുടെ മുദ്ര വച്ച രണ്ട് സ്വർണ മോതിരങ്ങളും കണ്ടെടുക്കുവാൻ കഴിഞ്ഞു. പ്രതി ജ്വല്ലറി കവർച്ചക്ക് ശേഷം ബംഗ്ലാദേശിലേക്ക് പോകുകയും പൊലീസ് സംഘം മടങ്ങി പോയെന്നുറപ്പാക്കിയ ശേഷം നാട്ടിലേക്ക് തിരിച്ചെത്തുകയും ആണുണ്ടായത്. ഞങ്ങൾ വീണ്ടും എത്തിയപ്പോൾ പ്രതിക്കു രക്ഷപ്പെടുവാൻ കഴിഞ്ഞില്ല.

ഉത്തരേന്ത്യൻ കൊള്ളക്കാരുടെ ആസ്ഥാന ഗ്രാമങ്ങളിലേക്ക് പ്രതികളെ തേടി നടത്തിയ ഈ യാത്ര ത്രസിപ്പിക്കുന്ന ഒരു ത്രില്ലർ സിനിമ പോലെയാണ് ഇന്നു തിരിഞ്ഞു നിന്നാലോചിക്കുമ്പോൾ ഞങ്ങൾക്കു തന്നെ തോന്നുന്നത്. പ്രതികളെ പിടികൂടി കേരളത്തിലെത്തിക്കുന്നത് വരെ ഞങ്ങൾ അക്ഷരാർത്ഥത്തിൽ മുൾമുനയിൽ നിൽക്കുകയായിരുന്നു. ഡൽഹി പൊലീസിനെ തോക്കുകൊണ്ട് നേരിട്ട ചരിത്രമുള്ളവരാണ് ഞങ്ങൾ പിടിക്കാൻ പോകുന്ന കൊള്ളക്കാരെന്ന അറിവ് ഞങ്ങളെ അതീവ ജാഗ്രതയിൽ ആക്കിയിരുന്നു.

ഡി വൈ എസ് പി ഷാഹുൽ ഹമീദ് സാറിനോടൊപ്പം പതിനഞ്ചംഗ സംഘമാണ് ഉത്തരേന്ത്യൻ കൊള്ളസംഘത്തെ തേടി പോയത്. കെ എ മുഹമ്മദ് അഷറഫ്, പി സി സുനിൽ കുമാർ, വി എസ് വസന്തകുമാർ, ജയേഷ് ബാലൻ, സതീശൻ, സി എ ജോബ്, റോയ് പൗലോസ്, പി എം മൂസ, ടി ജി മനോജ്, വിനോദ് ശങ്കർ, ശ്രീകുമാർ, അജിത് കുമാർ, സിൻജോ, തോമസ്, ജിതിൻ ജോയ് എന്നിവരും ലേഖകനുമാണ് സംഘത്തിൽ ഉണ്ടായിരുന്നത്. തൃശൂർ റേഞ്ച് ഐ ജി അജിത് കുമാർ ഐ പി എസ്, റൂറൽ എസ് പി യതീഷ് ചന്ദ്ര ഐ പി എസ് എന്നിവരാണ് അന്വേഷണ സംഘത്തിന് മേൽനോട്ടം വഹിച്ചത്. സൈബർ കാര്യങ്ങളിൽ തമിഴ്നാട്ടിൽ നിന്നുള്ള ശാസ്താ കണ്ണൂരിൽ നിന്നുള്ള മനോജ്കുമാർ, ചാലക്കുടി ബിനു എന്നിവർ സഹായിച്ചു. മറ്റുള്ള അന്വേഷണങ്ങളിൽ ജയകൃഷ്ണൻ, പ്രദീപ് തുടങ്ങിയവർ പങ്കെടുത്തു. എല്ലാവരുടെയും കൂട്ടായ പ്രവർത്തനം കൊണ്ടാണ് ഈ കേസ് കണ്ടെത്താനും ഈ നിലയിൽ വിജയിപ്പിക്കാനും സാധിച്ചത്. ഡി ജി പി യുടെ പ്രത്യേക ശ്രദ്ധയും ഈ കേസിൽ ഉണ്ടായിരുന്നു. പ്രതികളെ പിടികൂടിയപ്പോൾ അദ്ദേഹത്തിന്റെ അനുമോദനസന്ദേശം ഞങ്ങൾക്കു ലഭിക്കുകയും ചെയ്തു. എനിക്ക് ഈ കേസന്വേഷണത്തിനുള്ള ഡി.ജി.പി യുടെ ബാഡ്ജ് ഓഫ് ഹോണറും കേന്ദ്ര ആഭ്യന്തരമന്ത്രാലയത്തിന്റെ അന്വേഷണ മികവിനുള്ള 2019ലെ അവാർഡും ലഭിച്ചിരുന്നു. ■

സിനിമാ സ്റ്റൈലിൽ ഒരു അറസ്റ്റ്

കാറിൽ കൊണ്ടു പോകുകയായിരുന്ന നാലു കിലോ സ്വർണ്ണം തൃശൂർ മിഷൻ ക്വാർട്ടേഴ്സ് ഭാഗത്തു വച്ച്, കാറിന്റെ ടയർ പഞ്ചറാക്കി, കാറോടിച്ചിരുന്ന ഷാജുവിനെ വാൾ കാട്ടി ഭീഷണിപ്പെടുത്തി തട്ടിക്കൊണ്ടു പോയി. 2012 ഫെബ്രുവരി 14 നു ആയിരുന്നു ഈ സംഭവം. അക്കാലത്ത് തൃശൂർ കമ്മീഷണർ ആയിരുന്ന പി. വിജയൻ ഐ.പി.എസ് സാർ ഉടനെ തന്നെ ഷാഡോ പൊലീസിനെ അന്വേഷണ ചുമതല ഏൽപ്പിച്ചു. ഞങ്ങൾ ഉടൻ തന്നെ ഇത്തരം മോഷണം ചെയ്യുന്ന കേരളത്തിലെ കവർച്ചാസംഘങ്ങളെക്കുറിച്ച് വിവരങ്ങൾ ശേഖരിക്കാൻ തുടങ്ങി.

ഞാനുൾപ്പെടുന്ന ടീം പാലക്കാട് ജില്ലയിലാണ് അന്വേഷണം നടത്തിയത്. കവർച്ചയ്ക്ക് ഉപയോഗിച്ച കാർ വിൽപ്പന നടത്തുവാൻ ശ്രമിച്ചെങ്കിലും കാർ ഉപേക്ഷിക്കേണ്ടതായി വന്നിരുന്നു. ആലത്തൂരിൽ നിന്ന് മോഷ്ടിച്ച കാർ ഉപയോഗിച്ചാണ് കവർച്ച നടത്തിയത്. കാർ വിൽപ്പനയ്ക്കു വേണ്ടി കവർച്ചക്കാർ ബന്ധപ്പെട്ട ആളുകളെ ഞങ്ങൾ കസ്റ്റഡിയിൽ എടുത്തു. ഞങ്ങളെ സഹായിക്കുന്നതിനായി പാലക്കാടുള്ള എന്റെ സുഹൃത്തായ പാലക്കാട് ക്രൈം സ്ക്വാഡിലുള്ള ജലീലും ഉണ്ടായിരുന്നു. കസ്റ്റഡിയിൽ എടുത്തവരെ ചോദ്യം ചെയ്തപ്പോൾ പാലക്കാടുള്ള കുപ്രസിദ്ധ മോഷ്ടാവ് ബഷീറലിയാണു വാഹനം വിൽക്കുവാൻ ശ്രമിച്ചത് എന്നറിയാൻ കഴിഞ്ഞു. ബഷീറലിയെ അന്വേഷിച്ചെങ്കിലും പാലക്കാട് ജയിലിൽ നിന്നും ഇറങ്ങിയ ശേഷം എവിടെയാണെന്ന് ആർക്കും അറിവില്ലായിരുന്നു. ഇടയ്ക്ക് അയാൾ ബന്ധപ്പെട്ട ഒരു കൂട്ടുകാരനെ ഞങ്ങൾ കൂടെ നിർത്തി. കൂട്ടുകാരനെ കൊണ്ട് ബഷീറലിയെ ബന്ധപ്പെട്ടു. അയാൾ ആന്ധ്രയിലേക്ക് പോയെന്നാണ് അതിൽ നിന്നു കിട്ടിയ വിവരം. ഞങ്ങൾ ആ കൂട്ടുകാരനെയും കൂട്ടി ആന്ധ്രയിലേക്കു യാത്രയായി. പാലക്കാട് നിന്ന് 700 കിലോമീറ്റർ അകലെ, ഒറീസയോട് ചേർന്ന് നിൽക്കുന്ന ആന്ധ്രായിലെ ഒരു നക്സൽ കേന്ദ്രത്തിലേക്കാണ് ബഷീറലി പോയിരിക്കുന്നത്.

ആന്ധ്രയിൽ നിന്നും കേരളത്തിലേക്ക് കഞ്ചാവ് അയയ്ക്കുന്ന സംഘവുമായാണ് ബഷീറലിയുടെ ബന്ധം.

ആളെ അന്വേഷിച്ച് ഞങ്ങൾ അവിടെയെല്ലാം തിരച്ചിൽ നടത്തി. ഒരു ഘട്ടത്തിൽ ആ നാട്ടുകാർ ഞങ്ങളെ തടഞ്ഞു വയ്ക്കുന്ന സ്ഥിതിയുണ്ടായി. ആന്ധ്ര പൊലീസിനെ വിളിച്ചു വരുത്തുകയും ഞങ്ങൾ കേരള പൊലീസിന്റെ പ്രത്യേക അന്വേഷണ സംഘമാണെന്നു ബോദ്ധ്യപ്പെടുത്തുകയും ചെയ്തു. അന്വേഷിക്കുന്ന കേസിന്റെ വിവരങ്ങൾ പറഞ്ഞു കൊടുത്തപ്പോൾ അവർ ഞങ്ങളെ സഹായിക്കാമെന്നേറ്റു. ബഷീറലി അവിടെ ബന്ധപ്പെട്ട ഫോൺ നമ്പറിന്റെ ഉടമ ഫോൺ ഉപേക്ഷിച്ച് രക്ഷപ്പെട്ടു. ഇനി എങ്ങനെ മുന്നോട്ടു പോകണമെന്നു തീരുമാനിക്കാനാകുന്നില്ല. അങ്ങനെ ആന്ധ്രയിൽ നിന്നും എവിടേക്ക് പോകണമെന്നറിയാതെ വിഷമിച്ച് നിൽക്കുമ്പോഴാണ് ബഷീറലി കാസർകോഡ് എത്തിയതായ് വിവരം ലഭിച്ചത്.

ഞങ്ങൾ നേരെ കാസർകോട്ടേക്ക് പുറപ്പെട്ടു. കാസർകോഡ് ആണെങ്കിൽ അവൻ രണ്ടാമത് കല്യാണം കഴിച്ച എൻമകജെയിലുള്ള വീട്ടിലാകും എത്തിയിട്ടുണ്ടാകുക എന്നു ഞങ്ങൾ കണക്കുകൂട്ടി. ഞങ്ങൾ കാസർകോഡ് എത്തി അവിടത്തെ പൊലീസുമായി ബന്ധപ്പെട്ടു. ബഷീറലിയുടെ രണ്ടാമത്തെ ഭാര്യവീട് കണ്ടെത്തി വീട്ടിൽ കയറി പരിശോധന നടത്തി. ബഷീറലി തലേ ദിവസം വീട്ടിൽ വന്നിരുന്നു എന്നും അവിടെ നിന്ന് പോയി എന്നും അറിഞ്ഞു.

നാലു പെൺമക്കളുള്ള പാവപ്പെട്ട ഒരു കുടുംബത്തിലാണ് ഞങ്ങൾ അന്നു കയറി ചെന്നത്. ബാപ്പയും ഉമ്മയും കൂലിപ്പണിക്കാർ. സഹായിക്കാൻ ബന്ധുക്കളോ നാട്ടുകാരോ ഇല്ല. അവിടെ കല്യാണം ആലോചിച്ച് രണ്ട് ചെറുപ്പക്കാർ വരികയായിരുന്നു. ആ ബാപ്പയും ഉമ്മയും പെൺമക്കളുടെ കല്യാണം നടത്താൻ യാതൊരു നിർവാഹവും ഇല്ലാതിരിക്കുമ്പോഴായിരുന്നു ഇത്. നിത്യച്ചിലവു നടത്താൻ കഷ്ടപ്പെടുന്നവരുടെ കൈയിൽ സ്ത്രീധനം കൊടുക്കാൻ ഒന്നുമുണ്ടാകില്ലല്ലോ. അപ്പോഴാണ് ഇവരുടെ വരവ്. മാതാപിതാക്കൾ മറ്റൊന്നും ആലോചിച്ചില്ല. കല്യാണം ഉറപ്പിച്ചു. കല്യാണമാലോചിച്ചു വന്ന രണ്ടു പേർ ആരാണെന്നറിയേണ്ടേ? ഒന്ന് ബഷീറലി. മറ്റൊന്ന് രാജഹസ്സൻ. രണ്ടും കുപ്രസിദ്ധ മോഷ്ടാക്കൾ. രണ്ട് പേരും വേറെ കല്ല്യാണം കഴിച്ചിട്ടുണ്ട്. എത്ര കല്യാണം കഴിച്ചിട്ടുണ്ട് എന്ന് ആർക്കും അറിയില്ല. ചെക്കന്മാരുടെ കൂടെ ബന്ധുവേഷങ്ങളിൽ വന്നവരെല്ലാം വാടക തൊഴിലാളികളായിരുന്നു. പാവപ്പെട്ട ആ കുടുംബത്തെ കളിപ്പിച്ചു രണ്ടു പേരും രണ്ടു പെൺകുട്ടികളെ കല്യാണം കഴിക്കുകയാണുണ്ടായത്. കല്യാണം കൊണ്ട് ആ വീട്ടുകാർക്ക് നയാപൈസയുടെ പ്രയോജനം ഉണ്ടായിട്ടില്ല. വീട്ടിലേക്ക് യാതൊന്നും കൊടുക്കാറില്ല. ഇടയ്ക്കു

വന്നു പോകും എന്നു മാത്രം. പിന്നീടാണ് ഇവർ അറിയപ്പെടുന്ന കള്ളന്മാരാണെന്ന് ഈ കുടുംബം മനസ്സിലാക്കുന്നത്. എന്തു ചെയ്യും? താഴെ രണ്ട് പെൺകുട്ടികൾ കൂടിയുണ്ട്. ഉമ്മയും ബാപ്പയും കരയു കയല്ലാതെ മറ്റൊരു നിവൃത്തിയുമില്ല എന്ന് ഞങ്ങളോട് പറഞ്ഞു. ഇതുപോലുള്ള ധാരാളം കുടുംബങ്ങൾ ആ പ്രദേശത്ത് ഉണ്ടെന്നും ഞങ്ങൾക്ക് മനസ്സിലായി.

ബഷീറലി കാസർകോഡ് നിന്ന് രക്ഷപ്പെട്ടു. ഒരു ആഴ്ചയിൽ അധികമായി യാത്ര ചെയ്തുകൊണ്ടിരിക്കുന്ന ഞങ്ങൾ വളരെയധികം വിഷമത്തിലായിരുന്നു. അടുത്ത പദ്ധതികളാലോചിച്ചു ഞങ്ങൾ കാസർകോഡ് നിൽക്കുമ്പോൾ കാലടി പൊലീസ് ഒമ്പത് പേരെ അറസ്റ്റ് ചെയ്തെന്നും അതിൽ തൃശൂർ കവർച്ചക്കേസ് പ്രതികളും ഉണ്ടെന്നുമുള്ള വാർത്ത പഠന്നു. ഞങ്ങൾ തൃശൂരുള്ള ഞങ്ങളുടെ സംഘാംഗങ്ങളോടു നേരെ കാലടിയിൽ പോയി വിവരം ശേഖരിക്കാൻ പറഞ്ഞു. കാലടി പൊലീസ് പിടിച്ചവരിൽ പാലക്കാടുള്ള റഫീക്ക് മാത്രമാണ് തൃശൂർ സ്വർണ്ണ കവർച്ചയിൽ പങ്കെടുത്തതെന്ന് മനസ്സി ലായി. പക്ഷേ റഫീക്ക് കാലടി പോലീസിനോട് പറഞ്ഞ പേരുകൾ എല്ലാം തെറ്റാണെന്നും ഞങ്ങൾ അന്വേഷിക്കുന്നവരാണ് യഥാർത്ഥ പ്രതികൾ എന്നും ഞങ്ങൾക്കു മനസ്സിലായി. പക്ഷേ ടിവി വാർത്ത പ്രചരിക്കുന്നത് കണ്ട് ഞങ്ങൾ അന്വേഷിക്കുന്ന പ്രധാന പ്രതികൾ രക്ഷപ്പെടുമോയെന്ന വേവലാതി ഞങ്ങൾക്കു കലശലായുണ്ടായി രുന്നു. ബഷീറലിയുടെ കൂട്ടുകാരനായ ആൾ ഞങ്ങളുടെ സഹായി യായി കൂടെയുള്ളതിനാൽ ഇയാളുടെ ഫോണിലേക്ക് ബഷീറലി വിളിച്ചേക്കും എന്ന പ്രതീക്ഷ മാത്രമാണ് ഞങ്ങൾക്കു ബാക്കിയുണ്ടാ യിരുന്നത്.

ഒടുവിൽ ആ വിളി വന്നു. ഒരു കാർ സംഘടിപ്പിച്ചു കൊടുക്ക ണമെന്നാവശ്യപ്പെട്ടാണു ബഷീറലി ഞങ്ങൾക്കൊപ്പമുള്ള കൂട്ടുകാ രനെ വിളിച്ചത്. പക്ഷേ ലാൻഡ് ഫോണിൽ നിന്നായിരുന്നു വിളി. പൊലീസ് പിന്തുടരുമെന്നുള്ളതുകൊണ്ട് മൊബൈൽ ഫോണിൽ നിന്നുള്ള വിളികൾ അയാൾ ഒഴിവാക്കുകയായിരുന്നു. ഏതായാലും ഈ വിളി വന്നത് കോഴിക്കോട് നിന്നാണെന്നു മനസ്സിലായി. ഞങ്ങൾ പറഞ്ഞു കൊടുക്കുന്ന വിധത്തിലാണ് കൂട്ടുകാരൻ ബഷീറലിയോടു സംസാരിച്ചുകൊണ്ടിരുന്നത്. താൻ പാലക്കാടാണ് ഉള്ളതെന്നാണ് അവൻ ഞങ്ങളുടെ നിർദേശ പ്രകാരം ബഷീറലിയോടു പറഞ്ഞിരു ന്നത്. ഞങ്ങൾ നേരെ കോഴിക്കോട് എത്തി. വീണ്ടും ബഷീറലി കൂട്ടു കാരനെ വിളിച്ച് മഞ്ചേരിയിൽ എത്താൻ പറഞ്ഞു. ഞങ്ങൾ കൂട്ടു കാരനെയും കൂട്ടി മഞ്ചേരിയിൽ എത്തി. ഈ സമയം തന്നെ ഞങ്ങ ളുടെ ഒരു സംഘാംഗം പാലക്കാട് നിന്ന് ഒരു കാർ മഞ്ചേരിയിൽ

എത്തിച്ചു. ആ കാറിൽ കൂട്ടുകാരൻ ബഷീറലിയുടെ അടുത്തേയ്ക്കു പോയി. വിവരങ്ങൾ ഞങ്ങൾ ഫോണിലൂടെ കൈമാറിക്കൊണ്ടിരുന്നു. അവിടെ നിന്നുള്ള വിവരങ്ങൾ ഞങ്ങളെ അപ്പപ്പോൾ അറിയിക്കണം എന്നും അയാളോടു നിർദേശിച്ചിരുന്നു. ഒറ്റപ്പാലം ഭാഗത്തേക്കാണ് താൻ വരുന്നതെന്നു ബഷീറലി കൂട്ടുകാരനോടു പറഞ്ഞു. ഞങ്ങൾ ഒറ്റപ്പാലത്ത് എത്തി റോഡരികിൽ കാത്തുകിടന്നു. കുറച്ച് നേരം കഴിഞ്ഞപ്പോൾ ബഷീറലി ഒരു വെള്ള കാറിൽ മുന്നിലൂടെ കടന്നു പോകുന്നതു ഞങ്ങൾ കണ്ടു. പഴയന്നൂർ പൊലീസിനും ഒറ്റപ്പാലം പൊലീസിനും ഈ കാറിനെക്കുറിച്ചുള്ള വിവരം ഞങ്ങൾ കൊടുത്തിരുന്നു. ഞങ്ങൾ ബഷീറലിയുടെ വാഹനത്തിന്റെ പിന്നാലെ വിട്ടു. ഇതിനിടെ ലോക്കൽ പൊലീസും എത്തി. ലോക്കൽ പൊലീസിന്റെ ജീപ്പ് കണ്ട് ബഷീറലിക്ക് സംശയം തോന്നി. അയാൾ കാറിന്റെ വേഗത കൂട്ടി. ഞങ്ങൾ യാത്ര ചെയ്തിരുന്ന ഇന്നോവയും സ്പീഡ് കൂട്ടി. ഞങ്ങൾ ബഷീറലിയുടെ കാറിനു പിന്നാലെ കുതിച്ചു. മായന്നൂർ പാലത്തിൽ വെച്ച് രണ്ട് വണ്ടികളും ഇടിച്ചു, ഇടിച്ചില്ല എന്ന മട്ടിലായി ഓട്ടം. അപകടകരമായ പാച്ചിലായി അതു മാറി. വണ്ടികൾ കൂട്ടിയിടിച്ചു പുഴയിലേക്ക് വീഴുമോ എന്നൊരു ഘട്ടത്തിൽ ഞാൻ ഭയപ്പെട്ടു. മായന്നൂർ പാലം കഴിഞ്ഞ ഉടൻ ബഷീറലിയുടെ വണ്ടി ഇടത്തോട്ട് തിരിഞ്ഞു. പുഴയോരത്തെ മണലിൽ കൊണ്ട് ആ കാർ നിറുത്തി. കാറിലുള്ളവർ ചാടി പുറത്തിറങ്ങി. ഞങ്ങളും വണ്ടി നിർത്തി പുറത്തിറങ്ങി. ഓടി രക്ഷപ്പെടുകയാണ് അവരുടെ ലക്ഷ്യം.

മണൽ പിടിക്കാൻ വന്ന ഉദ്യോഗസ്ഥരാണു ഞങ്ങളെന്നു ധരിച്ച് അപ്പോൾ പുഴയിലുണ്ടായിരുന്നവരും ഓട്ടമായി. ''കള്ളൻ, കള്ളൻ'' എന്ന് ഞാൻ ഉറക്കെ വിളിച്ച് പറഞ്ഞു. മണൽ പിടിക്കാനല്ല കള്ളനെ പിടിക്കാനാണ് ഓടിക്കുന്നത് എന്ന് മനസ്സിലായ ആ തൊഴിലാളികൾ ഉടൻ ഞങ്ങളെ സഹായിക്കാൻ തയ്യാറായി. ബഷീറലിയുടെ വണ്ടിയിൽ നിന്നിറങ്ങിയ ഡ്രൈവറെയും ഞങ്ങളുടെ കൂടെയുണ്ടായിരുന്ന ബഷീറലിയുടെ കൂട്ടുകാരനെയുമാണ് ആദ്യം നാട്ടുകാർ പിടിച്ചു നിറുത്തിയത്. നാട്ടുകാർ അവരെ തല്ലുമെന്ന ഘട്ടമായപ്പോഴേക്കും ഞാൻ ചെന്നു കാര്യം പറഞ്ഞു മാറ്റി നിറുത്തി. ബഷീറലിയുടെ പിന്നാലെ ഞങ്ങളുടെ ഇന്നോവയുടെ ഡ്രൈവറും ജലീലും മറ്റു നാട്ടുകാരുമാണ് ഓടിയത്. അവർ ബഷീറലിയെ ഓടിച്ചിട്ടു പിടിച്ചു.

ഞങ്ങളുടെ മറ്റൊരു ടീമിന് ഉടനെ തന്നെ മായന്നൂർ പാലത്തിനടുത്തേക്ക് വരുവാൻ അറിയിപ്പു കൊടുത്തിരുന്നു. അവർ ഷാഡോ പൊലീസ് സബ്ഇൻസ്പെക്ടർ ഫിലിപ്പ് വർഗ്ഗീസിന്റെ നേതൃത്വത്തിൽ എത്തിച്ചേർന്നു. ഒറ്റപ്പാലം പൊലീസും സ്ഥലത്തെത്തി. 14

ദിവസത്തെ വിശ്രമമില്ലാത്ത പരിശ്രമത്തിനൊടുവിലാണ് ബഷീറലിയെ അറസ്റ്റ് ചെയ്യാൻ സാധിച്ചത്. പാലക്കാടുള്ള സ്വർണ്ണപണിക്കാരനും സ്വർണ്ണം പണിത് ജ്വല്ലറിയിൽ കൊണ്ട് കൊടുക്കുന്നയാളുമായ അനുവാണ് ഈ കവർച്ചയുടെ സൂത്രധാരൻ. അവനെയും പിടികൂടാൻ കഴിഞ്ഞു. ബഷീറലി 40ൽ പരം വീട് മോഷണ കേസുകളിലും പാണ്ടിക്കാട് ജ്വല്ലറി കവർച്ചയിലും പ്രതിയാണ്. ഇയാളുടെ കൂട്ടുകാരൻ രാജഹസൻ ബാംഗ്ലൂരിൽ ഉണ്ടെന്നു വിവരം കിട്ടിയതനുസരിച്ച് ഞങ്ങൾ ബാഗ്ലൂരിൽ എത്തിയെങ്കിലും അവൻ അവിടെ നിന്നു കടന്നു കളഞ്ഞു. പിന്നീട് ഷൊർണ്ണൂരിൽ വച്ച് അവനെ പിടികൂടി. 1060 ഗ്രാം സ്വർണ്ണം ഇയാളിൽ നിന്നും കണ്ടെടുത്തു.

ആറാം ക്ലാസ്സ് വരെ പഠിച്ചിട്ടുള്ള രാജഹസൻ 12-ാം വയസ്സിൽ ഇരുമ്പ് മോഷ്ടിച്ചതിനാണ് ആദ്യമായി അറസ്റ്റിലായത്. തുടർന്ന് കാക്കനാട് കുട്ടികൾക്കുള്ള ജയിലിൽ കഴിഞ്ഞു. അവിടെ നിന്നിറങ്ങിയതിനു ശേഷം സൈക്കിൾ മോഷ്ടിച്ചതിന് അറസ്റ്റിലായി. തുടർന്ന് നിരവധി മോഷണക്കേസുകളിൽ പ്രതിയായി. ഇതിനിടെ കാസർകോഡ് താമസമാക്കി അവിടെ നിന്നു കല്യാണം കഴിച്ചു. അവിടെ മോട്ടോർ ബൈക്ക് മോഷ്ടിച്ചതിന് വീണ്ടും ജയിലിലായി. ജയിലിൽ വച്ച് തൃശൂർക്കാരനായ വാവയെ പരിചയപ്പെട്ടു. തുടർന്നാണ് തൃശൂരിലെ മോഷണത്തിന് എത്തിയത്. കവർച്ച ചെയ്ത പ്രതികളെയും സ്വർണ്ണവും കണ്ടെത്തുവാൻ കഴിഞ്ഞത് അന്വേഷണ സംഘത്തിന്റെ വലിയ നേട്ടമായിരുന്നു. പോലീസ് ജീവിതത്തിൽ മായാതെ നിൽക്കുന്ന ഒരു കേസന്വേഷണമാണിത്.

മേലുദ്യോഗസ്ഥന്മാരുടെ ശരിയായ മാർഗ്ഗനിർദ്ദേശങ്ങളും പിന്തുണയും പൊലീസുദ്യോഗസ്ഥരുടെ ആത്മാർത്ഥമായ പരിശ്രമവും ഉണ്ടെങ്കിൽ എത്ര തെളിവില്ലാത്ത കേസും കണ്ടെത്താൻ കഴിയുമെന്നുള്ളതിന് ഒരുദാഹരണമാണ് തൃശൂർ സ്വർണ്ണക്കവർച്ച പിടികൂടാൻ കഴിഞ്ഞത്. കമ്മീഷണറായിരുന്ന പി. വിജയൻ ഐപിഎസ് സാറിന്റെ പിന്തുണ ഈ കേസ് കണ്ടുപിടിക്കാൻ സാധിച്ചതിൽ വലിയ പങ്കു വഹിച്ചു. സി.ഐ സന്തോഷ്, എസ്.ഐ മാരായ ഷൈജു, ബെന്നി, ഫിലിപ്പ് വർഗ്ഗീസ്, എ.എസ്.ഐ ഡേവിസ്, വിജയൻ, അൻവർ, കൃഷ്ണകുമാർ, റാഫി, സുവ്യതകുമാർ, ഗോപാലകൃഷ്ണൻ, പഴനിസ്വാമി, ജലീൽ എന്നിവരുടെ കൂട്ടായ പരിശ്രമമാണ് ഈ കേസിന്റെ അന്വേഷണം പൂർണ്ണ വിജയത്തിലെത്തിച്ചത്. പ്രതികളെ പിടികൂടുവാൻ ഞങ്ങളുടെ കൂടെ ഇന്നോവ കാറിന്റെ ഡ്രൈവറായി വന്ന അറഫാദ് എന്ന ചെറുപ്പക്കാരൻ കാർ ആക്സിഡന്റിൽ പെട്ട് മരണപ്പെട്ട വിവരം വളരെയധികം സങ്കടത്തോടെ മാത്രമേ ഞങ്ങൾക്ക് സ്മരിക്കുവാൻ കഴിയുകയുള്ളൂ. ■

ഇരുമ്പുമായി കറങ്ങുന്ന അപ്പുണ്ണി

മോഷ്ടാക്കൾ ഇരുമ്പു അപ്പുവെന്നും തടവുകാർ മേസ്തിരി അപ്പുവെന്നും വിളിച്ചിരുന്ന അപ്പുണ്ണി പന്ത്രണ്ടാം വയസ്സിലാണു മോഷണം തുടങ്ങുന്നത്. പിതാവിന്റെ കയ്യും പിടിച്ചു കുട്ടിക്കാലം മുതൽ ചീട്ടു കളിക്കാൻ പോയതാണ് അപ്പുണ്ണിയെ മോഷ്ടാവാക്കി മാറ്റിയത്. പതിവായി ചീട്ടു കളി കാണാൻ പൊയ്ക്കൊണ്ടിരുന്ന അവൻ പതുക്കെ ചീട്ടുകളി പഠിക്കുകയും പണം വച്ച് കളിക്കാൻ തുടങ്ങുകയും ചെയ്തു. കളിക്കാൻ കാശില്ലാതായപ്പോൾ അടക്കമോഷണം ആരംഭിച്ചു പിന്നീട് വേഷം മാറി മാലപൊട്ടിക്കൽ തുടങ്ങി. ആളുകൾ തിരിച്ചറിയാതിരിക്കാൻ സ്വന്തം മുഖം മറച്ചു പിടിച്ചു, വഴിയിലൂടെ നടന്നു പോകുന്ന ആളുകളെ ആക്രമിച്ചു പണം തട്ടിയെടുക്കാൻ മടിയില്ലാതായി.

ഒരിക്കൽ ഒരു തോട്ടത്തിലൂടെ നടന്നു പോയിരുന്ന അന്നാമ്മയെന്ന വീട്ടമ്മയെ സ്വർണത്തിനു വേണ്ടി കുത്തിക്കൊലപ്പെടുത്തിയ അപ്പുണ്ണി മോഷ്ടാവിൽ നിന്നു കൊലപാതകിയായി മാറി. ആ കേസിൽ പിടിക്കപ്പെട്ടു ജയിൽ ശിക്ഷയനുഭവിച്ച അപ്പുണ്ണി ജയിലിൽ നിന്നു ഇറങ്ങിയ ശേഷവും മോഷണം തുടർന്നു. ജയിൽവാസത്തിനിടെ പരിചയപ്പെട്ട മോഷ്ടാക്കളായിരുന്നു പിന്നീട് അപ്പുണ്ണിക്ക് കൂട്ടായത്. അപ്പുണ്ണിയുടെ മോഷണരീതി വളരെ വ്യത്യസ്തമാണ്. മോഷണത്തിന് പോവുമ്പോൾ ഒരു പ്ലാസ്റ്റിക് സഞ്ചി കൈയിലുണ്ടാകും. വീട് കുത്തി പൊളിക്കുന്നതിനാവശ്യമായ ഇരുമ്പ് ലിവറാണ് ആ സഞ്ചിയിലുണ്ടാകുക. സാധാരണ മോഷ്ടാക്കൾ ഇങ്ങനെ ആയുധം കൊണ്ടു നടക്കാറില്ല. മോഷണത്തിനാവശ്യമായ ഇരുമ്പു കൊണ്ടു നടക്കുന്നതുകൊണ്ടു മോഷ്ടാക്കളായ സുഹൃത്തുക്കൾ അയാളെ ഇരുമ്പു അപ്പുണ്ണി എന്നു വിളിക്കാൻ തുടങ്ങി. ആ പേര് പിന്നീട് ഉറച്ചു.

ജയിൽവാസക്കാലത്ത് അപ്പുണ്ണിക്ക് അടുക്കളയുടെ മേൽനോട്ടമാണ് കിട്ടാറുള്ളത്. അടുക്കളയിൽ മേസ്തിരി ആയി കഴിയുന്ന അപ്പുണ്ണി ജയിലിലെ കുപ്രസിദ്ധ മോഷ്ടാക്കളെ അടുക്കളയിലെ തന്റെ സ്വാധീനം ഉപയോഗിച്ച് വശത്താക്കും. അങ്ങനെ ജയിലിലെ തടവുകാർക്കിടയിൽ

അപ്പുണ്ണി, മേസ്തിരി പപ്പൻ എന്നറിയപ്പെട്ടു. ജയിലിൽ വച്ചു സുഹൃത്തുക്കളാക്കിയെടുക്കുന്ന ശിഷ്യസമ്പത്തിനെ ജയിലിൽ നിന്നിറങ്ങിയ ശേഷം അപ്പുണ്ണി മോഷണത്തിനും ഒളിത്താവളങ്ങൾ ഏർപ്പാടാക്കുന്നതിനുമായി പ്രയോജനപ്പെടുത്തുകയാണു ചെയ്യുക. ദീർഘദൂര യാത്രകളിൽ താല്പര്യമുള്ള അപ്പുണ്ണി യാത്രയ്ക്കിടെയാണ് മോഷണത്തിനുള്ള വീടുകൾ കണ്ടെത്തുന്നത്. ഗേറ്റ് പുറത്തു നിന്നു പൂട്ടിയിരിക്കുന്ന വീടുകളും സിറ്റ് ഔട്ടിൽ പകൽ സമയത്തു ലൈറ്റ് കത്തിക്കിടക്കുന്ന വീടുകളും മുറ്റത്തു പത്രങ്ങൾ കൂടിക്കിടക്കുന്ന വീടുകളും ഒറ്റനോട്ടത്തിൽ അപ്പുണ്ണി കണ്ടുവയ്ക്കും.

ആളില്ലാത്ത വീടുകളിൽ തനിച്ചും ആൾതാമസമുള്ള വീടുകളിൽ കൂട്ടുകാരെ കൂട്ടിയുമാണ് മോഷണം. വീട്ടുകാർ വരും മുമ്പേ മോഷ്ടിക്കാൻ ഉദ്ദേശിക്കുന്ന വീടുകളുടെ പറമ്പിൽ നേരത്തെ കയറി കൂടുകയാണ് പതിവ്. മോഷണത്തിനെത്തുന്ന വീടുകളിലെ സ്ത്രീകളെ ലൈംഗികമായി ആക്രമിക്കുവാൻ മടിക്കാത്ത കുറ്റവാളിയാണു അപ്പുണ്ണി. വസ്ത്രങ്ങൾ വിലകൊടുത്തു വാങ്ങുന്ന പതിവു അപ്പുണ്ണിക്കില്ല. മോഷ്ടിക്കുന്ന വീടുകളിൽ നിന്നു സ്വന്തമാക്കുന്ന മികച്ച വസ്ത്രങ്ങളാണു പതിവായി ധരിക്കുക. ടോർച്ചുകൾ മോഷ്ടിക്കുന്നതും അപ്പുണ്ണിയുടെ ഹോബിയാണ്. പൊലീസിനെ വഴി തെറ്റിക്കുന്നതിൽ അപ്പുണ്ണി അതിമിടുക്കനാണ്. പൊലീസ് തന്നെ പിന്തുടരുന്നതറിയാവുന്ന അപ്പുണ്ണി കാമുകിയെ ലാൻഡ് ഫോണിൽ നിന്നു വിളിക്കും. കാമുകിയുടെ ഫോൺ നിരീക്ഷിക്കുന്ന പൊലീസ് അപ്പുണ്ണി വിളിച്ച നമ്പർ തേടി ആ സ്ഥലത്തു ചെല്ലുന്നു. അപ്പോഴേക്കും കാമുകിയുടെ ഫോണിൽ അപ്പുണ്ണിയുടെ അടുത്ത വിളിയെത്തും, മറ്റൊരു സ്ഥലത്തു നിന്ന്. പൊലീസിനെ ചുറ്റിക്കാൻ മനഃപൂർവം ചെയ്യുന്നതായിരുന്നു ഇത്. കത്തിയും തോക്കും കൊണ്ടു നടക്കാറുള്ള അപ്പുണ്ണിയുടെ പേരിൽ തോക്കുകേസുകളും ഉണ്ടായിരുന്നു. മോഷ്ടിച്ചു കിട്ടുന്ന പണം പരസ്ത്രീ ബന്ധങ്ങൾക്കാണു അപ്പുണ്ണി പ്രധാനമായും പ്രയോജനപ്പെടുത്തിയിരുന്നത്. കൊലപാതകവും ഇരുന്നൂറിലധികം മോഷണങ്ങളും നടത്തിയ ഇടുക്കി വെള്ളത്തൂവൽ ദേശത്താണ് അപ്പുണ്ണി ജനിച്ചു വളർന്നത്.

ഒരിക്കൽ ദമ്പതികളെ കെട്ടിയിട്ട് 37 പവൻ സ്വർണാഭരണങ്ങളും മൊബൈൽ ഫോണും അപ്പുണ്ണി മോഷ്ടിച്ചു. പൊലീസ് പിടിച്ചു ജയിലിലടച്ചു. 2009 ഡിസംബറിൽ ജയിലിൽ നിന്നു പുറത്തിറങ്ങിയ അപ്പുണ്ണി വീണ്ടും മോഷണങ്ങൾ നടത്തി. 2010 മെയ് 16ന് ഒരു ഡോക്ടറുടെ വീട്ടിൽ രാത്രിയിൽ നടത്തിയ മോഷണത്തോടെയാണു അപ്പുണ്ണിയെ പൊലീസ് വിടാതെ പിന്തുടരാൻ തുടങ്ങിയത്. മോഷണ വസ്തുക്കളുമായി പുറത്തിറങ്ങിയ അപ്പുണ്ണി തന്നെ പിന്തുടർന്ന ഡോക്ടറുടെ മകനെ ആക്രമിച്ചാണ് അന്നു രക്ഷപ്പെട്ടത്. കുന്ദംകുളത്ത് മോഷണം നടത്തി

രക്ഷപ്പെട്ട മോഷ്ടാവിന്റെ കാലിൽ പരിക്ക് പറ്റിയതായി കണ്ടെത്തിയ കുറ്റാന്വേഷണ സംഘം ആശുപത്രികളിൽ മോഷ്ടാവിനെ കാത്തിരുന്നുവെങ്കിലും ഫലമുണ്ടായില്ല. മോഷ്ടാവ് ഉപേക്ഷിച്ചു പോയ വസ്തുക്കൾ പരിശോധിച്ചപ്പോൾ ഇരുമ്പ് അപ്പുണ്ണിയാണ് മോഷണം നടത്തിയതെന്നു പൊലീസ് തിരിച്ചറിഞ്ഞു. അതോടെ അപ്പുണ്ണിയെ പിടിക്കാനുള്ള അന്വേഷണം തകൃതിയായി നടന്നു. അപ്പുണ്ണി തമിഴ്നാട്ടിലേക്കു കടന്നിട്ടുണ്ടെന്നു മനസ്സിലാക്കി, പൊലീസ് സംഘം അവിടെ ചെന്നു മാസങ്ങളോളം താമസിച്ച് അന്വേഷിച്ചെങ്കിലും കണ്ടെത്താനായില്ല. കേരളത്തിൽ കോട്ടയം, പെരുവ എന്നീ സ്ഥലങ്ങളിൽ അപ്പുണ്ണിയുടെ ശൈലിയിലുള്ള മോഷണം നടക്കുന്നതറിഞ്ഞ് ഞങ്ങൾ അവിടെയെത്തി. പെരുവയിൽ ഞങ്ങൾ വേഷം മാറി താമസമാക്കി. മൂന്നു ദിവസങ്ങൾക്കകം അപ്പുണ്ണിയെ കണ്ടെത്തി. പുലർച്ചെ വീടുവളഞ്ഞു അവനെ ഞങ്ങൾ പിടികൂടി. ഡി വൈ എസ് പി ഷാഹുൽ ഹമീദ് സാർ, എസ് ഐ ടി കെ ഷൈജു, ഫിലിപ്പ് വർഗീസ്, പി സി സുനിൽ എന്നിവരാണ് അന്വേഷണ സംഘത്തിൽ ഉണ്ടായിരുന്നത്. ■

കള്ളനെ പിടിച്ച കാമുകി

വളരെയധികം മോഷണക്കേസുകളിൽ ഉൾപ്പെട്ടിട്ടുള്ള വെള്ള ജമാൽ എന്ന കള്ളൻ ഒരിക്കൽ ഞങ്ങളെ സമീപിച്ചു. ജയിലിൽ വച്ച് പരിചയപ്പെട്ട രമേഷ് എന്നയാൾ തന്നെ കളവിനു പോകാൻ നിർബന്ധിക്കുന്നു എന്നതായിരുന്നു അയാളുടെ പരാതി. ധാരാളം കളവുകൾ ചെയ്തിട്ടുള്ളയാളാണ് രമേഷ് എന്നും ജമാൽ പറഞ്ഞു. വെള്ളജമാലിന്റെ സഹായത്തോടെ രമേഷിനെ പിടിക്കുവാൻ ഞങ്ങൾ തീരുമാനിച്ചു. 2009 ഒക്ടോബറിലാണ് സംഭവം. വെള്ള ജമാലിനെക്കൊണ്ട് രമേഷിനെ വിളിച്ച് വരുത്തി. രമേഷ് വന്നയുടൻ കാത്തു നിന്ന ഞങ്ങൾ അവനെ പിടികൂടുകയും ചെയ്തു. രമേഷിനെ വലപ്പാട് പൊലീസ് സ്റ്റേഷനിൽ കൊണ്ട് പോയി ചോദ്യം ചെയ്തു. ചോദ്യം ചെയ്യുന്നതിനിടയിൽ നെഞ്ചിൽ വേദന വന്ന് രമേഷ് നിലത്തു വീണു. സ്ക്വാഡിലുള്ള ഫിലിപ്പ് വർഗ്ഗീസ്, സുനിൽ, ഡേവീസ്, എ.ആർ ക്യാമ്പിലെ സുബീർ കുമാർ എന്നിവരാണ് രമേഷിനെ പിടിച്ച സംഘത്തിൽ ഉണ്ടായിരുന്നത്.

ഞങ്ങൾ ഉടനെ തന്നെ രമേഷിനെ ഹോസ്പിറ്റലിൽ കൊണ്ടു പോയി പരിശോധിപ്പിച്ചു. കുഴപ്പമൊന്നും ഇല്ല എന്ന് പറഞ്ഞതനുസരിച്ച് ഞങ്ങൾ അയാളെ തൃശൂർ വെസ്റ്റ് പൊലീസ് സ്റ്റേഷനിൽ കൊണ്ടുപോയി ചോദ്യം ചെയ്യൽ പുനരാരംഭിച്ചു. വീണ്ടും നെഞ്ചിൽ വേദനയാണെന്നായി രമേഷ്. വീണ്ടും അയാളെ തൃശൂർ വെസ്റ്റ് ഫോർട്ട് ഹോസ്പിറ്റലിൽ കൊണ്ടു പോയി അഡ്മിറ്റ് ചെയ്തു. കുറച്ച് നേരം കഴിഞ്ഞപ്പോഴാണു രമേഷ് തന്റെ നെഞ്ചു വേദനയുടെ യഥാർത്ഥ കാരണം പറയുന്നത്. തന്റെ കൂടെ ജയിലിലുണ്ടായിരുന്ന ജഹാംഗിർ എന്ന പ്രതിയുടെ ഭാര്യയുമായി രമേഷിന് ഒരു അവിഹിത ബന്ധം ഉണ്ടായിരുന്നു. ആ സ്ത്രീയെ കാണാൻ കോതമംഗലത്തുള്ള അവളുടെ വീട്ടിൽ ചെന്നപ്പോൾ ആളുകൾ പിടിച്ച് കെട്ടിയിട്ട് ക്രൂരമായി മർദ്ദിച്ചിരുന്നു. അന്നു തുടങ്ങിയ നെഞ്ചുവേദനയാണ്.

ഏതായാലും ചികിത്സയൊക്കെ നൽകി. കുറച്ച് നേരം കഴിഞ്ഞപ്പോൾ രമേഷ് തന്റെ കൂട്ടാളിയായ ആസിഡ് രാജു എന്ന കള്ളനെ

ക്കുറിച്ച് പറയാനിടയായി. ആസിഡ് രാജുവിന്റെ വീട് എവിടെയാണെന്ന് അറിയില്ല. പക്ഷേ ആസിഡ് രാജുവിന് മുവാറ്റുപുഴ - കോതമംഗലം റോഡിൽ ഒരു വീട്ടിലെ സ്ത്രീയുമായി അവിഹിതബന്ധം ഉണ്ട്. ആ വീട്ടിൽ ഇടയ്ക്കിടയ്ക്ക് ചെല്ലാറുണ്ട്. അയാൾ ധാരാളം മോഷണങ്ങൾ നടത്തിയിട്ടുണ്ട്. ഇപ്പോൾ രമേഷിനെ കളവിനു കൂട്ടു ചെല്ലാനായി വിളിച്ച് കൊണ്ടിരിക്കുന്നുണ്ട്. ഇത്രയുമാണ് രമേഷ് പറഞ്ഞതിന്റെ ചുരുക്കം. അങ്ങനെ ഞങ്ങൾ ആസിഡ് രാജുവിനെക്കുറിച്ച് അന്വേഷണമാരംഭിച്ചു.

രാജു ഒരു കുപ്രസിദ്ധ മോഷ്ടാവാണെന്ന് മനസ്സിലായി. അപകടകാരിയായ കുറ്റവാളിയാണയാൾ. ആളുകൾ ഉള്ള വീടുകളിലാണ് രാജു രാത്രി മോഷണത്തിനു കയറുക. മോഷണത്തോടൊപ്പം വീട്ടിലുള്ള സ്ത്രീകളെ ശാരീരികമായി ഉപദ്രവിക്കുകയും ചെയ്യും. രാജു ആദ്യകാലത്ത് ഒരു സ്ത്രീയുടെ മുഖത്ത് ആസിഡ് ഒഴിച്ചിട്ടുണ്ട്. ശാരീരിക ബന്ധത്തിനു വഴങ്ങാൻ വിസമ്മതിച്ചതിന്റെ പേരിലായിരുന്നു ആസിഡാക്രമണം. അങ്ങനെയാണ് അയാൾക്ക് ആസിഡ് രാജു എന്നു പേരു വന്നത്.

ആസിഡ് രാജു ഊന്നുകൽ പൊലീസ് സ്റ്റേഷനിലെ അറിയപ്പെടുന്ന കുറ്റവാളി ആണെന്നും ധാരാളം കളവ് കേസുകൾ കോതമംഗലം, ഊന്നുകൽ, ആലുവ, മുവാറ്റുപുഴ എന്നീ പൊലീസ് സ്റ്റേഷൻ അതിർത്തികളിൽ ചെയ്തിട്ടുണ്ടെന്നും മുവാറ്റുപുഴ, എറണാകുളം പൊലീസ് സംഘങ്ങൾ രാജുവിനെ അന്വേഷിക്കുന്നുണ്ടെന്നും അറിയാൻ കഴിഞ്ഞു. നാല് ദിവസത്തെ തുടർച്ചയായുള്ള അന്വേഷണത്തിനൊടുവിൽ മുവാറ്റുപുഴ - കോതമംഗലം റോഡിൽ ആസിഡ് രാജു സ്ഥിരമായി വരാറുള്ള സ്ത്രീയുടെ വീട് കണ്ടെത്തി. അവർ ഒരു ബസ് ഡ്രൈവറുടെ ഭാര്യയായിരുന്നു. അവരുടെ ഭർത്താവ് ഓടിക്കുന്ന ബസിന്റെ മുതലാളിയെ ഞങ്ങൾ കണ്ടെത്തി അദ്ദേഹത്തെയും കൂട്ടി ആ സ്ത്രീയുടെ വീട്ടിൽ എത്തി. ബസ് ഉടമയുടെ സഹായത്തോടെ ആ സ്ത്രീയുമായി സംസാരിച്ചു.

ആസിഡ് രാജുവിന്റെ ശരിയായ ചരിത്രം ആ സ്ത്രീക്കു പറഞ്ഞു കൊടുത്തു. മോഷണത്തിനു കയറുന്ന വീടുകളിലുള്ള ചെറിയ പെൺകുട്ടികളെ പോലും ക്രൂരമായി ഉപദ്രവിക്കുകയും ശാരീരിക ബന്ധത്തിലേർപ്പെടുകയും ചെയ്യുന്ന വികൃതമനസ്സിനുടമയാണു രാജു എന്ന് പറഞ്ഞപ്പോൾ, രാജുവിനെ പിടികൂടുന്നതിനു ഞങ്ങളെ സഹായിക്കാൻ ആ സ്ത്രീ തയ്യാറായി. ബസ്സ് നിർത്തിയിടുന്ന സ്ഥലത്ത് രാത്രി ബസ്സിൽ ഉണ്ടാകണം എന്ന് പറഞ്ഞ്, ആ സ്ത്രീയുടെ ഭർത്താവിനെ ബസുടമ ഒരു രാത്രി വീട്ടിൽ നിന്ന് മാറ്റി നിർത്തി. അന്നു രാത്രി ആ സ്ത്രീയോട് രാജുവിനെ ഫോണിൽ വിളിച്ച് വരുത്തുവാൻ

ആവശ്യപ്പെട്ടു. രാത്രി 9 മണിക്കാണ് ഫോണിൽ വിളിച്ചത്. സ്ക്വാഡിൽ പെട്ട രണ്ടുപേരെ വീടിനുള്ളിൽ നിർത്തി, ഞങ്ങൾ പുറത്ത് കാത്തിരുന്നു. രാജു വീടിനുള്ളിൽ കയറിയാൽ ഞങ്ങൾക്കു ഫോണിൽ മിസ്ഡ് കോൾ നൽകാൻ പറഞ്ഞേൽപ്പിച്ചിരുന്നു. രാത്രി 12 മണിയായപ്പോൾ രാജു വീടിനുള്ളിൽ കയറി. ഞങ്ങൾക്ക് കോൾ വന്നു. നേരെ ഞങ്ങൾ ചെന്നു വീടിന്റെ വാതിലിൽ മുട്ടി. നേരത്തെ പറഞ്ഞുറപ്പിച്ച പ്രകാരം ആ സ്ത്രീ വന്നു വാതിൽ തുറന്നു. ഞങ്ങൾ മുറിക്കുള്ളിലേക്ക് കുതിച്ചു കയറി ആസിഡ് രാജുവിനെ കീഴ്പ്പെടുത്തി പിടിയിലാക്കി.

രാജുവിനെയും കൊണ്ട് ഞങ്ങൾ തൃശൂർ വെസ്റ്റ് പൊലീസ് സ്റ്റേഷനിൽ എത്തി. വിശദമായി ചോദ്യം ചെയ്തു. ചോദ്യം ചെയ്യലിൽ അവൻ ഒന്നും തന്നെ സമ്മതിക്കുന്നുണ്ടായിരുന്നില്ല. അവൻ പറയുന്ന കാര്യങ്ങൾ ഞങ്ങൾ എഴുതി എടുത്തു കൊണ്ടിരുന്നു. അവനാകട്ടെ, മൊഴികൾ മാറ്റി മാറ്റി പറയുകയും ചെയ്തു കൊണ്ടിരുന്നു. പക്ഷേ പറഞ്ഞ കാര്യങ്ങളിലെ വൈരുദ്ധ്യങ്ങൾ വച്ച് നിരന്തരമായി ഞങ്ങൾ ചോദ്യം ചെയ്തപ്പോൾ ഒടുവിൽ, ചെയ്ത കുറ്റങ്ങൾ ഒടുവിലവനു സമ്മതിക്കേണ്ടതായി വന്നു.

ആസിഡ് രാജു ചെയ്ത പത്തിൽ പരം വീടു മോഷണങ്ങൾ അന്നു തെളിഞ്ഞു. ബിനാനിപുരം, ചെങ്ങമനാട്, പാനായികുളം, പറവൂർ, വടക്കാഞ്ചേരി, നാസ്യർപാലം, പുതുശ്ശേരി, മലപ്പുറം ജില്ലയിലെ കുറ്റിപ്പുറം എന്നിവിടങ്ങളിലായിരുന്നു കളവ് ചെയ്ത വീടുകൾ. മോട്ടോർ സൈക്കിളിൽ സഞ്ചരിച്ചാണ് കളവ് ചെയ്യാനുള്ള വീടുകൾ കണ്ടു വക്കുക. വീടിന്റെ മുകൾ നിലയിലെ ജനൽ പൊളിച്ചാണ് വീടിനുള്ളിൽ അധികവും പ്രവേശിക്കുന്നത്. ചിലപ്പോഴെല്ലാം വീട്ടിലുള്ളവരെ ക്ലോറോഫോം മണപ്പിച്ച് മയക്കി കിടത്തുന്ന സ്വഭാവവും ഉണ്ട്. സ്ത്രീകളുടെ ആഭരണങ്ങൾ അവരുടെ കൂടെ കിടന്ന് ഊരിയെടുക്കുകയാണ് ചെയ്യാറുള്ളത്. തമിഴ് മോഷ്ടാക്കളെ പോലെ അടുത്തടുത്തുള്ള വീടുകളിൽ മോഷണം ചെയ്യുന്ന സ്വഭാവവും ആസിഡ് രാജുവിനുണ്ട്. അതിനാൽ പോലീസ് തമിഴ് മോഷ്ടാക്കളെ സംശയിക്കുന്ന സാഹചര്യമുണ്ടായിട്ടുണ്ട്.

ചില വീടുകളിൽ കളവു നടത്തിയതിനെ തുടർന്ന് ഭാര്യയും ഭർത്താവും തമ്മിൽ പിണങ്ങിയ സംഭവവും ഉണ്ടായിട്ടുണ്ട്. ഭാര്യ വിളിച്ച് വരുത്തിയ കാമുകനായിരിക്കും കളവ് നടത്തിയത് എന്ന സംശയം കാരണം വിവാഹമോചനം വരെ നടന്നിട്ടുണ്ടെന്നാണ് പറയപ്പെടുന്നത്. ആസിഡ് രാജുവിനെ പിടികൂടിയത് ഒട്ടേറെ കളവുകേസുകൾ തെളിയാൻ മാത്രമല്ല, ജനങ്ങളെ ഭയാകുലരാക്കിയ ഒരുപാടു കാര്യങ്ങളിൽ വ്യക്തത വരാനും സഹായകരമായി. ജനങ്ങൾക്കും പോലീസിനും ഇതു വലിയ ആശ്വാസം പകർന്ന ഒരു സംഭവമായിരുന്നു. ■

രവിവർമ്മച്ചിത്രങ്ങളുടെ ആരാധകൻ

പഠിച്ചത് ചിത്രകലയാണെങ്കിലും ഉപജീവനമാക്കിയതു മോഷണം. രവിവർമ്മ ചിത്രങ്ങളോട് അടങ്ങാത്ത പ്രണയം. അത് എവിടെ കണ്ടാലും മോഷ്ടിച്ചിരിക്കും. വെറുതെ ഇരുന്ന് ബോറടിക്കുന്നു, ഒരു ടി വി വേണം ചേട്ടായെന്നു ഭാര്യ പറഞ്ഞപ്പോൾ പ്രിയതമൻ ഉടൻ ഒരു പുതുപുത്തൻ എൽ.സി.ഡി ടിവി സമ്മാനിക്കുന്നു. മോഷ്ടിച്ച താണെന്നു മാത്രം. ഞങ്ങളുടെ പൊലീസിന്റെ പിടിയിലായ പാല ക്കാട് കുറ്റനാട് പിലാക്കിട്ടിരി കുറ്റുപറമ്പിൽ സുരേന്ദ്രൻ എന്ന മണിചിത്രത്താഴ് സുരേന്ദ്രനാണ് ഈ കള്ളൻ. സുരേന്ദ്രന്റെ മോഷണ ജീവിതം ഞങ്ങളെ പോലും അമ്പരപ്പിക്കുന്നതായിരുന്നു.

വൈപ്പർ സുരേന്ദ്രൻ, ബുള്ളറ്റ് സുരേന്ദ്രൻ എന്നിങ്ങനെയുമുണ്ട് അയാൾക്കു പേരുകൾ. എല്ലാ പേരുകളും കയ്യിലിരിപ്പുകൊണ്ട് സമ്പാ ദിച്ചതാണ്. പതിനെട്ടാം വയസ്സിൽ മോഷണം ആരംഭിച്ചു. അയൽ വീടുകളിൽ നിന്ന് കുട, വാച്ച്, റേഡിയോ, അടയ്ക്ക, കുരുമുളക് തുടങ്ങിയവ മോഷ്ടിച്ചായിരുന്നു തുടക്കം. അയൽവാസിയുടെ സ്വർണ്ണ മാല മോഷ്ടിച്ചതിന് പൊലീസ് അന്വേഷണം ആരംഭിച്ചതോടെ നാടുവിട്ടു. പട്ടാമ്പിയിൽ ലോഡ്ജിലായി പിന്നീട് താമസം. ലോഡ്ജിൽ, താമസിക്കുന്ന മുറിയിലെ ഫാൻ മോഷ്ടിച്ചു. ചാലിശ്ശേരി പൊലീസ് സുരേന്ദ്രനെ കയ്യോടെ പിടിച്ചു. മൂന്നു കൊല്ലം കണ്ണൂർ, വിയ്യൂർ ജയി ലുകളിൽ കഴിഞ്ഞു. ജയിൽ നിന്നിറങ്ങിയ ശേഷം തമിഴ്നാട്ടിൽ ആറു വർഷം ജീവിച്ചു.

നാട്ടിൽ തിരികെ എത്തി വീണ്ടും മോഷണം ആരംഭിച്ചു. വിവാ ഹവും കഴിച്ചു. ഇടയ്ക്ക് ഗൾഫിൽ നിന്നും സിങ്കപ്പൂരിൽ നിന്നും വരുന്ന കള്ളക്കടത്ത് സാധനങ്ങൾ വിറ്റഴിക്കാൻ തുടങ്ങി. അതോടെ വിദേശ സാധനങ്ങളോട് വല്ലാത്ത അഭിനിവേശമായി. മോഷ്ടിച്ചവയിൽ ഏറെയും വിദേശ സാധനങ്ങളാവാൻ ഇതാണ് കാരണം. മികച്ച ഓട്ടക്കാരനായതിനാലാണ് ബുള്ളറ്റ് സുരേന്ദ്രൻ എന്നു പേരു വീണത്. വീടുകളിൽ നിന്നും സ്വർണ്ണത്തോടൊപ്പം ഉപ്പ് തൊട്ട് കർപ്പൂരം

വരെയുള്ള സാധനങ്ങൾ അടിച്ചു മാറ്റുന്നതിനാൽ തസ്ക്കരന്മാർക്കിട യിൽ വൈപ്പർ സുരേന്ദ്രൻ എന്ന വിളിപ്പേരു വന്നു. മരപ്പണിക്കാ രനായ സുരേന്ദ്രൻ മണിചിത്രത്താഴ് പിടിപ്പിച്ചിട്ടുള്ള ധാരാളം വീടു കളിൽ താഴു തകർത്തു മോഷണം നടത്തിയിട്ടുണ്ട്. അതിനാൽ പൊലീസുകാർക്കിടയിൽ മണിചിത്രത്താഴ് സുരേന്ദ്രൻ എന്ന പേരിലും അറിയപ്പെടുന്നു.

2011ന് മുമ്പ് 11 വർഷത്തോളം ഇയാൾ പൊലീസിന്റെ പിടിയിൽ പെട്ടില്ല. നാട്ടുകാരും പൊലീസുകാരും ഇയാളെ സംശയിച്ചിരുന്നില്ല. ഇതിനിടെ നാലു വീടുകൾ സ്വന്തമായി നിർമ്മിച്ചു. അതിൽ മൂന്നെണ്ണം വിറ്റു. മകളുടെ വിവാഹം ആർഭാടത്തോടെ നടത്തി. മകൾക്ക് ധാരാളം സ്വർണ്ണാഭരണങ്ങൾ നല്കാനും ശ്രദ്ധിച്ചു. കുന്ദംകുളം യൂണിറ്റി ആസ്പത്രിക്ക് സമീപത്തെ വീട്ടിൽ മോഷണത്തിനെത്തിയ ഇയാളെ അണലി പാമ്പ് കടിച്ചു. സുരേന്ദ്രൻ മോഷണത്തിനായി എത്തിയ താണെന്നറിയാതിരുന്ന നാട്ടുകാർ, ബോധരഹിതനായി കിടക്കുക യായിരുന്ന അയാളെ അശുപത്രിയിൽ എത്തിച്ചു. വളരെ അപകടാ വസ്ഥയിൽ മരണത്തെ മുഖാമുഖം കണ്ട് രണ്ടര മാസം അയാൾ ഹോസ്പിറ്റലിൽ കിടന്നു. പിന്നീട് ഞങ്ങൾ പിടികൂടിയ സുരേന്ദ്രനെ തെളിവെടുപ്പിനായി ആ സ്ഥലത്തു കൊണ്ടു വന്നപ്പോൾ അന്ന് രക്ഷ പ്പെടുത്തിയവർ കണ്ട് തിരിച്ചറിഞ്ഞു. നീ അന്ന് മരിക്കാതിരുന്നത് ഞങ്ങളുടെ പ്രാർത്ഥനകൊണ്ടാണ് എന്നാണ് അന്നവിടെ കൂടിയ സ്ത്രീകൾ സുരേന്ദ്രനോടു പറഞ്ഞത്. കാരണം, അവൻ മരിച്ചിരു ന്നെങ്കിൽ അവിടത്തെ വീടുകളിൽ നടന്ന മോഷണങ്ങൾ തെളിയു മായിരുന്നില്ലല്ലോ.

11 വർഷത്തോളം സുരേന്ദ്രന്റെ വീട്ടിൽ വീട്ടുസാധനങ്ങളോ, ഇല ക്ട്രോണിക് ഉപകരണങ്ങളോ തുണിത്തരങ്ങൾ പോലുമോ പണം കൊടുത്ത് വാങ്ങേണ്ടി വന്നിട്ടില്ല. കളവ് നടത്തിയ അധികം വീടു കളും ഗൾഫ് മലയാളികളുടെതായതിനാൽ അവിടെ നിന്നു മോഷ്ടി ക്കുന്ന വിലകൂടിയ സാധനങ്ങൾ ഡ്യൂട്ടി ഫ്രീ കടകളിൽ വില്ക്കുകയും സ്പ്രേ മുതലായ സാധനങ്ങൾ കൂട്ടുകാർക്കും ബന്ധുവീടുകളിലും സമ്മാനിക്കുകയും ചെയ്യുകയായിരുന്നു പതിവ്.

സുരേന്ദ്രൻ ഒരു പ്രദേശത്ത് ഒരു ദിവസം തന്നെ ഒന്നിലധികം വീടുകളിൽ മോഷണം നടത്തുന്നത് കൊണ്ട് പൊലീസിന്റെ ശ്രദ്ധ തമിഴ് മോഷ്ടാക്കളിലേക്ക് തിരിഞ്ഞിരുന്നു. ഗുരുവായൂർ, പാവറട്ടി, കുന്ദംകുളം, പേരാമംഗലം എന്നീ സ്ഥലങ്ങളിൽ മോഷണം പെരു കിയതിനാൽ ജനങ്ങൾ ഭയചകിതരാകുകയും പൊലീസിനെ കൂടാതെ നാട്ടുകാർ തന്നെ സംഘങ്ങളായി തിരിഞ്ഞ് രാത്രി കാലങ്ങളിൽ കാവൽ നിൽക്കുകയും ചെയ്തിരുന്നു. എന്നിട്ടും കള്ളൻ വലയിൽ

വീണില്ല. തുടർന്ന് അന്വേഷണം തൃശൂർ സിറ്റി പൊലീസിന്റെ ഷാഡോ പൊലീസ് വിഭാഗമായ ഞങ്ങളെ ഏൽപിക്കുകയായിരുന്നു. ഈ പ്രദേശങ്ങളിൽ ഞങ്ങൾ ആഴ്ചകളോളം കഠിനാദ്ധ്വാനം ചെയ്തതിന്റെ ഫലമായാണ് മുമ്പ് മോഷണ കേസുകളിൽ പ്രതിയായിട്ടുള്ള സുരേന്ദ്രനെക്കുറിച്ചുള്ള സൂചനകൾ ലഭിക്കുന്നത്. തുടർന്ന് പിഴവുകളില്ലാതെ നടത്തിയ അന്വേഷണത്തിനൊടുവിൽ അയാളെ പിടികൂടുകയും ചെയ്തു.

കളവ് നടത്തുവാൻ ഉദ്ദേശിക്കുന്ന സ്ഥലം സുരേന്ദ്രൻ നേരത്തെ തന്നെ നിരീക്ഷണം നടത്തി പഠിച്ചു വച്ചിരിക്കും. അതിനു ശേഷം ചിലപ്പോൾ വീടിന്റെ പുറകിൽ പതുങ്ങി ഇരിക്കുകയും സെക്കൻഡ് ഷോ കഴിഞ്ഞ് ആളുകൾ പോയി കഴിഞ്ഞതിനു ശേഷം കളവ് തുടങ്ങുകയും ചെയ്യുന്നു. ചില സ്ഥലങ്ങളിൽ കളവ് നടത്തുമ്പോൾ വീട്ടുകാർ വന്നതിനാൽ ഓടി രക്ഷപ്പെട്ട സംഭവങ്ങളും ഉണ്ടായിട്ടുണ്ട്. മോഷണം ചെയ്യാൻ ഉദ്ദേശിക്കുന്ന വീടിന്റെ പരിസരത്തു നിന്നു തന്നെ വാതിൽ കുത്തി പൊളിക്കുന്നതിന് ആവശ്യമായ കമ്പിപാര മുതലായ സാധനങ്ങൾ സുരേന്ദ്രൻ കണ്ടെത്തും. മുൻവാതിലുകളാണ് പൊതുവെ കുത്തിപ്പൊളിക്കുക. സുരേന്ദ്രനെ അറസ്റ്റ് ചെയ്തപ്പോൾ അറുപതിലധികം വീട് മോഷണ കേസുകളാണ് തെളിഞ്ഞത്. മോഷ്ടിച്ച സാധനങ്ങൾ വിൽക്കുന്നതിന് അയാളെ സഹായിച്ച പുഴക്കൽ മാനുപ്പ എന്നയാളെയും ഞങ്ങൾ പിടികൂടി. ഇവരിൽ നിന്ന് ഗൃഹോപകരണങ്ങൾ, പെയിന്റിങ്ങുകൾ, വിദേശ കറൻസികൾ, സ്വർണ്ണാഭരണങ്ങൾ, എൽ.സി.ഡി ടിവികൾ തുടങ്ങിയവ കണ്ടെടുത്തു. ■

തമിഴ്നാട്ടിലെ തിരുട്ടു ഗ്രാമങ്ങൾ

പനവടലിചത്രം

2008 മെയ് 29 നാണ് വലപ്പാട് ശ്രീരാമക്ഷേത്രം കവർച്ച ചെയ്യപ്പെടുന്നത്. തുടർന്ന് ഡിവൈ എസ് പി വി.വി. ശശികുമാർ സാർ, സി.ഐ സി എസ്. ഷാഹുൽ ഹമീദ് സാർ എന്നിവരുടെ നേതൃത്വത്തിൽ വലപ്പാട് എസ്.ഐ രതീഷ്കുമാർ, ഫിലിപ്പ് വർഗ്ഗീസ്, എം.പി ഡേവിസ്, പി.സി. സുനിൽ, കെ. സുനിൽകുമാർ, സി.പി ഉല്ലാസ് എന്നിവരും ഞാനുമടങ്ങുന്ന പ്രത്യേക അന്വേഷണ സംഘത്തിന് രൂപം കൊടുത്തു. ഈ അന്വേഷണ സംഘം 15 മാസം കൊണ്ട് 175 കേസുകൾ തെളിയിക്കുകയും 105 ലധികം പ്രതികളെ പിടികൂടുകയും ചെയ്തു. തൃശൂർ, പാലക്കാട്, മലപ്പുറം, എറണാകുളം, കോട്ടയം, പത്തനംതിട്ട, ആലപ്പുഴ, കോഴിക്കോട് ജില്ലകളിലായി വിവിധ കേസുകൾ അന്വേഷണ സംഘത്തിന് കണ്ടെത്തുവാൻ കഴിഞ്ഞു. അതിൽ 40ൽ പരം കേസുകൾ വലിയ ക്ഷേത്ര കവർച്ചകളുടേതാണ്. ഈ പ്രത്യേക അന്വേഷണ സംഘമാണ് പ്രധാനമായും തമിഴ്നാട്ടിലെ പനവടലിചത്രമെന്ന ഗ്രാമത്തിലെ മോഷ്ടാക്കളുടെ ജീവിതത്തിലേക്കും ഗ്രാമത്തിന്റെ ചരിത്രത്തിലേക്കും അന്വേഷണമെത്തിച്ചത്. ഇതിനു മുമ്പ് പനവടലിചത്രത്തിലെ മോഷ്ടാക്കളെ പിടികൂടിയിട്ടുള്ളത് മുകുന്ദൻ, ഫിലിപ്പ് വർഗ്ഗീസ്, ദേവസ്സി എന്നീ ഉദ്യോഗസ്ഥരായിരുന്നു. പൊലീസിനെ സ്നേഹിക്കുകയും വിവരങ്ങൾ നൽകുകയും സഹായിക്കുകയും ചെയ്യുന്ന നാട്ടുകാരും ഇതിൽ നന്ദിയർഹിക്കുന്നവരാണ്. ഫിലിപ്പ് വർഗ്ഗീസിന്റെ സേവനം പ്രത്യേകം എടുത്തു പറയേണ്ടതാണ്.

തൃശൂരിൽ നിന്നും 450 കിലോമീറ്ററോളം തെക്ക് കിഴക്ക് മാറി തമിഴ്നാട്ടിൽ സ്ഥിതി ചെയ്യുന്ന താലൂക്കാണ് ശങ്കരൻകോവിൽ. ഇതൊരു പുരാതന പട്ടണവും വാണിജ്യ വ്യാപാര കേന്ദ്രവുമാണ്. പ്രസിദ്ധമായ കോവിലുകളും ധാരാളം വിദ്യാഭ്യാസ സ്ഥാപനങ്ങളും നിറഞ്ഞ നഗരം. ഈ നഗരത്തിൽ നിന്ന് മധുരയിലേക്ക് ധാരാളം

ബസ് സർവ്വീസുകളുണ്ട്. കേരളത്തിൽ നിന്നും ശങ്കരൻ കോവിലിലേക്ക് പുനലൂർ - ചെങ്കോട്ട വഴിയും തിരുവനന്തപുരം - നാഗർകോവിൽ വഴിയും പഴനി - മധുര വഴിയും എത്താവുന്നതാണ്. ശങ്കരൻ കോവിലിൽ നിന്നും തിരുനെൽവേലി റൂട്ടിൽ ഏകദേശം 20 കിലോമീറ്റർ സഞ്ചരിച്ചാൽ പനവടലി എന്ന തിരുട്ടു ഗ്രാമത്തിൽ എത്തിച്ചേരാം. ശങ്കരൻകോവിലിൽ നിന്നും വരുമ്പോൾ ഗ്രാമത്തിലെത്തുന്നതിന് കുറച്ച് മുമ്പായി ഹൈവേയുടെ ഇടതുഭാഗത്തായി പനവടലി ഛത്രം പൊലീസ് സ്റ്റേഷൻ കാണാം. വീണ്ടും കുറച്ച് ദൂരം മുന്നോട്ട് പോകുമ്പോൾ റോഡിന്റെ വലത് ഭാഗത്ത് ഗ്രാമത്തിലേക്കുള്ള വഴിയും വഴി തിരിയുന്നിടത്ത് ഗ്രാമത്തിന് പ്രൗഢി തോന്നുന്ന വിധത്തിൽ വലിയ കമാനവും ഉണ്ട്. ഈ കമാനത്തിൽ തേവർ സമുദായത്തിൽ പെട്ട പൂർവ്വികരുടെ ചിത്രങ്ങൾ ആലേഖനം ചെയ്തിരിക്കുന്നു. ഈ കമാനം കടന്നാൽ നാം തെക്ക് പനവടലി ഛത്രത്തിലേക്ക് പ്രവേശിക്കുകയായി. കൃഷിയും കച്ചവടവുമാണ് ഈ ഗ്രാമത്തിലെ സാധാരണ ജീവിതം നയിക്കുന്നവരുടെ പ്രധാന ഉപജീവന മാർഗ്ഗങ്ങൾ. പ്രധാന കൃഷി നിലക്കടലയും വറ്റൽ മുളകുമാണ്. വറ്റാത്ത കിണറുള്ള കൃഷിക്കാർ സമ്പന്നരാണ്. വടക്ക് പനവടലി ഗ്രാമത്തിൽ താമസിക്കുന്ന ജനങ്ങളിൽ ഭൂരിഭാഗവും മര്യാദക്കാരും നല്ല രീതിയിൽ ജീവിച്ചു വരുന്നവരുമാണ്. എന്നാൽ തെക്ക് പനവടലിയുടെ ചിത്രം വ്യത്യസ്തമാണ്.

തെക്ക് പനവടലിഛത്രത്തിലെ അറുന്നൂറോളം കുടുംബങ്ങളിൽ നല്ലൊരു ഭാഗം ജനങ്ങൾ 1995 കാലഘട്ടത്തിൽ പഴയ ഇരുമ്പു സാധനങ്ങൾ കച്ചവടം ചെയ്യുന്നതിനായി കേരളത്തിലേക്കു വന്നു. പാറശാല മുതൽ കാസർകോട് വരെ അവർ ആക്രിക്കച്ചവടവുമായി കറങ്ങുകയും വാസമുറപ്പിക്കുകയും ചെയ്തു. പല ഭാഗങ്ങളിലായി അവർ സ്ഥലവും വീടും വാടകയ്ക്കെടുത്ത് ആക്രി സാധനങ്ങൾ വാങ്ങി ശേഖരിക്കുകയും താമസിക്കുകയും ചെയ്തു പോന്നു. 1996 മുതൽ ഇവരിൽ ഭൂരിഭാഗം പുരുഷന്മാരും സ്ത്രീകളും കുട്ടികളും മോഷണത്തിലേക്ക് തിരിയുകയും മോഷണത്തിൽ കൂടി സമ്പന്നരാകുകയും ചെയ്തു. ഇത്തരത്തിലുള്ള കളവുകൾ ഭൂരിഭാഗവും നടന്നിട്ടുള്ളത് പകൽ നേരങ്ങളിലാണ്. കൃത്യമായി പറഞ്ഞാൽ രാവിലെ 11 മണിക്കും വൈകിട്ട് 3 മണിക്കുമിടയിൽ.

1997-98 കാലഘട്ടത്തിൽ ഇത്തരം സംഭവങ്ങൾ തൃശൂർ ജില്ലയിൽ ഒരു ദിവസം തന്നെ പല പോലീസ് സ്റ്റേഷൻ പരിധികളിലായി നടന്നിട്ടുണ്ട്. രേഖകൾ പരിശോധിച്ചാൽ ഇതു മനസ്സിലാക്കാം. ഇവരുടെ കൂട്ടത്തിലെ സ്ത്രീകളാണു പകൽ സമയങ്ങളിൽ ആളുകളുള്ള വീടുകളിൽ കയറി മോഷണം നടത്താറുള്ളത്. പ്രായമായ സ്ത്രീകളോ

വേലക്കാരിയോ മാത്രമുള്ള വീടുകൾ ഇവർ നേരത്തെ കണ്ടു വയ്ക്കും. മൂന്നും നാലും സ്ത്രീകൾ ഒരുമിച്ച് കയ്യിൽ ചാക്കുമേന്തി രാവിലെ 11 മണിയോടുകൂടി ഈ വീടുകളിലെത്തും. ഇവരിൽ ഒരു സ്ത്രീ വീടിന്റെ ഏതെങ്കിലും ഭാഗത്ത് ഒളിച്ച് നില്ക്കും. മറ്റുള്ള സ്ത്രീകൾ മുൻവശത്തു നിന്ന് കോളിംഗ് ബെൽ അടിച്ച് വീട്ടുകാരെ വരുത്തുന്നു. എന്നിട്ട് അനുമതി വാങ്ങി, പറമ്പിനുള്ളിൽ കടന്നു പഴയ സാധനങ്ങൾ പെറുക്കി കൂട്ടുന്നു. ആക്രികൾ ഇവർ പെറുക്കി കൂട്ടിയിടുന്നത് പൂട്ടാത്ത വാതിലിന്റെ എതിർദിശയിലായിരിക്കും. ഉദാഹരണത്തിനു മുൻവശത്തെ വാതിൽ ചാരി വീട്ടുകാർ പുറത്തിറങ്ങുകയാണെങ്കിൽ പിൻവശത്തും പിൻവശത്തെ വാതിലാണ് ചാരിയിട്ടുള്ളതെങ്കിൽ മുൻവശത്തും ആക്രി സാധനങ്ങൾ പെറുക്കി കൂട്ടുന്നു. മറഞ്ഞു നിന്നിരുന്ന സ്ത്രീ ഈ സമയം ചാരിയിട്ടിരിക്കുന്ന വാതിൽ വഴി ഉള്ളിൽ കടന്ന് അലമാര തുറന്ന് പണവും സ്വർണ്ണവും മോഷ്ടിക്കുന്നു. മുമ്പ് അലമാരയിൽ വസ്തുക്കൾ എങ്ങനെയിരുന്നുവോ അതേ പടി യാതൊരു വ്യത്യാസവും വരുത്താതെ അടുക്കി വച്ച് പണവും സ്വർണ്ണവുമായി പുറത്തിറങ്ങുന്നു. ഈ സമയമത്രയും മറ്റുള്ളവർ വീട്ടിലെ സ്ത്രീകളുമായി വില പേശുകയും സംസാരിക്കുകയും ചെയ്തു നിന്നുകൊണ്ട് ശ്രദ്ധ തിരിക്കുകയും സമയം കളയുകയും ചെയ്യുന്നു. അകത്തു കയറി കളവ് നടത്തിയ സ്ത്രീ കളവ് മുതലുമായി പുറത്തിറങ്ങി രക്ഷപ്പെടുന്നു. ആ സ്ത്രീ പുറത്തു പോയെന്നുറപ്പായാൽ മറ്റുള്ളവർ വാങ്ങിയ സാധനങ്ങളുടെ വില കൊടുത്ത് സ്ഥലം വിടുന്നു.

മോഷണം നടന്ന വീട്ടുകാർ ദിവസങ്ങളും ആഴ്ചകളും കഴിഞ്ഞാണ് പലപ്പോഴും മോഷണം നടന്ന കാര്യം മനസ്സിലാക്കുന്നത്. ഇത് പലപ്പോഴും കുടുംബാംഗങ്ങളെയും വേലക്കാരികളെയും പരസ്പരം സംശയിക്കുന്നതിനും വഴക്കുണ്ടാക്കുന്നതിനും ഇടവരുത്തുന്നു. ഇതേ തുടർന്ന് വേലക്കാരി ആത്മഹത്യാശ്രമം വരെ നടത്തിയ സംഭവങ്ങളുണ്ടായിട്ടുണ്ട്. കാരണം, പുറമെ നിന്നൊരാൾ വന്നു കയറിയെന്ന നേരിയ സംശയം പോലും തോന്നിക്കാത്ത രീതിയിലാണ് ഇവർ മുറിയും അലമാരയും വച്ചിട്ടുണ്ടാകുക. ഈ രീതിയിലുള്ള മോഷണങ്ങൾ കേരളത്തിലെ 14 ജില്ലകളിലും ഈ പത്ത് വർഷക്കാലം നിർബാധം നടന്നു കൊണ്ടിരുന്നു. ഈ നിരന്തരമോഷണങ്ങളുടെ ഫലം കാണണമെങ്കിൽ പനവടലിചത്രത്തിൽ ചെല്ലണം. 1997-98 കാലഘട്ടത്തിൽ ചെറ്റക്കുടിലുകൾ നിലനിന്നിരുന്ന ഗ്രാമത്തിൽ ഇപ്പോൾ ഭൂരിഭാഗം വീടുകളും ആഡംബരമോടിയിൽ പണിതുയർത്തിട്ടുള്ളവയാണ്. കേരളത്തിൽ നിന്നു കവർന്നു കൊണ്ടുവന്ന പണമാണിത്.

പക്ഷേ ഇതിനൊരു മറുവശമുള്ളതും പറയാതെ വയ്യ. ഈ ഗ്രാമത്തിലെ 807 സ്ത്രീകളുടെയും ഭർത്താക്കന്മാർ ആത്മഹത്യ വഴിയോ രോഗങ്ങൾ വഴിയോ 35-40 വയസ്സിനുള്ളിൽ മരണപ്പെടുകയാണ് ചെയ്തിട്ടുള്ളത്. മറ്റൊന്ന്, ഈ ഗ്രാമത്തിലേക്ക് കടക്കുമ്പോൾ തന്നെ നമ്മുടെ ശ്രദ്ധയിൽ പെടുന്ന ഒരുതരം ശ്മശാന പ്രതീതിയാണ്. ഇവർ എല്ലാവരും നാട്ടിൽ ഒരുമിച്ച് കൂടുന്നത് ഗ്രാമത്തിലുള്ള അമ്പലത്തിലെ ഉത്സവത്തിനാണ്. കേരളത്തിന്റെ എല്ലാ ഭാഗങ്ങളിലേക്കും ആ സമയത്ത് ഗ്രാമത്തിലെത്താറുണ്ട്. കുട്ടികളേറെയും ഇംഗ്ലീഷ് മീഡിയം സ്കൂളുകളിൽ പഠിക്കുന്നു. സ്ത്രീകൾ മോഷണം നടത്തിയതിനു ശേഷം കേരളത്തിലെ പ്രധാനപ്പെട്ട റെയിൽവേ സ്റ്റേഷനുകളിൽ താമസിക്കുന്നു. തല മൊട്ടയടിച്ചും മുഷിഞ്ഞ വേഷങ്ങൾ ധരിച്ചും ദരിദ്രാവസ്ഥയിലാണ് ഇവർ കേരളത്തിൽ നടക്കാറുള്ളത്. എന്നാൽ ഗ്രാമത്തിൽ ഉത്സവ സമയത്ത് ചെന്ന് നോക്കിയാൽ ഇവരുടെ മറ്റൊരു രൂപം കാണാം. എല്ലാവരും വില കൂടിയ വസ്ത്രങ്ങളും ധാരാളം സ്വർണാഭരണങ്ങളും അണിഞ്ഞിരിക്കും. കാസർകോഡ് മുതൽ പാറശ്ശാല വരെയുള്ള മോഷണങ്ങളുടെ കണക്കെടുത്താൽ കിലോ കണക്കിന് സ്വർണ്ണവും ലക്ഷക്കണക്കിന് രൂപയുമാണ് ഇവർ കേരളത്തിൽ നിന്നും മോഷ്ടിച്ച് കടത്തിയിട്ടുള്ളത്.

കേരളത്തിന്റെ പല ഭാഗത്തും പോലീസും നാട്ടുകാരും ഈ തമിഴ് സംഘങ്ങളെക്കുറിച്ച് കൂടുതൽ ജാഗ്രത പുലർത്താൻ തുടങ്ങിയതോടെ ഇവർ മോഷണങ്ങൾ കർണ്ണാടക സംസ്ഥാനത്തിലേക്കും തമിഴ്നാട്ടിലെ തന്നെ കോയമ്പത്തൂർ മേഖലയിലേക്കും മാറ്റാൻ തുടങ്ങി. ഗ്രാമത്തിലെ കോവിലിൽ പൂജിച്ച കൺമഷി സ്ത്രീകൾ കണ്ണിലെഴുതി മോഷണത്തിനിറങ്ങിയാൽ പിടിക്കപ്പെടുകയില്ലെന്നുള്ളതാണ് ഇവരുടെ വിശ്വാസം. കൂടാതെ ഉത്സവത്തിന് നൂറുകണക്കിന് ആടുകളെ ബലിയർപ്പിക്കുന്നതും കളവ് പിടിക്കപ്പെടാതിരിക്കുന്നതിനുള്ള ആചാരമെന്ന നിലയിലാണ്. ഇതെല്ലാം നൽകുന്ന ആത്മവിശ്വാസവുമായാണ് ഇവർ മോഷണത്തിനായി ഇറങ്ങിപ്പുറപ്പെടുന്നത്.

മോഷ്ടിച്ച വീടുകളിൽ കലഹം സൃഷ്ടിക്കുന്ന പനവടലിയിലെ സ്ത്രീമോഷ്ടാക്കൾ

2008 ഫെബ്രുവരി മാസത്തിൽ ഒരു ദിവസം തൃശൂർ അശ്വനി ഹോസ്പിറ്റലിലെ ഒരു ഡോക്ടറും അദ്ദേഹത്തിന്റെ കുടുംബവും കൂടി തൃശൂർ വെസ്റ്റ് സി.ഐ ഓഫീസിൽ ഒരു പരാതിയുമായി വന്നു. അലമാരയിൽ പൂട്ടി സൂക്ഷിച്ചിരുന്ന 52 പവൻ സ്വർണ്ണാഭരണങ്ങൾ നഷ്ടപ്പെട്ടു എന്നതായിരുന്നു പരാതി. കുടുംബാംഗങ്ങൾ അല്ലാതെ

ആരും വീട്ടിലേക്ക് വന്നിട്ടില്ലെന്നും സ്വർണ്ണാഭരണങ്ങൾ സൂക്ഷിച്ച അലമാരയ്ക്ക് യാതൊരു കേടും സംഭവിച്ചിട്ടില്ല എന്നും അറിയാവുന്ന ആരോ താക്കോലുകളുപയോഗിച്ച് തുറന്ന് സ്വർണ്ണം എടുത്തു കൊണ്ടുപോയിട്ടുള്ളതാണെന്നും അവർ പറഞ്ഞു. വീട്ടിലെ വേലക്കാരിയാണ് മോഷണം ചെയ്യുവാൻ സാധ്യതയുള്ളത് എന്നും അവർ പരാതിയിൽ സൂചിപ്പിച്ചിരുന്നു. സ്വർണ്ണം നഷ്ടപ്പെട്ടത് ഏതു ദിവസമാണ് എന്നവർക്ക് കൃത്യമായി പറയുവാൻ സാധിച്ചില്ല. ഇത്രയധികം സ്വർണം നഷ്ടമായിട്ടും അതു മനസ്സിലാക്കാൻ വൈകിയതും അതു സംബന്ധിച്ച സംഭാഷണങ്ങളും അവരുടെ പരാതി വ്യാജമാണോ എന്ന സംശയം പോലും പോലീസിൽ ഉളവാക്കിയിരുന്നു. വേലക്കാരിയെ കണ്ട് വിശദമായി ചോദ്യം ചെയ്തു. മറ്റു വിധത്തിലും അന്വേഷണങ്ങൾ നടത്തി. പക്ഷേ, ദുരൂഹതകൾ നിലനിന്നു. പരാതിക്കാരനായ ഡോക്ടർ ഇതിനിടെ മേലുദ്യോഗസ്ഥന്മാർക്ക് പരാതി അയച്ചു. തൃശൂർ എസ്.പി യുടെ നിർദ്ദേശപ്രകാരം തൃശൂർ ടൗൺ വെസ്റ്റ് സ്റ്റേഷൻ കേസ് രജിസ്റ്റർ ചെയ്ത് അന്വേഷണം ആരംഭിച്ചു.

അവരുടെ അന്വേഷണം നടന്നു കൊണ്ടിരിക്കെത്തന്നെ തൃപ്രയാർ അമ്പല മോഷണം അന്വേഷിക്കുന്ന പ്രത്യേക അന്വേഷണ സംഘത്തോട് ഈ കേസിനെ കുറിച്ച് കൂടുതൽ അന്വേഷിക്കുവാൻ എസ്.പി നിർദ്ദേശിച്ചു . അതേ തുടർന്ന് ഞങ്ങൾ സ്ഥലത്ത് പോയി അന്വേഷണമാരംഭിച്ചു. വീട്ടിലെ വേലക്കാരിയുൾപ്പെടെയുള്ളവരെ കണ്ട് വിശദമായി സംസാരിച്ചു. മോഷണരീതി മനസ്സിലാക്കി. പരാതിക്കാർ സ്റ്റേഷനിൽ വരുന്നതിന് ഏകദേശം രണ്ടു മാസം മുമ്പ് പഴയ സാധനങ്ങൾ വാങ്ങുന്നതിനായി രണ്ടു തമിഴ് സ്ത്രീകൾ വന്നിരുന്നുവെന്നറിഞ്ഞു. വാങ്ങിയ പഴയ റ്റ്യൂബുകൾക്കു വില നിശ്ചയിച്ച് പണം കൊടുത്ത് റ്റ്യൂബുകൾ പിന്നീട് വന്നെടുത്തു കൊള്ളാമെന്നു പറഞ്ഞ് പോകുകയായിരുന്നു ആ സ്ത്രീകൾ. ഈ സമയം വേലക്കാരി മാത്രമേ വീട്ടിലുണ്ടായിരുന്നുള്ളൂ. പനവടലിചത്രത്തിലെ തമിഴ് സ്ത്രീ മോഷ്ടാക്കളുടെ രീതിയാണിതെന്നു ഞങ്ങൾക്കു മനസ്സിലായി. അതനുസരിച്ച്, സംശയിക്കാവുന്ന കുറെ സ്ത്രീ മോഷ്ടാക്കളുടെ ഫോട്ടോ സംഘടിപ്പിച്ച് വേലക്കാരിയെ കാണിച്ചു. അതിലൊരു സ്ത്രീയെ വേലക്കാരി തിരിച്ചറിയുകയും ചെയ്തു.

അതിനനുസരിച്ച് ഞങ്ങൾ പനവടലിയിൽ എത്തി സ്ത്രീകളെ കണ്ടെത്തുകയും മോഷണക്കേസ് തെളിയുകയും ചെയ്തു. ചില സ്ഥലങ്ങളിൽ തമിഴ് സ്ത്രീകൾ മോഷണം നടത്തിയ വീട്ടിലുള്ളവർ പരസ്പരം സംശയിക്കുകയും കുടുംബ കലഹം ഉണ്ടാക്കുകയും

ചെയ്തിട്ടുണ്ട്. ഒരു വീട്ടിൽ അമ്മായിഅമ്മയും മരുമകളും തമ്മിൽ വഴക്കുണ്ടാക്കുകയും വിവാഹ മോചനത്തിൽ എത്തിച്ചേരുകയും ചെയ്തിട്ടുണ്ട്. ഈ ഗ്രാമത്തിലുള്ള പുരുഷ മോഷ്ടാക്കൾ പകൽ സമയത്തും രാത്രി സമയത്തും മോഷണം നടത്തുന്നു.ആളില്ലാത്ത വീടുകൾ ആണ് ഇവർ തിരഞ്ഞെടുക്കുന്നത്.പഴയ മോഷ്ടാക്കൾ ഇപ്പോൾ മുതലാളികളും ഗുണ്ടകളുമായി പലിശയ്ക്ക് പണം കൊടുത്ത് കഴിയുന്നവരാണ്. ഈ ഗ്രാമത്തെക്കുറിച്ച് ഞങ്ങൾക്കൊപ്പം വന്നിരുന്ന മനോരമ ചാനലിലെ റിപ്പോർട്ടർ നിഖിൽ ഡേവീസ് തയ്യാറാക്കിയ റിപ്പോർട്ട് ജനശ്രദ്ധ നേടിയിട്ടുള്ളതാണ്. ■

മറിയം കൊലക്കേസ്

2007 ആഗസ്റ്റ് 31. മറിയം വീട്ടിൽ കിടന്നുറങ്ങുകയായിരുന്നു. ഭർത്താവ് വെളുപ്പിനെഴുന്നേറ്റ് പശുവിനെ കറക്കുന്നതിനായി വീടിനു പുറത്തുള്ള തൊഴുത്തിലേക്കുപോയി. ആ സമയം ആരോ വീടിനുള്ളിൽ കടന്ന് കട്ടിലിൽ കിടന്നിരുന്ന മറിയത്തെ മരത്തിന്റെ മുട്ടി കൊണ്ട് തലയ്ക്കടിച്ച് കൊലപ്പെടുത്തി. കഴുത്തിൽ കിടന്നിരുന്ന സ്വർണ്ണ മാലയും 5 സ്വർണ്ണവളകളും അടക്കം 11 പവൻ സ്വർണ്ണാഭരണങ്ങൾ കവർന്നു.

കേസ് അന്വേഷണത്തിന് വിപുലമായ അന്വേഷണസംഘത്തിന് രൂപം കൊടുത്തു. ഇരിങ്ങാലക്കുട സ്റ്റേഷൻ അതിർത്തിയിലെയും പരിസരത്തെയും മുൻ കുറ്റവാളികളെയും സംശയമുള്ളവരെയും വിളിച്ച് വരുത്തി ചോദ്യം ചെയ്തു. ജില്ലയിലെയും സംസ്ഥാനത്തെയും അന്യസംസ്ഥാനത്തെയും ഇത്തരത്തിലുള്ള കേസുകളെയും ഇതേ രീതിയിൽ നടന്ന കൊലപാതകങ്ങളെയും കുറിച്ച് പഠനം നടത്തി. ഇത്തരം കേസുകളിൽ പിടിക്കപ്പെട്ടിട്ടുള്ള പ്രതികളുടെ ലിസ്റ്റ് എടുത്ത് അന്വേഷണം ആരംഭിച്ചു. ഈ അന്വേഷണത്തിനിടയിൽ മറ്റു പല കേസുകളും പിടിക്കാൻ കഴിഞ്ഞെങ്കിലും മറിയം കൊലക്കേസിനെക്കുറിച്ച് ഒരു തുമ്പും കിട്ടിയില്ല.

പ്രതിയെ പിടികൂടുന്നതു വൈകിയപ്പോൾ പ്രതിഷേധങ്ങൾ ഉയർന്നു തുടങ്ങി. കൊല്ലപ്പെട്ട മറിയത്തിന്റെ മകൻ, അന്വേഷണം ക്രൈംബ്രാഞ്ചിനെ ഏല്പിക്കുവാൻ ആവശ്യപ്പെട്ടു ഹൈക്കോടതിയിൽ കേസ് ഫയൽ ചെയ്തു. അന്വേഷണം ക്രൈംബ്രാഞ്ചിനെ ഏല്പിച്ചു കോടതി ഉത്തരവാകുകയും ചെയ്തു. കേസ് ഏറ്റെടുത്ത ക്രൈംബ്രാഞ്ച് അതിവിദഗ്ദ്ധമായ രീതിയിൽ അന്വേഷണം നടത്തിയിട്ടും പ്രതിയെ സംബന്ധിച്ച് യാതൊരു സൂചനയും കണ്ടെത്തുവാൻ സാധിച്ചില്ല.

രണ്ടു വർഷം കഴിഞ്ഞു. 2009 കൃത്യം ആഗസ്റ്റ് 31ന് പുലർച്ചെ, അതായത് 2007ൽ മറിയം കൊല്ലപ്പെട്ടതിന്റെ രണ്ടാം വാർഷികം

വരുന്ന അതേ തീയതിയിൽ മറിയത്തിന്റെ വീടിനു തൊട്ടടുത്തു താമസിക്കുന്ന വയോധികയായ രുഗ്മണി ടീച്ചർ ഇതേ മട്ടിൽ ആക്രമിക്കപ്പെട്ടു. പുലർച്ചെ പശുവിനെ കറക്കുവാൻ വീടിന് പുറത്ത് വന്ന സമയത്ത് ആരോ കമ്പിപ്പാരകൊണ്ട് തലയ്ക്കടിച്ച് വീഴ്ത്തുകയായിരുന്നു. കഴുത്തിലുണ്ടായിരുന്ന നാല് പവൻ തൂക്കം വരുന്ന സ്വർണ്ണമാല മോഷ്ടിച്ചു. ആളുകൾ ശരിക്കും നടുങ്ങി. പൊലീസിനെ വെല്ലുവിളിച്ച് കള്ളൻ നടത്തിയ ഒരു കൊടുംകുറ്റകൃത്യമായിട്ടാണ് പത്രങ്ങളെല്ലാം അതേക്കുറിച്ച് എഴുതിയിരുന്നത്. ശരിക്കും അതു പൊലീസിനോടും നാട്ടുകാരോടുമുള്ള ഒരു വെല്ലുവിളി തന്നെയായിരുന്നു താനും. കാരണം 31.08.2007ൽ മറിയം കൊല്ലപ്പെട്ടു. ഇരിങ്ങാലക്കുട സി.ഐ ആയിരുന്ന ജോസ് സർ മറിയം കൊല്ലപ്പെട്ട വാർത്തയറിഞ്ഞ് ചാലക്കുടിയിൽ നിന്ന് ഇരിങ്ങാലക്കുടയിലേക്ക് വരുമ്പോൾ കല്ലേറ്റുങ്കരയിൽ വെച്ച് റോഡ് സൈഡിലുണ്ടായ പുളിമരത്തിൽ വണ്ടി ഇടിച്ച് മരണപ്പെട്ടു. 31.08.09ൽ രുഗ്മണി ടീച്ചറെ തലയ്ക്കടിച്ച് സ്വർണ്ണം കവർന്നു. ഭാഗ്യം കൊണ്ട് ജീവൻ തിരിച്ചു കിട്ടി. ജനങ്ങൾ പരിഭ്രാന്തരായി. എന്തു ചെയ്യണം എന്നറിയാതെ പൊലീസും വിഷമത്തിലായി. ആളുകൾക്ക് രാത്രിയിൽ ഉറക്കമില്ലാതായി. പൊറത്തിശ്ശേരി ഭാഗത്തേക്കുള്ള കല്യാണാലോചനകളെ പോലും ഈ സംഭവങ്ങൾ ബാധിച്ചു.

പൊലീസിലെ ഉയർന്ന ഉദ്യോഗസ്ഥർ യോഗം ചേർന്നു. ക്രൈംബ്രാഞ്ച് ഉദ്യോഗസ്ഥരും ആകെ വിഷമത്തിലായി. അന്നത്തെ തൃശൂർ ജില്ലാ പൊലീസ് സൂപ്രണ്ട് എം.പി. ദിനേശ് സാറിന്റെ നിർദ്ദേശാനുസരണം ഇരിങ്ങാലക്കുട ഡി.വൈ.എസ്.പി പി.കെ രഞ്ജൻ സാറിന്റെ നേതൃത്വത്തിൽ പ്രത്യേക അന്വേഷണ സംഘം രൂപീകരിച്ചു. ഇരിങ്ങാലക്കുട സി.ഐ. ഫെയ്മസ് വർഗ്ഗീസ്, എസ്.ഐ. പ്രേമാനന്ദകൃഷ്ണൻ, അമ്പലമോഷണ അന്വേഷണത്തിനുള്ള സ്പെഷ്യൽ ടീമിൽ ഉണ്ടായിരുന്ന ഞാനും ഹെഡ്കോൺസ്റ്റബിൾമാരായിരുന്ന ജോൺസണും ഫ്രാൻസീസും പൊലീസുകാരായ അനിൽകുമാർ, സത്താർ, സതീശൻ എന്നിവരുമായിരുന്നു സംഘാംഗങ്ങൾ. ക്രൈംബ്രാഞ്ച് പൊലീസ് അവരുടേതായ രീതിയിൽ അന്വേഷണം തുടരുന്നുണ്ടായിരുന്നു. പുതിയ അന്വേഷണസംഘം സംഭവം നടന്ന രുഗ്മണി ടീച്ചറുടെ വീടിന്റെ അയൽവാസികളെക്കുറിച്ചും പൊറത്തിശ്ശേരി ഭാഗത്ത് താമസിക്കുന്നവരും എന്നാൽ വിശേഷദിവസങ്ങളിൽ മാത്രം വരാറുള്ളവരുമായ ആളുകളെക്കുറിച്ചും ഉള്ള വിവരങ്ങൾ ശേഖരിച്ചു. അന്വേഷണ സംഘം ഒരാഴ്ചയോളം ഗ്രൂപ്പുകളായി തിരിഞ്ഞ് ഊണും ഉറക്കവും ഇല്ലാതെ അന്വേഷണം നടത്തി.

ഇതിനിടയിലാണ് ആറുമാസത്തിനു മുമ്പ് നടവരമ്പിനടുത്ത് ചാമക്കുന്നിൽ താമസിക്കുന്ന പരിയാരത്ത് ഒരു സ്ത്രീയുടെ വീട്ടിൽ നടന്ന സംഭവം ശ്രദ്ധയിൽ പെടുന്നത്. കമലമ്മയുടെ മകൻ പ്രിയൻ രാത്രി പുറത്ത് കുളിക്കാൻ പോയ സമയത്ത് വീടിനുള്ളിൽ കയറി കട്ടിലിനടിയിൽ ഒളിച്ചിരുന്ന അക്രമി, പ്രിയൻ തിരികെ വന്നു മുറിയിൽ കയറിയപ്പോൾ പ്രിയന്റെ മുറിയുടെ വാതിൽ പുറത്ത് നിന്ന് പൂട്ടിയശേഷം കമലമ്മയുടെ തലയ്ക്ക് കമ്പിപ്പാരകൊണ്ട് അടിച്ച് സ്വർണ്ണമാല മോഷ്ടിക്കുകയായിരുന്നു. ഇതിനെക്കുറിച്ചുള്ള പരാതി സ്റ്റേഷനിൽ കൊടുക്കുകയും കേസെടുക്കുകയും ചെയ്തിരുന്നെങ്കിലും ആരും കാര്യമായി ഇതു ശ്രദ്ധിച്ചിരുന്നില്ല. ഇക്കാര്യം അന്ന് ഇരിങ്ങാലക്കുട സർക്കിൾ ഓഫീസിൽ റൈറ്ററും എന്റെ ബാച്ചുകാരനുമായ ജോയ് എന്നോട് പറഞ്ഞു. അതിനെ തുടർന്ന് നാലഞ്ചു വർഷത്തിനുള്ളിൽ തൃശൂർ ജില്ലയിൽ നടന്ന ഇത്തരത്തിലുള്ള കേസുകളെക്കുറിച്ച് അന്വേഷിച്ചു. രുഗ്മണി ടീച്ചറെ തലയ്ക്കടിച്ച് സ്വർണ്ണം കൊണ്ടുപോയതിനു സമാനമായ മറ്റു കേസുകളെക്കുറിച്ച് ചർച്ച ചെയ്തപ്പോഴാണ് മൂന്ന് വർഷത്തിനുമുമ്പ് കാട്ടൂർ പൊലീസ് സ്റ്റേഷനതിർത്തിയിലുള്ള പടിയൂർ എന്ന സ്ഥലത്ത് മറ്റൊരു സ്ത്രീക്കുണ്ടായ അനുഭവം ശ്രദ്ധയിൽ പെടുന്നത്. അവർ പശുവിനെ കറക്കുന്നതിനായി വീടിന് പുറത്ത് വന്ന സമയം കമ്പിപ്പാരകൊണ്ട് തലയ്ക്കടിച്ച് വീഴ്ത്തുകയും സ്വർണാഭരണങ്ങൾ കവരുകയുമായിരുന്നു. ആ സ്ത്രീ മൂന്ന് ദിവസത്തോളം അബോധാവസ്ഥയിൽ ആശുപത്രിയിൽ കഴിഞ്ഞശേഷമാണ് സുഖം പ്രാപിച്ചത്. ഇത്തരത്തിലുള്ള കേസുകൾ നടന്ന വീടുകളിലും പരിസരങ്ങളിലും വിശദമായ അന്വേഷണം നടത്തുവാൻ അന്വേഷണ സംഘം തീരുമാനിച്ചു.

ചാമക്കുന്നിൽ തലയ്ക്കടിയേറ്റ കമലമ്മയെ കണ്ട് ചോദിച്ചപ്പോൾ അവർക്കൊരാളെ സംശയമുണ്ടെന്നു പറഞ്ഞു. രൂപസാദൃശ്യം കൊണ്ട് തന്റെ വീടിനടുത്തുള്ള ഒരാളെയാണ് അവർ സംശയിക്കുന്നത്. അന്വേഷണ സംഘം അയാളെക്കുറിച്ചുള്ള വിവരങ്ങൾ ശേഖരിച്ചു. രാജേന്ദ്രൻ എന്നാണു പേര്. പൊറത്തിശ്ശേരിയാണു സ്വദേശം. നടവരമ്പ് ചാമക്കുന്നിൽ വാടകയ്ക്കു താമസിക്കുകയാണ്. ഫർണീച്ചർ പണിക്കാരനാണ്. ഇത്രയും വിവരങ്ങൾ അറിവായി. ഇയാൾ ഫർണീച്ചർ പണിതു കൊടുക്കാമെന്ന് പറഞ്ഞ് പലരുടെ കൈയ്യിൽ നിന്ന് കാശ് വാങ്ങിയിട്ടുണ്ടെന്നും സാമ്പത്തികമായി വളരെ ബുദ്ധിമുട്ടുന്നുണ്ടെന്നും അറിവു കിട്ടി. ഫർണീച്ചർ കൊടുക്കാമെന്നു പറഞ്ഞു രാജേന്ദ്രൻ പണം വാങ്ങിച്ചിരുന്ന ഒരാളെ കണ്ട് അന്വേഷിച്ചപ്പോൾ ഇയാളെക്കുറിച്ചുള്ള വിശദവിവരങ്ങൾ കിട്ടി. ഫർണീച്ചർ കിട്ടാതായപ്പോൾ ഇരിങ്ങാലക്കുട

പൊലീസ് സ്റ്റേഷനിൽ പരാതി കൊടുത്തിരുന്നു. എന്നാൽ കുറച്ചു പണം 2009 സെപ്തംബർ ഒന്നിനു വൈകീട്ട് അവന്റെ ഒരു ബന്ധു മുഖേന കൊണ്ടു കൊടുത്തു. പണം കൊടുക്കാനുള്ള മറ്റു പലർക്കും അന്നേ ദിവസം തന്നെ കൊടുത്തിരുന്നു എന്നും മനസ്സിലായി.

അന്നത്തെ അന്വേഷണം കഴിഞ്ഞ് പ്രത്യേക സംഘാംഗങ്ങൾ അന്വേഷണത്തെക്കുറിച്ച് വിശദമായ വിലയിരുത്തൽ നടത്തി. രാജേന്ദ്രനെ സംശയിക്കാമെന്നും അതിനുമുമ്പായി രാജേന്ദ്രന്റെ ബന്ധുവിനെ ആദ്യം കസ്റ്റഡിയിൽ എടുക്കാമെന്നും തീരുമാനിച്ചു. പിറ്റേദിവസം ചീട്ടുകളിയെക്കുറിച്ച് അന്വേഷിക്കുന്നതിനാണെന്നും പറഞ്ഞ് രാജേന്ദ്രന്റെ ബന്ധുവിനെ വിളിച്ച് വരുത്തി വിശദമായി ചോദ്യം ചെയ്തു. പറയുന്ന കാര്യങ്ങൾ എഴുതിയെടുത്തു. രാജേന്ദ്രൻ 31.08.09 വെളുപ്പിന് വീട്ടിൽ വരികയും അതിനുശേഷം മരക്കച്ചവടത്തിനാണെന്നും പറഞ്ഞു പോകുകയും പിറ്റേന്നു രാവിലെ വീണ്ടും വരികയും ചെയ്തുവെന്നു ബന്ധു പറഞ്ഞു. വന്നപ്പോൾ 20,000 രൂപ ബന്ധുവിനെ ഏൽപിച്ചു. അതിൽ നിന്ന് കുറച്ചു പണം ചാമക്കുന്നിൽ രാജേന്ദ്രൻ ഫർണീച്ചർ കൊടുക്കാമെന്ന് പറഞ്ഞ് പണം കൈപ്പറ്റിയിരുന്ന ആളിന് കൊടുക്കാനും നിർദേശിച്ചിരുന്നു. രാജേന്ദ്രൻ ഇപ്പോൾ പൊറത്തുശ്ശേരിയിൽ ബന്ധുവിന്റെ വീട്ടിൽ ഉണ്ടെന്നും പറഞ്ഞു. രാജേന്ദ്രൻ അവിടെ തന്നെയുണ്ടോയെന്ന് അവിടെയുള്ള വിശ്വസ്തനായ ഒരാളെ വിളിച്ച് ഉറപ്പ് വരുത്തിയശേഷം ഞങ്ങൾ രണ്ട് വണ്ടികളിലും ഒരു ബൈക്കിലുമായി രാജേന്ദ്രനെ കൊണ്ടുവരുന്നതിനായി പുറപ്പെട്ടു. ബന്ധുവീട്ടിൽ ഉണ്ടായിരുന്ന രാജേന്ദ്രനെ ഒരു കാര്യം ചോദിക്കാനുണ്ടെന്നും പറഞ്ഞ് വിളിച്ച് വണ്ടിയിൽ കയറ്റി.

സർക്കിൾ ഓഫീസിൽ കൊണ്ടു വന്ന ശേഷം രാജേന്ദ്രനെ ചോദ്യം ചെയ്തു. പറയുന്ന കാര്യങ്ങൾ എഴുതിയെടുത്തുകൊണ്ടിരുന്നു. ബന്ധുവിനെ പണമേൽപിച്ച കാര്യമൊന്നും അയാൾ ആദ്യം സമ്മതിച്ചില്ല. ബന്ധു എല്ലാ കാര്യങ്ങളും പറഞ്ഞിട്ടുണ്ട് എന്നു പറഞ്ഞപ്പോൾ സമ്മതിക്കാതെ നിവൃത്തിയില്ലെന്നായി. ആ പണം എവിടെ നിന്നു കിട്ടിയെന്ന് തിരക്കി. ചേർപ്പിലുള്ള ഫർണീച്ചർ കടക്കാരന്റെ കയ്യിൽ നിന്ന് ഫർണീച്ചർ വാങ്ങി, പെരുമ്പാവൂരിൽ കൊണ്ടു കൊടുത്തപ്പോൾ കിട്ടിയ പണമാണെന്നായിരുന്നു മറുപടി. 31.01.09 തീയതി പെരുമ്പാവൂരിലാണ് കിടന്നതെന്നും പറഞ്ഞു. രാജേന്ദ്രനെയും വണ്ടിയിൽ കയറ്റി ഫർണീച്ചർ വാങ്ങിയ കടയിലേക്കു പോയി. പാലയ്ക്കൽ, ചൊവ്വൂർ തുടങ്ങിയ സ്ഥലങ്ങളിലെല്ലാം കറങ്ങി. പക്ഷേ, ഫർണീച്ചർ വാങ്ങിയ പണിശാല കാണിച്ചു തരാൻ രാജേന്ദ്രനു കഴിഞ്ഞില്ല. ഗതി

കെട്ടപ്പോൾ ഒരു കട ചൂണ്ടിക്കാണിച്ചു, ''ഇതാണു കട.'' ആ കട ക്കാരനോട് ചെന്ന് അന്വേഷിച്ചു. രണ്ട് മാസം മുമ്പ് ഈ കടയിൽ രാജേന്ദ്രൻ ചെന്നിരുന്നു എന്നു കടയുടമ പറഞ്ഞു. ''ഒരു സെറ്റി ഉണ്ടാക്കുവാൻ വേണ്ടി 2000 രൂപ അഡ്വാൻസ് കൊടുത്തിരുന്നു. അതിനു ശേഷം വന്നിട്ടില്ല. പണം തിരികെ കിട്ടിയിട്ടുമില്ല,'' ഇതായിരുന്നു കടയുടമയുടെ വിശദീകരണം. അങ്ങനെ ആ കള്ളവും പൊളിഞ്ഞു. തുടർന്ന് രാജേന്ദ്രനെ ഇരിങ്ങാലക്കുട പൊലീസ് സ്റ്റേഷനിൽ തിരി കെയെത്തിച്ചു. അതുവരെ പറഞ്ഞ കാര്യങ്ങളിലെ വൈരുദ്ധ്യങ്ങൾ വെച്ച് ചോദ്യം ചെയ്തപ്പോൾ രാജേന്ദ്രന് പിടിച്ച് നിൽക്കാനായില്ല. എല്ലാ കാര്യങ്ങളും അയാൾക്കു തുറന്ന് പറയേണ്ടതായി വന്നു.

പൊറത്തുശ്ശേരിയിലുള്ള രുഗ്മണി ടീച്ചറെ ആക്രമിച്ചു സ്വർണം കവർന്നതു രാജേന്ദ്രനാണ്. രാത്രി 12.00 മണിയോടെ ടീച്ചറുടെ വീടിന്റെ ടെറസ്സിന്റെ മുകളിൽ കയറിയിരുന്നു. പുലർച്ചെ 5.30 മണി യോടെ ടീച്ചർ പശുവിനെ കറക്കുന്നതിനായി പുറത്തുവന്നപ്പോൾ രാജേന്ദ്രൻ കരുതിവെച്ചിരുന്ന കമ്പിപ്പാരകൊണ്ട് തലയ്ക്കടിച്ച് വീഴ്ത്തി കഴുത്തിലുണ്ടായിരുന്ന 4 പവൻ തൂക്കം വരുന്ന സ്വർണ്ണ മാല മോഷ്ടിച്ചു.

പൊറത്തുശ്ശേരിയിലെ മറിയം എന്ന വൃദ്ധയെ 31.08.07 തീയതി പുലർച്ചെ വീടിന്റെ പുറകിൽ പതുങ്ങിയിരുന്ന് ആക്രമിച്ചു കൊല പ്പെടുത്തിയതും അയാൾ വിവരിച്ചു. സ്വർണ്ണമാലകളും 5 സ്വർണ്ണ വളകളും അടക്കം 11 പവൻ തൂക്കം വരുന്ന സ്വർണ്ണാഭരണങ്ങളാണ് അന്നു മോഷ്ടിച്ചത്.

കാട്ടൂർ പൊലീസ് സ്റ്റേഷൻ പരിധിയിലുള്ള ഒരു സ്ത്രി പശു വിനെ കറക്കുന്നതിനായി വീടിന് പുറത്തുവന്ന സമയം കമ്പിപ്പാര കൊണ്ട് തലയ്ക്കടിച്ചു വീഴ്ത്തി, സ്വർണ്ണമാലയും 4 സ്വർണ്ണവളകളും അടക്കം 7 പവൻ തൂക്കം വരുന്ന സ്വർണ്ണാഭരണങ്ങൾ മോഷ്ടിച്ചു.

ഇരിങ്ങാലക്കുട പൊലീസ് സ്റ്റേഷൻ പരിധിയിലുള്ള മൂർക്കനാട് എന്ന സ്ഥലത്ത് താമസിക്കുന്ന ഒരു ടീച്ചറുടെ വീടിന്റെ അടുക്കള വാതിൽ തള്ളി തുറന്ന് അകത്തു കടന്ന് ടീച്ചറുടെ പുറകിൽ നിന്ന് കൈകൊണ്ടു വട്ടം ചുറ്റിപിടിച്ച് തല ഭിത്തിയിലിടിച്ച് വീഴ്ത്തി കൈയ്യിൽ ധരിച്ചിരുന്ന 5 സ്വർണ്ണവളകളും കഴുത്തിൽ ഉണ്ടായിരുന്ന സ്വർണ്ണമാലയും അടക്കം 10 പവൻ തൂക്കം വരുന്ന സ്വർണ്ണാഭരണ ങ്ങൾ മോഷ്ടിച്ചു.

അന്തിക്കാട് താന്ന്യം വില്ലേജ് പെരിങ്ങോട്ടുകര ദേശത്ത് വീടിന്റെ ഓട് പൊളിച്ച് അകത്തുകടന്ന് അവിടെ താമസിച്ചിരുന്ന

രണ്ടു സഹോദരിമാരെ അമ്മിക്കുഴ കൊണ്ട് തലയ്ക്കടിച്ച് വീഴ്ത്തി അതിൽ ഒരു സ്ത്രീയുടെ കൈയ്യിൽ ഉണ്ടായിരുന്ന 20 ഗ്രാം തൂക്കം വരുന്ന 2 സ്വർണ്ണവളകൾ മോഷ്ടിച്ചു.

ഇരിങ്ങാലക്കുട നടവരമ്പ് ചാമക്കുന്ന് താമസിക്കുന്ന കമലമ്മയുടെ വീട്ടിൽ രാത്രി കയറി ഒളിച്ചിരിക്കുകയും മകന്റെ മുറിയുടെ വാതിൽ പുറത്തു നിന്ന് പൂട്ടിയശേഷം കമ്പിപ്പാരകൊണ്ട് തലയ്ക്കടിച്ച് കമലമ്മ ധരിച്ചിരുന്ന 4 പവനോളം തൂക്കം വരുന്ന മാല മോഷ്ടിച്ചെടുക്കുകയും ചെയ്തു.

ആശാരിപ്പണി, സീസണുകളിൽ മാങ്ങാ പറിക്കൽ, അടയ്ക്കാമരം കച്ചവടം തുടങ്ങിയ പേരുകളിൽ വീടുകളിൽ ചെന്നു വീടുകളേയും ആൾക്കാരേയും പരിസരങ്ങളേയും കണ്ടുവെച്ചാണ് രാജേന്ദ്രൻ മോഷണം നടത്തുന്നത്. ടീച്ചറെ തലയ്ക്കടിക്കാൻ കൊണ്ടുവന്ന കമ്പിപ്പാര പെരിങ്ങോട്ടുകരയിലുള്ള കടയിൽ നിന്ന് വാങ്ങിച്ചതിനും മോഷ്ടിച്ച മാല ഇരിങ്ങാലക്കുടയിലുള്ള സ്വർണ്ണപണിശാലയിൽ വിറ്റതിനും തെളിവുകൾ ശേഖരിച്ചു.

മറിയം കൊലക്കേസും അതന്വേഷിക്കാൻ വന്ന സി ഐ യുടെ മരണവും ആവർത്തിച്ചുണ്ടായ തലയ്ക്കടിച്ചുള്ള കവർച്ചകളും മൂലം ദുഃഖിതരും പരിഭ്രാന്തരുമായിരുന്ന തൃശൂരിലെ പൊലീസിനും നാട്ടുകാർക്കും രാജേന്ദ്രന്റെ അറസ്റ്റ് വലിയ ആശ്വാസം പകർന്നു. പ്രത്യേക അന്വേഷണസംഘം രൂപീകരിച്ച് വളരെ പെട്ടെന്നു കേസ് തെളിയിക്കാനായത് പൊലീസിന് അഭിമാനകരമായി.

ചെറുപ്പത്തിൽ വീട്ടിലുണ്ടായിരുന്ന കുടുംബപ്രശ്നങ്ങളാണ് രാജേന്ദ്രനെ ഇങ്ങനെയൊരു തെറ്റായ ജീവിതശൈലിയിലേക്കു നയിച്ചതത്രെ. ആർഭാട ജീവിതം നയിക്കാനും അയാൾ ആഗ്രഹിച്ചിരുന്നു. ആക്രമിച്ചയാളെ കണ്ടാൽ ഇര പിന്നീടു തിരിച്ചറിയാതിരിക്കുവാൻ വേണ്ടിയാണ് തലയ്ക്കടിക്കുന്നത് എന്നും രാജേന്ദ്രൻ സമ്മതിച്ചു. അങ്ങനെ രാജേന്ദ്രൻ റിപ്പർ രാജേന്ദ്രനായി മാറി.

റിപ്പറിന്റെ ജയിൽ ചാട്ടങ്ങളും അന്വേഷണ സംഘത്തിന്റെ മിഷനും അറസ്റ്റും

2009 നവംബർ 12നു പിടികൂടി ജയിലിലടച്ച റിപ്പർ രാജേന്ദ്രൻ ഡിസംബർ 17നു ഇരിങ്ങാലക്കുട സബ്ബ് ജയിലിൽ നിന്ന് രക്ഷപ്പെട്ടു. ഇരിങ്ങാലക്കുട സി.ഐ. ഫെയ്മസ് വർഗ്ഗീസ് സാറും ഞാനും ഹെഡ്കോൺസ്റ്റബിൾമാരായിരുന്ന ജോൺസൺ, പൊലീസുകാരായ അനിൽകുമാർ, സത്താർ, രതീഷ് എന്നിവരും ഞങ്ങളെ അന്വേഷണത്തിൽ സഹായിക്കുന്ന ആറ്റുപറമ്പത്ത് നൗഷാദ് എന്ന സുഹൃത്തും

ഉണ്ടായിരുന്നു. റിപ്പറിനു വേണ്ടിയുള്ള ഊർജിതമായ അന്വേഷണം ഞങ്ങൾ ആരംഭിക്കുകയും ചെയ്തു. റിപ്പർ രാജേന്ദ്രന്റെ ഭാര്യ ഞങ്ങളെ സഹായിക്കാമെന്നു സമ്മതിച്ചു. രാജേന്ദ്രന്റെ വീട്ടിലെ ഫോൺ നമ്പർ സൈബർ സെല്ലിൽ കൊടുത്തിരുന്നു. അടുത്ത ദിവസം സത്യമംഗലത്തു നിന്ന് ഫോൺ വന്നു എന്ന വിവരം കിട്ടിയതനുസരിച്ച് ഞങ്ങൾ സത്യമംഗലത്ത് എത്തി കാത്തിരുന്നു. വിളിച്ചത് സത്യമംഗലത്തുള്ള ബൂത്തിൽ നിന്നായിരുന്നു. അവിടെയെല്ലാം അന്വേഷിച്ചെങ്കിലും പ്രയോജനമൊന്നും ലഭിച്ചില്ല. വീണ്ടും രാജേന്ദ്രൻ ഭാര്യയെ വിളിക്കും എന്ന പ്രതീക്ഷയിൽ സത്യമംഗലത്തു തന്നെ കാത്തു കിടന്നു.

19.12.09 തീയതി വൈകിട്ട് നാല് മണിയായപ്പോൾ രാജേന്ദ്രൻ ഭാര്യയെ ഒരു നമ്പറിൽ നിന്ന് വിളിച്ചതായി വിവരം കിട്ടി. അത് സത്യമംഗലം ബസ്സ്സ്റ്റാന്റിലെ നമ്പറായിരുന്നു. ഉടനെ തന്നെ ഞങ്ങൾ തിരിച്ചറിയാൻ പറ്റാത്ത വിധത്തിൽ വേഷം മാറി ബസ്സ് സ്റ്റാന്റിൽ എത്തി, സ്റ്റാന്റിലും ടെലിഫോൺ ബൂത്തിലും അന്വേഷിച്ചു. തൃശിനാപ്പിള്ളിയിലേക്കുള്ള ബസ്സിനെക്കുറിച്ചും സമയത്തെക്കുറിച്ചും ഒരാൾ അവിടെ അന്വേഷിച്ചതായി അറിഞ്ഞു. ഞങ്ങൾ നേരെ തൃശിനാപ്പിള്ളി ബസ്സ് കിടക്കുന്ന ഭാഗത്ത് എത്തി ബസ്സിൽ കയറി നോക്കി. കണ്ടു, റിപ്പർ രാജേന്ദ്രൻ ഒരു ബസ്സിൽ ഇരിക്കുന്നു! രാജേന്ദ്രൻ എന്ന് പേര് വിളിച്ചപ്പോൾ അവൻ തമിഴിൽ ഞാൻ രാജേന്ദ്രനല്ല എന്നു പറഞ്ഞു കൊണ്ടിരുന്നു. ഞങ്ങൾ പിടികൂടുമെന്നായപ്പോൾ അവൻ തമിഴ്നാട്ടുകാരനായി നടിച്ച് അലറി വിളിച്ച് ആളെ കൂട്ടുവാൻ ശ്രമിച്ചു. പക്ഷേ ഞങ്ങൾ ഐഡന്റിറ്റി കാർഡ് കാണിച്ച് പൊലീസാണെന്ന് ആളുകളെ ബോധ്യപ്പെടുത്തി റിപ്പറിനെ അവിടെ നിന്ന് അറസ്റ്റ് ചെയ്തുകൊണ്ടു വന്നു. അങ്ങനെ 19.12.09ൽ റിപ്പർ വീണ്ടും പിടിയിലായി.

തുടർന്ന് അയാൾ ഇരിങ്ങാലക്കുട സ്റ്റേഷനിൽ വെച്ച് ആത്മഹത്യയ്ക്ക് ശ്രമിച്ചു. അതുകൊണ്ട് ആശുപത്രിയിൽ കാണിച്ച് തൃശൂർ സെൻട്രൽ ജയിലിലടച്ചു. ജയിലിൽ വെച്ച് അസുഖം അഭിനയിച്ചതിനെ തുടർന്ന് ജയിൽ ഉദ്യോഗസ്ഥർ ചികിത്സക്കായി തൃശൂർ മെഡിക്കൽ കോളേജിൽ കൊണ്ടുപോയി അഡ്മിറ്റ് ചെയ്തു. അവിടെ നിന്നു ജയിലുദ്യോഗസ്ഥരുടെ കണ്ണ് വെട്ടിച്ച് തന്ത്രപൂർവ്വം റിപ്പർ വീണ്ടും രക്ഷപ്പെട്ടു. 9 ജയിലുദ്യോഗസ്ഥർ സസ്പൻഷനിലായി.

റിപ്പറുടെ രക്ഷപ്പെടൽ ജനങ്ങൾക്കിടയിൽ ഭീതി വിതച്ചു. പല സ്ഥലങ്ങളിലും റിപ്പറെ കണ്ടുവെന്ന വാർത്തകൾ പരന്നു. അങ്ങനെയുള്ളിടത്തെല്ലാം ജനങ്ങൾ സ്ക്വാഡുകൾ രൂപീകരിച്ച് ഉറക്കമൊഴിച്ച് കാവലിരുന്നു. തൃശൂർ പേരാമംഗലം പൊലീസ് ആണ് ജയിൽ ചാട്ട ക്കേസ് അന്വേഷിച്ചത്. കഴിഞ്ഞ തവണ പിടി കൂടിയ സംഘത്തെ

തന്നെ കേസന്വേഷണം ഏൽപിക്കണമെന്നു ജനങ്ങളുടെ ഇടയിൽ നിന്ന് ആവശ്യമുയർന്നു. അതനുസരിച്ച്, തൃശൂർ എസ്.പിയുടെ പ്രത്യേക നിർദ്ദേശപ്രകാരം ഞങ്ങൾ വീണ്ടും അന്വേഷണമാരംഭിച്ചു. 10.12.2010 നു ഞങ്ങൾ തമിഴ്നാട്ടിലേക്കു പുറപ്പെട്ടു. രണ്ടാം പ്രാവശ്യവും തടവു ചാടിയ കുപ്രസിദ്ധ കൊലയാളി റിപ്പർ രാജേന്ദ്രനെ തേടിയുള്ള യാത്ര. കൈമുതലായി നിശ്ചയദാർഢ്യം മാത്രം. പിന്നെ റിപ്പറുടെ ശീലങ്ങളും മുൻവഴികളും അറിയാമെന്ന ആത്മവിശ്വാസവും. റിപ്പറെ 'കണ്ടു' എന്നു കിംവദന്തികൾ പരന്ന അയാളുടെ പഴയ ചില താവളങ്ങൾ ലക്ഷ്യമാക്കിയായിരുന്നു ഞങ്ങളുടെ യാത്ര.

വീരപ്പൻ വിളയാടിയ സത്യമംഗലം കാടിനടുത്ത ബസ് സ്റ്റാന്റിൽ നിന്ന് മുമ്പൊരിക്കൽ റിപ്പറെ 'പൊക്കിയ' അതേ പൊലീസ് സംഘമായിരുന്നു ഞങ്ങളുടേത്. സി.ഐ ഫേമസ് വർഗ്ഗീസ് സാർ, ഹെഡ് കോൺസ്റ്റബിൾമാരായ ഞാൻ, ജോൺസൺ, പൊലീസുകാരായ അനിൽകുമാർ, സത്താർ, രതീഷ് എന്നിരാണ്.

റിപ്പർവേട്ടയുടെ നാൾ വഴികൾ:

മിഷൻ ഫസ്റ്റ് ഡേ

ക്ഷേത്രങ്ങളുടെ നഗരമായ ചിദംബരത്താണ് ഞങ്ങളാദ്യമെത്തിയത്. വിശ്വാസികൾക്ക് പ്രിയപ്പെട്ട ഇടം. തന്റെ ദുഷ്പ്രവൃത്തികൾക്ക് പിന്തുണ തേടി (അത് കിട്ടില്ലെങ്കിലും) റിപ്പർ ക്ഷേത്രങ്ങളിൽ എത്താറുണ്ടെന്നു ഞങ്ങൾക്കറിയാം. മുമ്പ് മേട്ടുപ്പാളയം ക്ഷേത്രത്തിലെ സ്ഥിരം സന്ദർശകനായിരുന്നു റിപ്പർ. ചിദംബരത്തു ചെറിയ ക്ഷേത്രങ്ങളിലൂടെ ഞങ്ങൾ നടന്നു നീങ്ങി. ചിലപ്പോൾ തീർത്ഥാടകരുടെ വേഷത്തിലും മറ്റു ചിലപ്പോൾ പൊലീസായും അവിടെയെല്ലാം ചുറ്റിക്കറങ്ങി. ഹോട്ടലുകളിൽ കയറിയിറങ്ങി, രാജേന്ദ്രന്റെ ഫോട്ടോ കാണിച്ച് ചോദിച്ചു കൊണ്ടിരുന്നു. അങ്ങനെ ആദ്യദിനം കടന്നു പോയി.

മിഷൻ സെക്കന്റ് ഡേ

റിപ്പറിനെക്കുറിച്ച് ഒരു വിവരവും കിട്ടാതെ ഒന്നാം നാൾ പോയതിന്റെ നിരാശ വക വയ്ക്കാതെ രണ്ടാം ദിവസം ഞങ്ങൾ കോയമ്പത്തൂരിൽ നിന്ന് 135 കിലോമീറ്റർ അകലെ കരൂർക്ക് പോയി. അവിടെ വാട്ടർ ഫിൽറ്റർ കമ്പനി നടത്തുന്ന പട്ടേപാടം സ്വദേശി ലെനിൻ ഞങ്ങളുടെ സഹായത്തിനു വന്നു. മലയാളത്തിനൊപ്പം തമിഴും 'തെരി'യുന്ന ലെനിൻ നല്ല വഴികാട്ടിയായി. വൈകുന്നേരമായപ്പോൾ

ഞങ്ങൾ കരൂർ അശോകഭവൻ ഹോട്ടലിൽ ഭക്ഷണം കഴിക്കാൻ കയറി. ആവി പറക്കുന്ന റിപ്പർ കഥകൾ പറഞ്ഞ് ഞങ്ങൾ ചൂടു ചായ കുടിച്ചുകൊണ്ടിരുന്നു. ചായയുമായി വന്ന വെയ്റ്ററെ ഞങ്ങൾ റിപ്പറുടെ ഫോട്ടോ കാണിച്ചു. 'ഇവൻ സതീശൻ താൻ.....'' അയാൾ അത്ഭുതം പ്രകടിപ്പിച്ചു. ''ഇവൻ കൊലയാളി''യെന്ന് ഞങ്ങൾ അറിയിച്ചപ്പോൾ അയാൾ ഞെട്ടി. 10 ദിവസം മുമ്പ് ആ ഹോട്ടലിൽ പാഴ്സൽ നിറയ്ക്കുന്ന പണി ചെയ്തുകൊണ്ടിരിക്കുകയായിരുന്നത്രെ രാജേന്ദ്രൻ. അതിനകം അയാൾ പുതിയ സ്ഥലത്തേക്ക് പോയിരുന്നു. സതീശൻ എന്നാണ് ഹോട്ടലിൽ പേരു പറഞ്ഞിരുന്നത്

മിഷൻ തേഡ് ഡേ

ഞങ്ങൾ തമിഴ്നാട്ടിൽ കരൂരിൽ തന്നെ തുടരുന്നു. റിപ്പറെ തിരിച്ചറിഞ്ഞ വെയ്റ്റർ ചില തുമ്പുകൾ തന്നു. ഒരു മൊബൈൽ ഞങ്ങൾക്കു പിടിവള്ളിയായി കിട്ടി. ഹോട്ടൽ ജീവനക്കാരനായിരുന്ന രഘുപതി എന്നയാളുടെ മൊബൈലുമായാണ് റിപ്പർ കടന്നിരിക്കുന്നത്. പക്ഷേ, പലിശക്കാരൻ കൂടിയായ സേതുപതി ഹോട്ടലിൽ നിന്ന് സ്ഥലം വിട്ടിരുന്നു. സേതുപതി മൊബൈലും സിമ്മും വാങ്ങിയത് രാജാദുരൈയിൽ നിന്ന്. പക്ഷേ പൊലീസെന്നും അന്വേഷണമെന്നും ഒക്കെ കേട്ടു പരിഭ്രാന്തനായ രാജാദുരൈ ഞങ്ങളെ കാണാതെ മുങ്ങി.

മിഷൻ ഫോർത്ത് ഡേ

വീരപ്പാളയത്താണ് രാജാദുരൈയുടെ താമസം. അന്വേഷിച്ചു പോയി. പക്ഷേ കിട്ടിയില്ല. ഞങ്ങൾ മടങ്ങി. വീണ്ടും കരൂർ ഹോട്ടലിലെത്തി ജീവനക്കാരെ കാര്യങ്ങളുടെ ഗൗരവം ഒന്നുകൂടി ബോധ്യപ്പെടുത്തി. അവർ രാജാദുരൈയെക്കുറിച്ച് കുറെ വിവരങ്ങൾ കൂടി തന്നു. അങ്ങനെ അയാളെ കണ്ടെത്തി. റിപ്പർ ഉപയോഗിക്കുന്ന ഫോണിന്റെ നമ്പർ കിട്ടിയാൽ മതി ഞങ്ങൾക്ക്. അയാൾ നമ്പർ തന്നു. ആ നമ്പരുമായി സൈബർ സെല്ലിലേക്ക് പോയി. റിപ്പർ വിളിച്ചത് പ്രധാനമായും കോയമ്പത്തൂർ വേദപ്പെട്ടിയിലെ നന്ദികേശൻ എന്നയാളെയാണെന്ന് അവിടെ നിന്നു വിവരം കിട്ടി.

ഞങ്ങൾ വേദപ്പെട്ടിയിലെത്തി. ജിനു എന്ന മലയാളി അവിടെ ഞങ്ങൾക്ക് സഹായത്തിനെത്തി. ജിനു തമിഴിൽ നന്ദികേശന്റെ നമ്പറിലേക്ക് വിളിച്ചു. കൊറിയർ കമ്പനിയിൽ നിന്നെന്ന് പരിചയപ്പെടുത്തി, പാഴ്സൽ വാങ്ങാൻ വരാൻ അറിയിച്ചു. പക്ഷേ അപകടം മണത്ത

അയാൾ വെട്ടിൽ വീണില്ല. പകരം കൊറിയർ ഒരു കടയിൽ എത്തിക്കാൻ നിർദ്ദേശിച്ചു.

ഞങ്ങൾ പാഴ്സൽ ഉണ്ടാക്കി വേഷം മാറി നന്ദികേശൻ പറഞ്ഞ കടയിൽ എത്തി. പക്ഷേ അയാൾ വന്നില്ല. പാഴ്സൽ കൈപറ്റി ഒപ്പിട്ടു തരണമെന്ന് പറഞ്ഞ് വീണ്ടും വിളിച്ചു. അയാൾ ഒരു റോഡിന്റെ പേര് പറഞ്ഞു.

ഞങ്ങൾ ആ റോഡിലേക്ക് ചെന്നു. അവിടെ 'കൊറിയർ' വാങ്ങാൻ വന്ന നന്ദികേശൻ അങ്ങിനെ വലയിലായി. തനിക്ക് 'സതീശനു'മായി അടുപ്പമില്ലെന്നായി നന്ദികേശൻ. ഒരു മരകമ്പനി നടത്തിപ്പുകാരിയായ സ്ത്രീയാണ് തന്നെ 'സതീശനു'മായി പരിചയപ്പെടുത്തിയതെന്ന് അയാൾ കട്ടായം പറഞ്ഞു. ഞങ്ങൾ ആ സ്ത്രീയെ തേടി യാത്രയായി. കണ്ടെത്തുകയും ചെയ്തു.

സതീശൻ പണി തേടി അവിടെ വന്നിരുന്നതായി ആ സ്ത്രീ പറഞ്ഞു. ജോലി നൽകാൻ കഴിഞ്ഞില്ല. നന്ദികേശന്റെ നമ്പർ നൽകി അയാളുമായി ബന്ധപ്പെടാൻ പറഞ്ഞു വിടുകയായിരുന്നു. ഞങ്ങൾക്ക് നിരാശയായി. വേദപ്പെട്ടി ഭാഗത്ത് 60 മരക്കമ്പനികളിലൂടെ ഞങ്ങൾ കയറിയിറങ്ങി. ഫലമുണ്ടായില്ല.

മിഷൻ ഫിഫ്ത്ത് ഡേ

വേദപ്പെട്ടിയിൽ ഞങ്ങൾ റിപ്പറെ തേടിയുള്ള സഞ്ചാരം തുടരുകയാണ്. അവിടം വിടില്ലെന്ന പ്രതീക്ഷ ബാക്കിയുണ്ട്. ഹോട്ടലുകൾ മുഴുവൻ കയറിയിറങ്ങി. ചിത്രങ്ങൾ കാണിച്ചു. ഒരു രക്ഷയുമില്ല. അങ്ങനെ വാഹനം മുന്നോട്ടു നീങ്ങവെ വടമധുരയിൽ റോഡരികിലൂടെ ഒരാൾ ബാഗുമായി നീങ്ങുന്നതു ശ്രദ്ധയിൽ പെട്ടു. ഉള്ളിൽ ഒരു കൊള്ളിയാൻ മിന്നി. ഒരുവട്ടം കൂടി നോക്കിയുറപ്പിച്ചു. അവൻ തന്നെ, റിപ്പർ. വാഹനം വേഗത കുറയ്ക്കുന്നതു കണ്ട അവൻ ഓടി. ഞങ്ങൾ വണ്ടിയിൽ നിന്നിറങ്ങി അവന്റെ പിന്നാലെ പാഞ്ഞു. വാഹനം റോഡിനു നടുവിൽ കിടക്കുകയാണ്. ഗതാഗതം സ്തംഭിച്ചു. 'കില്ലർ, കില്ലർ' എന്നു ഞങ്ങൾ വിളിച്ചു പറഞ്ഞു. സ്ത്രീകളുൾപ്പെടെ നാട്ടുകാർ വഴികൾ അടച്ചു. ഒടുവിൽ റിപ്പർ കുടുങ്ങി. ഞങ്ങളുടെ ഉറക്കം കെടുത്തിയ ദുഃസ്വപ്നം റിപ്പർ വീണ്ടും വലയിലായി. മിഷൻ സക്സസ്.

റിപ്പറിന്റെ യാത്ര

പിടിയിലായ റിപ്പർ തന്റെ അന്തംവിട്ട പാച്ചിലിനെക്കുറിച്ചു വിശദമായി പറഞ്ഞു. തൃശ്ശൂരിൽ നിന്ന് ഡിസംബർ 27ന് കാർ വാടകയ്ക്കെടുത്താണ് നാടുവിട്ടത്. വടക്കാഞ്ചേരിയിൽ എത്തിയപ്പോൾ

വാഹനം നിർത്താൻ പറഞ്ഞു. ചേട്ടന്റെ കടയിൽ നിന്ന് ഒരു സാധനം എടുത്തു വരാമെന്ന് പറഞ്ഞ് മുങ്ങൽ. അവിടെ അല്പം അലഞ്ഞു.

ചിലരിൽ നിന്ന് പണം വാങ്ങാൻ ശ്രമിച്ചു. പിന്നെ കണ്ണമ്പ്രയിലേക്ക്. അവിടെ നിന്ന് പാലക്കാട്ടേക്ക്. അവിടെ രക്ഷയില്ലാതെ കോയമ്പത്തൂരിൽ എത്തി. പിന്നെ പഴനിക്ക് യാത്ര പോയി. പഴനിയിൽ ഹോട്ടൽ ജോലിക്ക് നിന്നു. സതീശൻ എന്ന പേരാണ് പറഞ്ഞത്. അവിടെ നിന്ന് ദിണ്ഡികൽ ഭാഗത്തേക്കായി സഞ്ചാരം. ഒടുവിൽ കരൂർ അശോക് ഭവൻ ഹോട്ടലിലെത്തി കൈ മുറിച്ച പാടു കാണിച്ച് വാഹനാപകടത്തിൽ പരിക്കേറ്റതാണെന്ന് പറഞ്ഞു. കുറച്ചു നാൾ അവിടെ പണിയെടുത്ത ശേഷം മൊബൈൽ മോഷ്ടിച്ചു കടന്നു. പിന്നെ പിടിച്ചു നിൽക്കാൻ മരപ്പണിശാലകളിൽ പണിയന്വേഷിച്ചു കറങ്ങിക്കറങ്ങി വടമധുര വരെയെത്തി. വടമധുരയിൽ പൊലീസ് വടത്തിൽ തട്ടിവീണു. പരക്കം പാച്ചിലുകൾക്ക് അവിടെ വിരാമമായി. ■

നഗ്നദൃശ്യങ്ങളടങ്ങിയ വീഡിയോ: വില പറഞ്ഞത് അര കോടി രൂപ

2014 നവംബർ 24 നു രാത്രി തൃശൂരിലുള്ള വ്യവസായിക്ക് ഒരു ഫോൺ സന്ദേശം കിട്ടുന്നു. മകളുടെ നഗ്നദൃശ്യങ്ങളടങ്ങിയ വീഡിയോ തങ്ങളുടെ കൈയിലുണ്ടെന്നും അമ്പതു ലക്ഷം രൂപ കൊടുത്തില്ലെങ്കിൽ വീഡിയോ ഇന്റർനെറ്റിൽ പരസ്യപ്പെടത്തുമെന്നുമുള്ള ഭീഷണിയായിരുന്നു അത്. പിറ്റേന്ന് വൈകിട്ട് 6 മണിക്ക് 50 ലക്ഷം രൂപയുമായി മണ്ണുത്തി ബൈപാസിൽ എത്തണമെന്നായിരുന്നു നിർദേശം. വ്യവസായി പൊലീസിൽ പരാതിപ്പെട്ടു. മേലധികാരികൾ അന്വേഷണം ഞങ്ങളുടെ ടീമിനെ ഏൽപ്പിച്ചു.

പണവുമായി വരുന്ന വാഹനത്തിൽ വ്യവസായിയും മകനും മാത്രമേ ഉണ്ടാകാൻ പാടുള്ളൂ എന്നും മറ്റൊരാളെയും അറിയിക്കരുതെന്നും വ്യവസായിയും കുടുംബവും തങ്ങളുടെ നിരീക്ഷണത്തിലാണെന്നും മറ്റും ഭീഷണിയിൽ ഉണ്ടായിരുന്നു. വ്യവസായി ഈ വിവരങ്ങളെല്ലാം ഞങ്ങളെ അറിയിക്കുകയും ഞങ്ങളുടെ നിർദ്ദേശങ്ങളെല്ലാം പാലിക്കാൻ തയ്യാറാകുകയും ചെയ്തു.

പറഞ്ഞ സമയത്തു വ്യവസായിയും മകനും ഒരു കാറിൽ പുറപ്പെട്ടു. ഞങ്ങൾ പല വേഷങ്ങളിൽ, പല വാഹനങ്ങളിൽ അവരെ പിന്തുടർന്നു. വ്യവസായിയുടെ വാഹനത്തിൽ പണം എന്നു തോന്നുന്ന വിധത്തിൽ കടലാസുകൾ നിറച്ച ഒരു ബാഗ് തയ്യാറാക്കിയിരുന്നു. അവർ മണ്ണുത്തി ബൈപ്പാസിൽ എത്തിയപ്പോൾ ഭീഷണിക്കാർ ഫോൺ വിളിച്ചു. പട്ടിക്കാട് ഭാഗത്തേക്ക് വാഹനവുമായി എത്തുവാനായിരുന്നു നിർദേശം. പട്ടിക്കാട് എത്തിയപ്പോൾ തിരികെ മുടിക്കോട് ഭാഗത്തേക്ക് വരികയെന്നായി നിർദേശം. കുറച്ചു സമയം കഴിഞ്ഞപ്പോൾ കെ എൽ 54 എ 3 എന്ന നമ്പറിലുള്ള ഇന്നോവ കാർ വ്യവസായിയുടെ കാർ നിരീക്ഷിച്ചുകൊണ്ട് കടന്നുപോകുന്നതായി ഞങ്ങളുടെ ശ്രദ്ധയിൽപെട്ടു. സംശയം തോന്നുന്ന എല്ലാ വാഹനങ്ങളുടെയും

രജിസ്ട്രേഷൻ നമ്പർ കുറിച്ചെടുത്ത് അപ്പോൾ തന്നെ ഞങ്ങൾ അവയുടെ ഉടമകളാരെന്നു പരിശോധിച്ചുകൊണ്ടിരുന്നു.

നിരീക്ഷണത്തിലൂടെ വ്യവസായിയുടെ കൂടെ മകൻ അല്ലാതെ മറ്റാരും ഇല്ല എന്ന് ഉറപ്പാക്കി മടങ്ങിയ പ്രതികൾ അതേ വാഹനത്തിൽ തിരികെ വന്നു. അതിൽ നിന്ന് ഒരാൾ ഇറങ്ങി വ്യവസായിയുടെ കാറിനടുത്തേക്ക് വരുന്നത് കണ്ടു. അവിടെ മറഞ്ഞിരിക്കുകയായിരുന്ന ഞങ്ങൾ ഉടൻ തന്നെ കാറിനെ വളയുകയും പുറത്തേക്ക് വന്ന ആളെയും കാറിലുണ്ടായിരുന്ന ആളെയും പിടികൂടുകയും ചെയ്തു. കണ്ട മാത്രയിൽ തന്നെ ആളുകളെ ഞങ്ങൾക്ക് മനസ്സിലായി.

2010ൽ ചെന്ത്രാപ്പിന്നിയിലുള്ള ഒരു ജ്വല്ലറി ഉടമയെ കൊന്ന കേസിലെ പ്രതികളായ ശ്രീജേഷും സനീഷും ആയിരുന്നു ഇവർ. ഞങ്ങളെ കണ്ടപ്പോൾ തന്നെ രക്ഷയില്ലെന്നു മനസ്സിലാക്കിയ ഇവർ കാര്യങ്ങളെല്ലാം തുറന്നു പറഞ്ഞു. കൊലക്കേസിന്റെ വക്കീൽ ഫീസ് കൊടുക്കാൻ വേണ്ടി ചെയ്ത തട്ടിപ്പായിരുന്നുവത്രെ. ശ്രീജേഷ് ആണ് ഈ തട്ടിപ്പിന്റെ ആശയം കൊണ്ടുവന്നത്. വ്യവസായിയെ ഫോൺ വിളിക്കുന്നതിനു മാത്രമായി തൃപ്രയാറിൽ നിന്ന് ഒരു പുതിയ മൊബൈൽഫോൺ വാങ്ങിക്കുകയും ഇടുക്കികാരൻ ആയ ഒരാളുടെ ഐഡി കാർഡ് ഉപയോഗിച്ച് ഒരു സിം കാർഡ് എടുക്കുകയും ചെയ്തു. കൃത്യത്തിന് ഉപയോഗിക്കുന്നതിനായി മലപ്പുറത്തുനിന്ന് ഒരു ഇന്നോവ കാർ വാടകയ്ക്ക് എടുത്തു. ഒരു പിസ്റ്റളും സംഘടിപ്പിച്ചു കാറിൽ വച്ചിരുന്നു. നഗ്നവീഡിയോകൾ അടങ്ങിയ സിഡി ആണെന്ന് വ്യവസായിയെ വിശ്വസിപ്പിക്കാൻ ഒരു പഴയ ബ്ലാങ്ക് സിഡിയും ഒരു പെൻഡ്രൈവും കവറിലാക്കി വെച്ചിരുന്നതും കാറിൽ നിന്നു ഞങ്ങൾ കണ്ടെടുത്തു. ■

കച്ചവടക്കാരുടെ വേഷത്തിൽ കള്ളനെ തേടി

സംസ്ഥാനത്ത് വാഹനമോഷണങ്ങളും അമ്പലമോഷണങ്ങളും അധികരിച്ച ഒരു സമയം. പരാതികൾ വ്യാപകമായപ്പോൾ ഓരോ ജില്ല കേന്ദ്രീകരിച്ചും വാഹന മോഷണ അന്വേഷണസംഘവും അമ്പല മോഷണ അന്വേഷണ സംഘവും രൂപീകരിക്കാൻ പൊലീസ് അധികാരികൾ തീരുമാനിച്ചു. 2002 ൽ ആണിത്. ഞാനന്നു കാട്ടൂർ പൊലീസ് സ്റ്റേഷനിലാണു ജോലി ചെയ്തിരുന്നത്. അബ്ദുൾവാഹിദ് സാറിന്റെ കീഴിൽ തൃശൂർ ജില്ലയിൽ രൂപീകരിച്ച വാഹനമോഷണ അന്വേഷണസംഘത്തിൽ എന്നെ അംഗമാക്കി. പഴുവിലുള്ള അശോകൻ, പുത്തൻചിറയിലുള്ള രവീന്ദ്രൻ എന്നീ ഉദ്യോഗസ്ഥരും വാഹന മോഷണ അന്വേഷണ സംഘത്തിലുണ്ടായിരുന്നു. ഞങ്ങൾ അന്വേഷണമാരംഭിച്ചു.

വ്യാജ ആർ.സി.ബുക്ക് നിർമ്മിച്ച് വാഹനങ്ങൾ പണയം വയ്ക്കുന്ന സംഘത്തെയും ആർ.സി.ബുക്ക് നിർമ്മിക്കുന്ന സംഘത്തെയും ഞങ്ങൾ ആദ്യഘട്ടത്തിൽ പിടിച്ചു. തൃശൂർ ജില്ലയിലും മലപ്പുറം ജില്ലയിലും വ്യാജ ആർ.സി ബുക്കുകൾ പണയം വച്ച നിരവധി കേസുകളുണ്ടായിരുന്നു.

ഇതുമായി ബന്ധപ്പെട്ട അന്വേഷണങ്ങൾ നടക്കുന്ന സമയത്ത് ഒരു വിവാഹ വീട്ടിൽ വച്ച്, എന്റെ ബന്ധുവായ ബഷീറിൽ നിന്ന് ഒരു വിവരം കിട്ടി. കൊടുങ്ങല്ലൂരിൽ ഓട്ടോറിക്ഷ ഓടിക്കുന്നയാളാണ് ബഷീർ. 1988 ൽ കൊടുങ്ങല്ലൂരിൽ നിന്നും ഒരു ഓട്ടോറിക്ഷ മോഷ്ടിച്ച് പിടിക്കപ്പെട്ട് ജാമ്യത്തിൽ ഇറങ്ങിയശേഷം ഒളിവിൽ പോയ ദാസനെക്കുറിച്ചാണ് ബഷീർ പറഞ്ഞത്. ഒളിവിൽ പോയ ശേഷം അനേകം അമ്പലങ്ങളിൽ ദാസൻ മോഷണം നടത്തിയതായി പൊലീസിനു വിവരമുണ്ടായിരുന്നു. പാലക്കാടും എറണാകുളത്തും അയാളെ പിടികിട്ടാപ്പുള്ളിയായി പ്രഖ്യാപിച്ചിട്ടുണ്ട്. ഇരിഞ്ഞാലക്കുട നടന്ന

അമ്പലമോഷണത്തിൽ അയാളുടെ വിരലടയാളം കണ്ടെത്തി സ്ഥിരീകരിച്ചിട്ടുള്ളതുമാണ്. കൊടുങ്ങല്ലൂർ, പുല്ലൂറ്റ് സ്വദേശിയായ ഈ ദാസനെ മേട്ടുപാളയത്തുള്ള ഭവാനി കള്ളുഷാപ്പിൽ വെച്ച് ഒരാൾ കണ്ടുവെന്നാണ് ബഷീർ തന്ന വിവരം.

ഉടനെ തന്നെ ഈ വിവരം ഞാൻ ഡി.വൈ.എസ്.പി വാഹിദ് സാറിനെ അറിയിച്ചു. അന്വേഷിച്ചു പോകാനുള്ള അനുമതിയും കുറച്ചു പണവും അദ്ദേഹം നൽകി. അങ്ങനെ ഞാനും അശോകനും രവിയുമൊന്നിച്ചു കോയമ്പത്തൂരിലേക്ക് ബസ്സ് കയറി. അവിടെ നിന്ന് മേട്ടുപാളയത്ത് എത്തി ലോഡ്ജിൽ മുറിയെടുത്തു താമസിച്ചു. പിറ്റേദിവസം രാവിലെ ഞാനും രവിയും വേഷം മാറി മേട്ടുപാളയത്തുള്ള കള്ളുഷാപ്പ് അന്വേഷിച്ചു പുറപ്പെട്ടു. അവസാനം ഭവാനി കള്ള് ഷാപ്പ് കണ്ടു പിടിക്കുകയും ചെയ്തു. കള്ളുഷാപ്പിന് പുറത്ത് വൈകുന്നേരം വരെ കാത്തിരുന്നു. മലയാളികൾ ആരെങ്കിലും കള്ള് കുടിക്കാൻ വരുന്നുണ്ടോയെന്നറിയാനായിരുന്നു ആ കാത്തിരിപ്പ്. മലയാളികളെ ആരെയും കണ്ടെത്തുവാൻ കഴിഞ്ഞില്ല. അവസാനം ഈ കള്ളുഷാപ്പിനെക്കുറിച്ച് കൂടുതൽ അന്വേഷിച്ചു. മലയാളിയായ ഷാപ്പ് കോൺട്രാക്ടർ ശശാങ്കന്റെ കീഴിൽ ഉള്ളതാണു ഷാപ്പെന്നും ഷാപ്പ് നടത്തുന്ന ആൾ മലയാളിയാണെന്നും മനസ്സിലായി. പിറ്റേ ദിവസം രാവിലെ വീണ്ടും ചെന്ന് ഷാപ്പിൽ ജോലി ചെയ്യുന്ന തൃശൂർക്കാരനായ ആളെ കണ്ട് ദാസനെക്കുറിച്ച് അന്വേഷിച്ചു. ഞങ്ങൾ പറഞ്ഞ രൂപസാദൃശ്യത്തിലുള്ള ആൾ അവിടെ കള്ള് കുടിക്കാൻ വരാറില്ലെന്ന് അയാൾ പറഞ്ഞു. ഞങ്ങളുടെ അന്വേഷണം അവിടെ വഴി മുട്ടി. അന്നും വൈകുന്നേരം വരെ കള്ളുഷാപ്പിന്റെ അരികിൽ തന്നെ ഇരുന്നു. ആകെ സങ്കടമായി. ആകെ ഉണ്ടായിരുന്ന ഒരു അറിവായിരുന്നു ''ഭവാനി കള്ള് ഷാപ്പ്''. അതുകൊണ്ടിനി കാര്യമില്ല. ഞങ്ങൾ ലോഡ്ജിലേക്ക് തിരിച്ചു പോയി. രാത്രി ഉറക്കം അകന്നു നിന്നു.

പിറ്റേ ദിവസം രാവിലെ അശോകനെ കള്ളുഷാപ്പിന്റെ മുമ്പിൽ നിറുത്തിയിട്ടു ഞാനും രവിയും കൂടി മേട്ടുപാളയം - ഊട്ടി റോഡിലൂടെ നടന്നു. അവിടെ കണ്ട ഒരു കടയുടെ ഉടമ മലയാളിയാണെന്ന് സംശയം തോന്നി. നേരെ അയാളുടെ അടുത്ത് ചെന്ന് ചോദിച്ചു. മലയാളി തന്നെ! ഞങ്ങൾക്കു സന്തോഷമായി. അവിടെ ഹോട്ടൽ നടത്തുന്ന മലയാളികളുണ്ടോ എന്ന് അദ്ദേഹത്തോട് ആരാഞ്ഞു. സമീപത്തുള്ള മൂന്നു ഹോട്ടലുകളുടെ പേരുകൾ അദ്ദേഹം തന്നു. അതിൽ ഒന്ന് ഒരു കണ്ണൂർക്കാരനും മറ്റേത് തൃശൂർക്കാരനുമാണു നടത്തുന്നത്. ഞങ്ങൾ നേരെ കണ്ണൂർക്കാരന്റെ ഹോട്ടലിൽ ചെന്നു ചായ കുടിച്ചതിന് ശേഷം കൗണ്ടറിൽ ഇരുന്ന ആളെ പരിചയപ്പെട്ടു.

അദ്ദേഹം കണ്ണൂരുള്ള ഭാസി എന്നയാളായിരുന്നു. അദ്ദേഹത്തോടു ഞങ്ങൾ പൊലീസുകാരാണെന്നു പരിചയപ്പെടുത്തുകയും ദാസനെ കുറിച്ചുള്ള വിവരങ്ങൾ പറയുകയും ചെയ്തു. പക്ഷേ അങ്ങനെ യൊരാളെക്കുറിച്ച് അയാൾക്കു യാതൊരു അറിവുമില്ല. അങ്ങിനെ യാരാൾ അവിടെ വന്നിട്ടേയില്ലെന്ന് അയാൾ വ്യക്തമാക്കി.

ഒരു ശ്രമം കൂടി പാഴായതിന്റെ വിഷമത്തോടെ ഞങ്ങൾ അടുത്ത കട ലക്ഷ്യം വെച്ച് നീങ്ങി. തൃശൂരുള്ള മഹേശ് എന്നയാളുടേതാണ് അടുത്ത മലയാളി ഹോട്ടൽ. അവിടെയും ആദ്യം ചായ കുടിച്ചു. കാരണം, ഒരു ഹോട്ടലിൽ ചെന്നു നാമെന്തെങ്കിലും ചോദിച്ചാൽ അവർ മറുപടി പറയണമെങ്കിൽ അവിടെ നിന്നും എന്തെങ്കിലും കഴിച്ചിരിക്കണം. അതൊരു മനശാസ്ത്രമാണ്. അങ്ങനെ ചായ കുടി ച്ചതിനുശേഷം ആ കടക്കാരനോട് ഞങ്ങൾ വിവരങ്ങൾ പറഞ്ഞു. ഞങ്ങൾ അന്വേഷിച്ചു വന്ന ആളുടെ രൂപവും മറ്റും പറഞ്ഞു. അയാളും ഇങ്ങനെയൊരാളെ ഇവിടെങ്ങും കണ്ടിട്ടില്ല എന്നാണു മറുപടി പറ ഞ്ഞത്. ഞങ്ങളുടെ നിരാശ ഇരട്ടിച്ചു.

ഇനി ഒരു മലയാളി ഹോട്ടൽ കൂടിയുണ്ട്. അന്ന് അതടഞ്ഞു കിടക്കുകയാണ്. ആ ഹോട്ടൽ പക്ഷേ പിറ്റേന്ന് തുറക്കും എന്നറി യാനിടയായി. ഞങ്ങൾ കുറെ ദൂരം കറങ്ങി നടന്നു. വൈകുന്നേര മായപ്പോൾ അവിടെ അടുത്തുള്ള പുഴയുടെ കരയിൽ ഞങ്ങൾ രണ്ടുപേരും മുഖത്തോട് മുഖം നോക്കി ഇരിപ്പായി. ഇനി എന്തു ചെയ്യും? കള്ളുഷാപ്പിനടുത്തു നിൽക്കുന്ന അശോകനെ ഫോൺ ചെയ്ത് എന്തെങ്കിലും വിശേഷമുണ്ടോ എന്ന് തിരക്കി. ഒരു രക്ഷയും ഇല്ല. ലോഡ്ജിൽ എത്തി ഞങ്ങൾ മൂന്നു പേരും കൂടി ചർച്ചയായി. എന്തുചെയ്യണമെന്നറിയാതെ ആകെ വിഷമിച്ചു. പിറ്റേ ദിവസം രാവിലെ മൂന്നാമത്തെ ഹോട്ടലിൽ പോകാമെന്നും അശോകൻ കള്ളുഷാപ്പിന്റെ അടുത്തുനിൽക്കാമെന്നും തീരുമാനമെടുത്തു കിടന്നു. ഉറങ്ങാൻ കഴിഞ്ഞില്ല. ദാസന്റെ രൂപം മനസ്സിനെ സദാ അലട്ടിക്കൊണ്ടിരുന്നു. എവിടെയെങ്കിലും ഒരാളെ അന്വേഷിച്ചുപോയാൽ അവനെ കിട്ടു ന്നത് വരെ എന്റെ മനസ്സിൽ അത് തന്നെയായിരിക്കും ചിന്ത.

അടുത്ത ദിവസം എഴുന്നേറ്റ് ഞാൻ രാവിലെയുള്ള നമസ്ക്കാരം നടത്തി, രവി പ്രഭാതപ്രാർത്ഥന നടത്തി. ഞങ്ങൾ രണ്ടാളും ഇറങ്ങി. അശോകനെ 'ഭവാനി കള്ള് ഷാപ്പ് നോട്ടം' ഏല്പിച്ചു. ഞങ്ങൾ മേട്ടു പാളയം ഊട്ടി റോഡിലൂടെ നടന്നു. തലേന്ന് അടഞ്ഞു കിടന്ന ഹോട്ട ലിനു മുമ്പിൽ എത്തി. അതു തുറന്നിട്ടുണ്ട്. പതിവു പോലെ ആദ്യം ചായ കുടിച്ചു. അതിനുശേഷം ഞാൻ ഒറ്റയ്ക്ക് പോയി ഹോട്ടലിന്റെ

ഉടമസ്ഥനെ പരിചയപ്പെട്ടു. മതിലകത്തുള്ള യൂസഫ് എന്നാണ് അദ്ദേഹത്തിന്റെ പേര്. ഞാൻ ഒരു സലാം ചൊല്ലി. അതിനു ശേഷം ഞങ്ങൾ പൊലീസുകാരാണെന്നു പരിചയപ്പെടുത്തി. അന്വേഷിച്ചു വന്ന ദാസന്റെ കഥ അൽപം നാടകീയമായി അദ്ദേഹത്തിനു മുമ്പിൽ അവതരിപ്പിച്ചു. യൂസഫിന് ഉദ്ദേശം 35 വയസ്സ് പ്രായമാണുള്ളത്. മതിലകത്തെ കുറച്ചു പരിചയക്കാരുടെ പേരുകൾ ഞാൻ പറഞ്ഞു. അദ്ദേഹത്തിനും അറിയാവുന്ന ആളുകളാണ് അവർ. അങ്ങനെ ഹോട്ടലുകാരനുമായി ഞാൻ നല്ല അടുപ്പം സ്ഥാപിച്ചെടുത്തു. അദ്ദേഹത്തിന് ഞങ്ങളെ വലിയ കാര്യമായി. കേസന്വേഷണത്തിനു വേണ്ടി സഹിക്കുന്ന കഷ്ടപ്പാടുകളെക്കുറിച്ചൊക്കെ പറഞ്ഞപ്പോൾ യൂസഫിനു ഞങ്ങളുടെ കാര്യത്തിൽ കുറച്ചു മനസ്സലിവുണ്ടായി. കുറച്ച് നേരം ആലോചിച്ച് നിന്ന ശേഷം യൂസഫ് പറഞ്ഞു, ''ഏകദേശം നിങ്ങൾ പറയുന്ന രൂപത്തിലുള്ള ഒരാൾ ചില ദിവസങ്ങളിൽ ചില്ലറ നാണയങ്ങൾ കൊണ്ടു വന്ന് നോട്ടാക്കി പോകുന്നതു കണ്ടിട്ടുണ്ട്.''

ഇതു കേട്ടപ്പോൾ എന്റെ കാലിൽ നിന്ന് എന്തോ തരിച്ച് കേറുന്നതുപോലെ തോന്നി. ഞാൻ ഒരു കസേരയിൽ ഇരുന്നു. ഒരു ചായ കൂടി കുടിച്ചു. വീണ്ടും യൂസഫിനോട് പറഞ്ഞു, ''ഞങ്ങളെ സഹായിക്കണം. അയാളുടെ മറ്റെന്തെങ്കിലും വിവരങ്ങൾ അറിയാമെങ്കിൽ എല്ലാം പറയണം.''

താനാണ് പറഞ്ഞു തന്നതെന്ന് ആരും അറിയരുതെന്നായിരുന്നു യൂസിഫിന്റെ ഉടനുള്ള മറുപടി. അതു ഞങ്ങൾ ഉറപ്പു കൊടുത്തു. അതോടെ യൂസഫ് അയാൾക്കറിയാവുന്ന വിവരങ്ങൾ വെളിപ്പെടുത്തി. അവിടത്തെ ഒരു ഗുണ്ടാസംഘത്തിൽ പെട്ടയാളാണ് ചില്ലറ മാറാൻ വരുന്നയാൾ. അതുകൊണ്ടാണു പേടി. ആദ്യം മേട്ടുപാളയത്ത് ഓട്ടോറിക്ഷ ഓടിക്കുകയായിരുന്നു തൊഴിൽ. ഇപ്പോൾ കായ കച്ചവടം ആണ്. ഇത്രയുമാണു വിവരങ്ങൾ. ദാസന്റെ ഒരു കുട്ടിക്കു സംസാരശേഷിയില്ലെന്നു ഞങ്ങൾക്കറിയാമായിരുന്നു. അതന്വേഷിച്ചു. അപ്പോൾ യൂസഫ് പറഞ്ഞു, ശരിയാണ്. അവന്റെ ഒരു കുട്ടി സംസാരിക്കുകയില്ല. കാര്യങ്ങൾക്കു വ്യക്തതയായി. അവന്റെ വീടു കണ്ടെത്താനും യൂസഫിന്റെ സഹായം തേടി. ഞങ്ങളെ കണ്ടാൽ ദാസനു തിരിച്ചറിയില്ലെന്നും യാതൊരു അപകടവും ഉണ്ടാകില്ലെന്നും ഉറപ്പു കൊടുത്തു. യൂസിഫ് സമ്മതിച്ചു.

അങ്ങനെ ഞങ്ങൾ ഒരു പദ്ധതി രൂപീകരിച്ചു. കേരളത്തിൽനിന്നും വാഴത്തോട്ടം വാങ്ങാൻ വന്ന ആളുകളാണെന്നു പറഞ്ഞു ഞങ്ങളെ ദാസനെ പരിചയപ്പെടുത്തുക. ബാക്കിയൊക്കെ പിന്നെ. ഞങ്ങൾ വേഗം റൂമിൽ തിരിച്ചെത്തി. ധരിച്ചിരുന്ന വേഷം മാറി മുണ്ടുടുത്തു,

തലയിൽ തൊപ്പി വച്ചു, ഒരു ക്യാഷ് ബാഗിൽ കടലാസ് കുത്തി നിറച്ച്, നിറയെ നോട്ടുകെട്ടുകളെന്നു തോന്നിപ്പിക്കുന്ന രൂപത്തിൽ ആക്കി. അശോകനെ കണ്ടാൽ ഒറ്റനോട്ടത്തിൽ തന്നെ പൊലീസാണെന്ന് ഏതു കള്ളനും തോന്നും! അതുകൊണ്ട് അദ്ദേഹത്തോട് മുറിയിൽ തന്നെ ഇരിക്കാനും ആവശ്യമെങ്കിൽ വിളിക്കുമെന്നും പറഞ്ഞ് ഞാനും രവിയും കൂടി ഹോട്ടലിൽ എത്തി. അവിടെ നിന്നു യൂസഫി നെയും കൂട്ടി നടന്നു. ഒരു കിലോമീറ്റർ നടന്നാൽ പാലമാണ്. പാലം കഴിഞ്ഞാൽ വലതുവശത്തേക്ക് റോഡ് പോകുന്നു. റോഡിന്റെ വശ ങ്ങളിൽ വാഴത്തോപ്പുകളാണ്. അവിടെ നിന്ന് പിന്നെയും രണ്ട് കിലോ മീറ്ററോളം ഞങ്ങൾ നടന്നു. ആ സമയത്ത് ഞങ്ങൾക്കെതിരെ നിന്നു മൂന്നു പേർ നടന്നു വരുന്നുണ്ട്. അവർ അടുത്ത് എത്താറായപ്പോൾ യൂസഫ് പറഞ്ഞു, ''നടന്നു വരുന്നവരിൽ ഒരാൾ നിങ്ങളന്വേഷി ക്കുന്ന ദാസനാണ്. ഇപ്പോൾ പിടിക്കരുത്. ഞാൻ പരിചയപ്പെടുത്തി തരാം.''

എന്റെ മനസ്സാകെ പിടഞ്ഞു കൊണ്ടിരുന്നു. എന്തു ചെയ്യണമെ ന്നറിയാത്തതിന്റെ കടുത്ത സംഘർഷമുണ്ട്. ഒരു പിടികിട്ടാപ്പുള്ളിയ തൊട്ടരികിൽ കിട്ടിയിട്ടു പിടിക്കാതെ വിടാമോ? മൂന്നു പേരുള്ള സംഘത്തെ സുരക്ഷിതമായി പിടിയ്ക്കാൻ ഞങ്ങൾക്കു സാധിക്കുമോ? അവിടെ വച്ചു പൊലീസാണെന്നു വെളിപ്പെടുത്തുന്ന സ്ഥിതിയുണ്ടാ യാൽ യൂസഫിനു കൊടുത്ത വാക്കു ലംഘിക്കുകയല്ലേ ചെയ്യുക? അതു ശരിയാണോ? ഇങ്ങനെയൊക്കെ ആലോചിച്ചപ്പോഴേക്കും ഞങ്ങൾ രണ്ടു സംഘവും അടുത്തെത്തി. യൂസഫിനെ കണ്ടപ്പോൾ ദാസൻ പരിചയഭാവത്തിൽ കൈ വീശി കാണിച്ചു. തുടർന്നു യൂസഫ് ഞങ്ങളെ പരിചയപ്പെടുത്തി.

''ഇവർ മലപ്പുറത്തുകാരാണ്. വാഴത്തോട്ടം വാങ്ങിക്കാൻ വന്ന താണ്. ഞാനിവരെ തോട്ടം കാണിക്കാൻ കൊണ്ടു പോകുകയാണ്,'' യൂസഫ് ദാസനോടായി പറഞ്ഞു.

ഒട്ടും സമയം കളയാതെ അപ്പോൾ തന്നെ ഞാൻ ചാടിക്കയറി ദാസനോടു പറഞ്ഞു, ''ഞങ്ങൾക്ക് ഈ നാട്ടിൽ പരിചയക്കാരില്ല. ഒരു ബ്രോക്കർ പറഞ്ഞതനുസരിച്ചു വന്നതാണ്. ഒരു മുപ്പതുലക്ഷം രൂപയുടെ സ്ഥലമാണ് ഞങ്ങൾക്കു വേണ്ടത്. 5 ലക്ഷം രൂപ ഉടൻ അഡ്വാൻസ് കൊടുക്കാനും തയ്യാറാണ്.''

ഉടനെ തന്നെ ദാസൻ പറഞ്ഞു, ''ഇവിടെ ആരേയും വിശ്വസി ക്കരുത്. പണം പറ്റിച്ച് കൊണ്ടുപോകും. എന്റെ ഒരു പാർട്ടിയുടെ അടുത്ത് സ്ഥലം ഉണ്ട്. അതു ഞാൻ കാണിക്കാം.''

''ഞങ്ങൾക്ക് ഇപ്പോൾ തന്നെ ആകെ ഭയമാണ്. ഈ പണവും കൈയിൽ വച്ചുകൊണ്ട് ഇങ്ങനെ അലഞ്ഞു നടക്കാൻ ബുദ്ധിമുട്ടാണ്,'' ഞാൻ പറഞ്ഞു.

''നിങ്ങൾ 5 മണിക്ക് ഹോട്ടലിലേക്ക് വരൂ. ഞാൻ അവിടേക്ക് പാർട്ടിയുമായിട്ട് വരാം,'' എന്ന് പറഞ്ഞു ദാസൻ നടന്നു.

വരാമെന്നു സമ്മതിച്ചു ഞങ്ങൾ തിരിച്ചു പോന്നു. യൂസഫ് ഹോട്ടലിലേക്ക് പോയി. ഞങ്ങൾ ലോഡ്ജിലെത്തി അശോകനോട് വിവരം പറഞ്ഞു. നിങ്ങൾ അപ്പോൾ തന്നെ അവനെ പിടിക്കാതിരുന്നതെന്ത്, അതു ബുദ്ധിമോശമായി എന്നായി അശോകൻ. ഞാൻ കാരണങ്ങൾ അദ്ദേഹത്തിന് വിശദീകരിച്ചു കൊടുത്തു. ഇനി 5 മണി വരെ ക്ഷമിക്കാം, വേറെ വഴിയില്ല. ഞങ്ങൾ പരസ്പരം പറഞ്ഞു.

വൈകീട്ടു 4 മണിയോടെ ഞങ്ങൾ മൂന്നു പേരും യൂസഫിന്റെ ഹോട്ടലിൽ എത്തി. അശോകൻ ഒരിടത്തും ഞാനും രവിയും മറ്റൊരിടത്തുമായി ഇരിപ്പുറപ്പിച്ചു. 5 മണിയായി. ദാസനെ കാണുന്നില്ല. ഞങ്ങൾ അസ്വസ്ഥരായിക്കൊണ്ടിരുന്നു. അവർ ഞങ്ങളെ പറ്റിച്ചുവോ എന്ന തോന്നലുണ്ടായി. സമയം വൈകുന്നു. ഇനി കാത്തിരിക്കുന്നതു മണ്ടത്തരമാകും. അശോകനെ ഹോട്ടലിൽ ഇരുത്തി ഞാനും രവിയും യൂസഫിനെ കൂട്ടി, ഒരു ഓട്ടോറിക്ഷ വിളിച്ച് ദാസന്റെ വീട്ടിൽ എത്തി. ഭാര്യയോടു വിവരങ്ങൾ പറഞ്ഞു. ചേട്ടൻ കാര്യങ്ങളെല്ലാം പറഞ്ഞിട്ടുണ്ടെന്നും ഹോട്ടലിലേക്കാണെന്നും പറഞ്ഞാണു പോയിരിക്കുന്നതെന്നും അവർ മറുപടി നൽകി. ദാസന്റെ മൊബൈൽ നമ്പറും തന്നു. ഞങ്ങൾ വേഗം ഹോട്ടലിൽ മടങ്ങിയെത്തി. ദാസനെ കാണുന്നില്ല. അവന്റെ മൊബൈൽ ഫോണിൽ വിളിച്ചു. കിട്ടി, ഉടൻ തന്നെ ഹോട്ടലിലേക്ക് വരാം എന്ന് പറയുകയും ചെയ്തു. എങ്കിലും സമയം പോകുന്നതിനനുസരിച്ച് നെഞ്ചിടിപ്പ് കൂടി കൊണ്ടിരുന്നു.

ആറു മണിയായപ്പോൾ ഒരു ഓട്ടോറിക്ഷയിൽ 4 പേർ വന്നിറങ്ങി. അതിൽ ദാസനും ഉണ്ടായിരുന്നു. അശോകൻ നേരത്തെ തന്നെ ഒരു ഒമ്നി വാൻ വാടകയ്ക്ക് വിളിച്ച് ഹോട്ടലിനു മുമ്പിൽ ഏർപ്പാടു ചെയ്തു നിറുത്തിയിരുന്നു. ഞാൻ ദാസനുമായി സ്ഥലത്തെക്കുറിച്ച് സംസാരമാരംഭിച്ചു. സംസാരിച്ചു കൊണ്ടിരിക്കുന്നതിനിടയിൽ തന്നെ അശോകനും രവിയും ഞാനും ചേർന്ന് ദാസനടക്കം വന്ന നാലു പേരെയും ഒമ്നിയിലേക്ക് തന്ത്രപരമായി വലിച്ച് കയറ്റി നേരെ തൊട്ടടുത്തുള്ള മേട്ടുപാളയം സ്റ്റേഷനിലേക്ക് കുതിച്ചു. അവിടത്തെ സബ്ബ് ഇൻസ്പെക്ടറോട് കാര്യങ്ങൾ വിശദീകരിച്ചു. ദാസനെ മാത്രം മേട്ടുപ്പാളയം പൊലീസ് ഞങ്ങൾക്കു വിട്ടു തന്നു. ബാക്കിയുള്ള മൂന്നു പേരെ

അവർ കസ്റ്റഡിയിൽ വച്ചു. അവർ മേട്ടുപാളയത്തെ റൗഡികളായിരുന്നു. ഞങ്ങളുടെ കൈയിലെ ബാഗിൽ അഞ്ചു ലക്ഷം രൂപയുണ്ടെന്നു കണ്ട് അതു തട്ടിയെടുക്കാനാണ് ലോക്കൽ റൗഡികളേയും കൂട്ടി ദാസൻ എത്തിയിരുന്നത്. ക്യാഷ് ബാഗിൽ കടലാസും നിറച്ചു പോയ തന്ത്രം ഫലിച്ചതിന്റെ സന്തോഷത്തിലായിരുന്നു ഞങ്ങൾ. അതു കണ്ടില്ലെങ്കിൽ ദാസൻ ഒരുപക്ഷേ ഞങ്ങളെ കാണാൻ പിന്നെ വരില്ലായിരുന്നു.

ദാസനെയും കൊണ്ടു ഞങ്ങൾ നേരെ തൃശൂർ പൊലീസ് ക്ലബ്ബിലേക്കു പുറപ്പെട്ടു. വിവരം അപ്പോൾ തന്നെ ഡി.വൈ.എസ്.പി വാഹിദ് സാറിനെ വിളിച്ച് പറഞ്ഞിരുന്നു. ഞങ്ങൾ പൊലീസ് ക്ലബ്ബിൽ എത്തിയപ്പോൾ ഡി.വൈ.എസ്.പി വാഹിദ് സാർ അവിടെ എത്തിയിട്ടുണ്ടായിരുന്നു. ദാസനെ വിശദമായി ചോദ്യം ചെയ്തു. 126 അമ്പല മോഷണ കേസുകളിൽ പ്രതിയാണയാൾ എന്നു വ്യക്തമായി. പാലക്കാട് ജില്ലയിലും എറണാകുളം ജില്ലയിലും കോടതികൾ ദാസനെ പിടികിട്ടാപ്പുള്ളിയായി പ്രഖ്യാപിച്ചിരുന്നു. നാലിലധികം കേസുകളിൽ വിരലടയാളം തിരിച്ചറിഞ്ഞു സ്ഥിരീകരിച്ചിരുന്നു.

1988ൽ ഓട്ടോറിക്ഷ മോഷണം നടത്തിയ ദാസൻ 1993ൽ ക്ഷേത്ര മോഷണം ആരംഭിച്ചു. 24 മോഷണകേസുകളിൽ പ്രതിയായിരിക്കെ പൊലീസിനെ വെട്ടിച്ച് ഒമ്പതു വർഷമായി മുങ്ങി നടക്കുകയായിരുന്നു. ആലുവ, ഇരിങ്ങാലക്കുട, കൊടുങ്ങല്ലൂർ, വടക്കൻ പറവൂർ തുടങ്ങിയ സ്ഥലങ്ങളിലെ വിവിധ ക്ഷേത്രങ്ങളിൽ കവർച്ച നടത്തിയിട്ടുണ്ട്. ക്ഷേത്രമോഷണം നടത്തുമ്പോൾ ഭണ്ഡാരങ്ങൾ കുത്തി പൊളിക്കും. മൊത്തം 400 ക്ഷേത്രങ്ങളിൽ മോഷണശ്രമം നടത്തിയിട്ടുണ്ടെന്ന് അയാൾ സമ്മതിച്ചു. പ്രസിദ്ധങ്ങളായ വടമ പാമ്പുമേയ്ക്കാട്, ചേലൂർ ഭഗവതിക്ഷേത്രം, കണ്ഠീശ്വരം ശിവക്ഷേത്രം, പൊത്തനം ക്ഷേത്രം, ശൃംഗപുരം ക്ഷേത്രം, താണിശ്ശേരി വിഷ്ണു ക്ഷേത്രം, മാള ചക്കാംപറമ്പ് ക്ഷേത്രം, മുകുന്ദപുരം ക്ഷേത്രം തുടങ്ങിയവ ഇയാൾ കളവ് നടത്തിയ ക്ഷേത്രങ്ങളിൽ ചിലതു മാത്രം.

കളവ് ചെയ്യാൻ ഉദ്ദേശിച്ച അമ്പലങ്ങൾ നേരത്തെ കണ്ടുവെക്കുന്നതാണ് ദാസന്റെ മോഷണശൈലി. സൈക്കിളിലാണ് യാത്ര. രാത്രി സെക്കന്റ്ഷോ സിനിമ കഴിഞ്ഞതിന് ശേഷം സൈക്കിളിൽ തന്നെ കറങ്ങുന്നു. നിശ്ചയിച്ച അമ്പലത്തിന് അടുത്തെത്തിയ ശേഷം, അടുത്ത വീട്ടിൽ നിന്ന് കോണി എടുത്ത് അമ്പലത്തിന്റെ മേൽക്കൂരയിൽ കയറി ഓടു പൊളിച്ച് അമ്പലത്തിന്റെ ഉള്ളിലേക്ക് കയറും.

മിക്കവാറും അമ്പലങ്ങളിൽ ശ്രീകോവിലിന്റെ വാതിൽ പൂട്ടിയിട്ടുണ്ടാകുകയില്ല. അല്ലെങ്കിൽ താഴ് വളരെ മോശമായിരിക്കും. ശ്രീകോവിൽ തുറന്ന് വിഗ്രത്തിൽ ഉള്ള മാലകൾ എടുക്കും. ചിലപ്പോഴെല്ലാം ഒരു മാല അവിടെ തന്നെ വക്കും. സ്വർണ്ണമാലകൾ കിട്ടിയില്ലെങ്കിൽ ഭണ്ഡാരം പൊളിക്കും. ഭണ്ഡാരം പൊളിക്കാതെ വിഗ്രഹത്തിൽ നിന്ന് മാല മാത്രം മോഷ്ടിച്ച കേസുകളിൽ, അമ്പലത്തിലെ കമ്മറ്റിക്കാർ തമ്മിൽ പരസ്പരം പഴിചാരി വഴക്കാവുന്ന സംഭവങ്ങളും ഉണ്ടായിട്ടുണ്ട്. 2015 ൽ അന്തിക്കാട് ഭാഗത്ത് ഒരു വീട്ടിൽ മോഷണം നടത്തുന്നതിനുള്ള ശ്രമത്തിനിടെ ദാസൻ ഇലക്ട്രിക് ഷോക്കടിച്ചു മരണപ്പെട്ടു. ■

ഐരാണിക്കുളം ക്ഷേത്രത്തിലെ വിഗ്രഹത്തിന്റെ വീണ്ടെടുപ്പ്

മാള പൊലീസ് സർക്കിൾ ഇൻസ്പെക്ടർ ആയിരുന്ന ലൈലറാം സാറിന്റെ സ്ക്വാഡിൽ ആയിരുന്നു 2003 ൽ ഞാൻ ജോലി ചെയ്തിരുന്നത്. ഇരിങ്ങാലക്കുടയിലുള്ള സുരേഷും കൊടുങ്ങല്ലൂർ കൊട്ടിക്കലുള്ള റാഫിയും ഞങ്ങൾക്കൊപ്പം ഉണ്ടായിരുന്നു. ഈ സമയത്താണ് മാളയ്ക്കടുത്ത് ജോസഫ് എന്നയാളെ വീട്ടിനുള്ളിലെ ഒരു മുറിയിൽ വെച്ച് ആരോ തേങ്ങ പൊതിക്കുന്ന പാര കൊണ്ട് തലയ്ക്കടിച്ച് കൊലപ്പെടുത്തിയത്. ലൈലാറാം സാറിന്റെ നേതൃത്വത്തിൽ ഞങ്ങൾ ഈ കേസ് അന്വേഷിച്ചു വരികയായിരുന്നു. ഐരാണിക്കുളം വിഗ്രഹമോഷണ കേസിൽ എനിക്ക് ഒരാളെ സംശയമുണ്ടെന്നും അയാൾ ഇപ്പോൾ പല മോഷണ കേസുകളിൽ പെട്ട് ഒളിവിലാണെന്നും ജോസ് കൊലക്കേസ് അന്വേഷണത്തിനിടയിൽ ഞാൻ ലൈലാറാം സാറിനോടു പറഞ്ഞു.

1999 ലാണ് പ്രസിദ്ധമായ ഐരാണിക്കുളം ക്ഷേത്രത്തിലെ വിഗ്രഹം മോഷണം പോയത്. വിഗ്രഹമോഷണം കണ്ടെത്താത്തതിന്റെ പേരിൽ ഐരാണിക്കുളത്തും മാളയിലും പ്രതിഷേധ യോഗങ്ങളും മറ്റും നടക്കുന്ന സമയമായിരുന്നു അത്. എന്റെ സംശയം പങ്കു വച്ചപ്പോൾ ആ വഴിക്ക് ഒന്നു ശ്രമിച്ചു നോക്കാൻ ലൈലാറാം സാർ പറഞ്ഞു. ചിലപ്പോൾ വിഗ്രഹമോഷണം നടത്തിയ ആൾ തന്നെയാകാം കൊലപാതകി എന്ന സംശയവും ഞങ്ങൾക്കുണ്ടായി. വിഗ്രഹമോഷണത്തിൽ ഞാൻ സംശയിച്ചിരുന്നത് മടത്തുംപടിയിലുള്ള ജയപ്രസാദ് എന്നയാളെ ആയിരുന്നു. ഞങ്ങൾ ജയപ്രസാദിന്റെ വീട്ടിൽ പോയി അവന്റെ അമ്മയോട് അന്വേഷിച്ചു. ജയപ്രസാദ് വീട്ടിൽ വരാറില്ലെന്നും എവിടെയാണെന്നറിയില്ലെന്നും അമ്മ പറഞ്ഞു. ഞങ്ങൾ അയൽ പക്കത്തുള്ള വീടുകളിൽ അന്വേഷണം തുടർന്നു. ജയപ്രസാദ് ഇടയ്ക്കിടയ്ക്ക് വീട്ടിൽ വന്ന് പോകാറുണ്ടെന്നും ഭാര്യ വീട് മാമ്പ്രയാണെന്നും അവിടെ ഏതോ ഭാഗത്ത് താമസമുണ്ടെന്നും അയൽവാസികളിൽ

നിന്നറിഞ്ഞു. ഞാനും സുരേഷും കൂടെ മാമ്പ്ര എന്ന സ്ഥലത്ത് ചെന്ന് അവിടെ തൊഴിലാളിയായ ഫ്രാൻസിസിനോട് ഞങ്ങൾ അന്വേഷിക്കുന്ന പ്രതിയെ കുറിച്ചുള്ള കാര്യങ്ങൾ പറഞ്ഞു. ഞങ്ങൾ മാളയിൽ നിന്നുള്ള പൊലീസുകാരാണെന്ന് പറഞ്ഞപ്പോൾ ഫ്രാൻസിസ് ഞങ്ങളെ സഹായിക്കാമെന്നേറ്റു.

ജയപ്രസാദിന്റെ ഭാര്യവീട്ടുകാരെ ഫ്രാൻസിസിന് അറിയാവുന്നവരാണെന്നു മനസ്സിലായി. ഭാര്യയുടെ അച്ഛൻ ഒരു തൊഴിലാളി യൂണിയനിൽ പെട്ടയാളാണ്. ഇരുവരും എതിർചേരിയിലായത് ഒരു തരത്തിൽ നന്നായെന്നു ഞങ്ങൾക്കു തോന്നി. ഏതായാലും അടുത്ത ദിവസം ചെല്ലാൻ ഫ്രാൻസിസ് ഞങ്ങളോട് ആവശ്യപ്പെട്ടു. പിറ്റേന്നു രാവിലെ ചെല്ലുമ്പോൾ ഫ്രാൻസിസിന് കാര്യങ്ങളെല്ലാം അന്വേഷിച്ച് വച്ചിട്ടുണ്ടായിരുന്നു. ജയപ്രസാദ് പ്രസാദ് എന്ന പേരിലാണ് അവിടെ അറിയപ്പെടുന്നത്. മാമ്പ്രയിലുള്ള ഒരു പാറമടയിൽ ജോലി ചെയ്യുന്നുമുണ്ട്. ഞങ്ങൾക്കു സന്തോഷമായി. ഞങ്ങൾ കരിങ്കല്ല് വാങ്ങാൻ വന്നവരാണെന്ന നാട്യത്തിൽ ഫ്രാൻസിസിന്റെ കൂടെ പാറമടയിലേക്കു ചെന്നു. പക്ഷേ പ്രസാദ് അവിടെയില്ല. അയാൾ ചാലക്കുടിക്കടുത്തുള്ള മറ്റൊരു പാറമടയിലാണ് ഇപ്പോൾ ജോലി ചെയ്യുന്നതെന്ന് അവിടത്തെ തൊഴിലാളികൾ പറഞ്ഞു. അതോടെ ഞങ്ങൾ തിരിച്ചു പോന്നു. പിറ്റേ ദിവസം രാവിലെ കരിങ്കല്ല് കയറ്റുന്ന ഒരു ലോറി വിളിച്ചു അതിൽ യൂണിയൻകാരുടെ വേഷത്തിൽ ഞാനും മറ്റു പൊലീസുകാരായ സുരേഷ്, വിക്രമൻ, കൊട്ടിക്കൽ റാഫി എന്നിവരും കൂടി കയറി ഫ്രാൻസിസ് പറഞ്ഞ പാറമടയിലേക്ക് പോയി. വിക്രമന്റെ വീടിനടുത്തുള്ള പാറമടയായിരുന്നു അത്. ഞങ്ങൾ ആ പാറമടയിൽ എത്തി. ആരും തന്നെ ലോറിയിൽ നിന്നും ഇറങ്ങിയില്ല. അതിലിരുന്നു തന്നെ പാറമടയിലുള്ള എല്ലാവരെയും ഞങ്ങൾക്ക് കാണാമായിരുന്നു. പാറമടയുടെ ഒരറ്റത്തായി ഞങ്ങൾ ഉദ്ദേശിക്കുന്ന ജയപ്രസാദ് പാറ ഡ്രില്ല് ചെയ്തുകൊണ്ടിരിക്കുന്നു. എന്റെ മനസ്സ് പിടഞ്ഞുകൊണ്ടിരുന്നു. ഞങ്ങൾ പതുക്കെ ലോറിയിൽ നിന്നിറങ്ങി ജയപ്രസാദിന്റെ അടുത്തേക്കു ചെന്നു. പൊലീസ് ഐഡന്റിറ്റി കാർഡ് കാണിച്ചു കൊടുത്തു. സുരേഷ് കയ്യിൽ കരുതിയിരുന്ന വിലങ്ങ് ജയപ്രസാദിനെ ധരിപ്പിച്ചു. യാതൊരു ചെറുത്തുനിൽപ്പും ഉണ്ടായില്ല. അവനെയും കൂട്ടി ഞങ്ങൾ ലോറിയിൽ എത്തി. ഞാനും സുരേഷും ജയപ്രസാദിനെ കൂട്ടി ലോറിയുടെ മുമ്പിൽ ഇരുന്നു. ജയപ്രസാദിന്റെ കണ്ണുകളും കെട്ടി. മാള പൊലീസ് സ്റ്റേഷനിലെ പിടികിട്ടാപുള്ളിയായിരുന്നു അപ്പോൾ ജയപ്രസാദ്. ഐരാണിക്കുളം വിഗ്രഹ മോഷണ കേസിൽ ഉൾപ്പെട്ടിട്ടുണ്ടന്നത് എന്റെ മനസ്സിൽ തോന്നിയ സംശയം മാത്രമായിരുന്നു.

തൃശൂർ ക്രൈംബ്രാഞ്ച് പൊലീസാണെന്ന നാട്യത്തിലാണ് ഞങ്ങൾ ജയപ്രസാദിനോടു സംസാരിച്ചത്. അയാൾ ഉൾപ്പെട്ട എല്ലാ കേസുകളേയും കുറിച്ച് വ്യക്തമായി അറിഞ്ഞിട്ടു തന്നെയാണ് പിടികൂടിയിട്ടുള്ളതെന്നും കാര്യങ്ങൾ സത്യസന്ധമായി പറഞ്ഞാൽ അവശ്യം വേണ്ട സൗകര്യങ്ങൾ ഏർപ്പെടുത്തി തരാൻ ഞങ്ങൾക്കു കഴിയുമെന്നും പറഞ്ഞു. സിനിമയിൽ കുറ്റവാളികളെ പൊലീസ് കൈകാര്യം ചെയ്യുന്നതു കണ്ടിട്ടുണ്ടാകുമല്ലോ എന്നു ചോദിച്ച് ഇടയ്ക്ക് ചെറുതായി പേടിപ്പിക്കുകയും ചെയ്യുന്നുണ്ട്. പക്ഷേ, അവൻ എല്ലാം നിഷേധിച്ചു കൊണ്ടിരിക്കുകയാണ്. ഞങ്ങൾ കൊടുങ്ങല്ലൂർ സ്റ്റേഷനിൽ എത്തി. ഞാനും സുരേഷും ജയപ്രസാദും മാത്രമായി ഒരു മുറിയിൽ കയറി വാതിൽ അടച്ചു. ഞങ്ങൾ മാറി മാറി അവനോടു സംസാരിച്ചു കൊണ്ടിരുന്നു. ഏത് കേസിനെക്കുറിച്ചാണ് ചോദിക്കുന്നത് എന്ന് വ്യക്തമായി പറഞ്ഞില്ല. എല്ലാ കാര്യങ്ങളും ഞങ്ങൾക്ക് അറിയാം എന്ന മട്ടിലാണ് ഞങ്ങളുടെ ചോദ്യങ്ങളും സംഭാഷണവും. അവന്റെ കുടുംബത്തെക്കുറിച്ചും മകളെക്കുറിച്ചുമൊക്കെ ഇതിനിടെ പറയുന്നുണ്ട്. ഇതിങ്ങനെ കുറേ നേരമായപ്പോൾ അവന്റെ മനസ്സു പതുക്കെ മാറി തുടങ്ങി. 45 മിനിറ്റോളം സംസാരിച്ചു കഴിഞ്ഞപ്പോഴേക്കും ജയപ്രസാദ് പൊട്ടിക്കരയാൻ തുടങ്ങി.

ഞാൻ എല്ലാ കാര്യങ്ങളും പറയാം സാർ, എല്ലാ കാര്യങ്ങളും പറയാം എന്ന് വിതുമ്പലോടെ പറഞ്ഞു കൊണ്ടിരുന്നു. ഞങ്ങളാകട്ടെ എല്ലാ കാര്യങ്ങളും തുറന്ന് പറയാനുള്ള മാനസികാന്തരീക്ഷം അവിടെ ഒരുക്കുകയും പ്രോത്സാഹിപ്പിക്കുകയും ചെയ്തു. യാതൊരു വിധത്തിലുള്ള ദേഹോപദ്രവവും ഉണ്ടാകുകയില്ല എന്ന് ഉറപ്പ് കൊടുത്തു. ഇതിനിടെ ഞാൻ സിഐ ലൈലറാം സാറിനെ വിവരം ധരിപ്പിച്ചിരുന്നു. അദ്ദേഹം ഉടൻ കൊടുങ്ങല്ലൂർ സ്റ്റേഷനിൽ ഞങ്ങൾ ഇരുന്ന മുറിയിലേക്ക് എത്തി. കാര്യങ്ങളെല്ലാം സിഐ സാറിനോട് തുറന്നു പറയുക, സാർ നിന്നെ രക്ഷപ്പെടുത്തും എന്നായി ഞങ്ങൾ. അതോടെ ജയപ്രസാദ് വീണ്ടും കരച്ചിലായി. എല്ലാ കാര്യങ്ങളും തുറന്നു പറയാമെന്ന് അവൻ സമ്മതിച്ചു. പറഞ്ഞു തുടങ്ങിയത് ഞങ്ങളെ അമ്പരപ്പിച്ചുകൊണ്ട് ഐരാണിക്കുളം ക്ഷേത്രക്കവർച്ചയെക്കുറിച്ചു തന്നെ.

ജയപ്രസാദും മാമ്പ്രയിലുള്ള ജോൺസനും കൂടി 1999 ജനുവരി ഒമ്പതിന് രാത്രിയോടെ മുമ്പ് തീരുമാനിച്ചതനുസരിച്ച് ഐരാണിക്കുളം അമ്പലത്തിനടുത്ത് എത്തി ചുറ്റും നിരീക്ഷണം നടത്തി. അതിന് ശേഷം അടുത്തുണ്ടായിരുന്ന ഏണി ഉപയോഗിച്ച് ഓടിനു മുകളിലൂടെ അമ്പലത്തിനുള്ളിൽ എത്തി. ശ്രീകോവിലിന്റെ വാതിൽ രണ്ട് പേരും കൂടി തള്ളിയപ്പോൾ പെട്ടെന്നു തുറന്നു. കാരണം അതു

പൂട്ടിയിട്ടുണ്ടായിരുന്നില്ല. അതിനുള്ളിൽ കടന്ന് പഞ്ചലോഹ വിഗ്രഹവും വിഗ്രഹത്തിലുണ്ടായിരുന്ന രണ്ട് പവൻ വരുന്ന രണ്ട് സ്വർണ്ണ മാലകളും മോഷ്ടിച്ചു. അതിന് ശേഷം വിഗ്രഹം എടുത്ത് 2 കിലോമീറ്റർ ദൂരെയുള്ള പാടത്ത് കൊണ്ട് ചെന്നിട്ടു. അടുത്ത ദിവസം ഒരു ഓട്ടോറിക്ഷയുമായി വന്ന് വിഗ്രഹം എടുത്ത് കൊണ്ടുപോയി. പെരുമ്പാവൂരിൽ എത്തി സ്വർണ്ണമാലകൾ വില്പ്പന നടത്തി പണം വാങ്ങി. അതിനു ശേഷം വിഗ്രഹത്തിന്റെ ഒരു കൈ മുറിച്ച് സ്വർണ്ണത്തിന്റെ അളവ് പരിശോധിച്ചു. അതിനുശേഷം വിൽപന നടത്തുന്നതിനു വേണ്ടി വിഗ്രഹം ഒരു പെട്ടിയിലാക്കി മംഗലാപുരത്തേക്ക് പോകുവാൻ തീരുമാനിച്ചു. പിറ്റേന്ന് ഇരുവരും കൂടി അങ്കമാലിയിൽ നിന്ന് ട്രെയിൻ കയറി. വിഗ്രഹത്തിന്റെ പെട്ടി അവർ ഇരിക്കുന്ന കമ്പാർട്ട്മെന്റിൽ സുരക്ഷിതമായി വച്ചു. കണ്ണൂരെത്തിയപ്പോൾ പൊലീസ് കമ്പാർട്ട്മെന്റിൽ കയറുന്നതു കണ്ടു പേടിച്ച് മോഷ്ടിച്ച വിഗ്രഹത്തിന്റെ പെട്ടി ട്രെയിനിൽ ഉപേക്ഷിച്ച് അവർ കണ്ണൂർ റെയിവേ സ്റ്റേഷനിൽ ഇറങ്ങി പോയി. എന്തോ ബോംബു ഭീഷണിയെ തുടർന്ന് ലഗേജുകൾ പരിശോധിക്കുന്നതിനായാണ് പൊലീസുകാർ കമ്പാർട്ട്മെന്റിൽ കയറിയത്.

ജയപ്രസാദും ജോൺസണും അന്ന് രാത്രി കണ്ണൂരുള്ള ഒരു ലോഡ്ജിൽ താമസിച്ചു. പിറ്റേന്നു രാവിലെ കണ്ണൂരിലെ പത്രത്തിൽ ട്രെയിനിൽ നിന്ന് വിഗ്രഹം പിടിച്ചെടുത്ത വാർത്ത വന്നത് അവർ കാണുകയും ചെയ്തു. ഞങ്ങൾ സിഐ ലൈലറാം സാറുമൊന്നിച്ച് മാമ്പ്രയിൽ എത്തി ജയപ്രസാദ് പറഞ്ഞ ജോൺണെ കണ്ടെത്തി ചോദ്യം ചെയ്തു. ജയപ്രസാദ് പറഞ്ഞ കാര്യങ്ങൾ സത്യമാണെന്ന് ബോദ്ധ്യപ്പെട്ടു. കണ്ണൂർ റെയിൽവേ സ്റ്റേഷനിൽ വിളിച്ചന്വേഷിച്ചപ്പോൾ ബോംബ് ഭീഷണി അന്വേഷിക്കുമ്പോൾ വിഗ്രഹം കിട്ടിയ കാര്യം ഉള്ളതാണെന്നു മനസ്സിലായി. ആളില്ലാത്തതിനാൽ ആ വിഗ്രഹം കണ്ണൂർ കോടതിയിൽ ഏൽപിച്ചിരിക്കുകയാണ്. ഇവർ വിറ്റിരുന്ന സ്വർണ്ണമാലകൾ പെരുമ്പാവൂരിൽ നിന്ന് കണ്ടെടുത്തു. അതിനു ശേഷം ഞങ്ങൾ കണ്ണൂരിലെത്തി കോടതിയിലും മറ്റും അന്വേഷിച്ചു. കോടതിയുടെ തൊണ്ടികൾ സൂക്ഷിക്കുന്ന മുറിയിൽ ഐരാണിക്കുളം ക്ഷേത്രത്തിലെ പഞ്ചലോഹ വിഗ്രഹം ഇരിപ്പുണ്ടായിരുന്നു. കോടതിയിൽ റിപ്പോർട്ട് കൊടുത്ത് പഞ്ചലോഹ വിഗ്രഹം ഞങ്ങൾ മാള പൊലീസ് സ്റ്റേഷനിൽ കൊണ്ടു വന്നു. ഐരാണിക്കുളത്തെ ജനങ്ങൾ ഉത്സവം പോലെയാണ് വിഗ്രഹത്തിന്റെ വീണ്ടെടുപ്പിനെ കണ്ടത്. വിഗ്രഹം കാണുവാൻ സ്റ്റേഷനു മുന്നിൽ ഭക്തരുടെ വൻ ആൾക്കൂട്ടം വന്നു നിറഞ്ഞു. വയോധികരായ സ്ത്രീകൾ വിഗ്രഹം കണ്ടു കണ്ണുനീർ വാർക്കുകയായിരുന്നു.

പ്രതികളെ തെളിവെടുപ്പിനു കൊണ്ടുപോയപ്പോൾ ഐരാണിക്കുളം ക്ഷേത്രപരിസരം ജനനിബിഡമായിരുന്നു. വിഗ്രഹം എടുത്ത രീതിയും അന്നേ ദിവസം അത് ഒളിപ്പിച്ച് വെച്ച സ്ഥലവും മോഷ്ടാക്കൾ ഞങ്ങൾക്ക് കാണിച്ചു തന്നു. ഐരാണിക്കുളത്തുകാരും പുറമെ നിന്നു കേട്ടറിഞ്ഞെത്തിയവരുമായ ഭക്തജനങ്ങൾ പൊലീസിനെ അഭിനന്ദിക്കുകയും ക്ഷേത്രത്തിൽ ഞങ്ങൾക്കു വേണ്ടി പ്രാർത്ഥനകളും പൂജകളും നടത്തുകയും ചെയ്തു. കോടതിയിൽ നിന്ന് ഐരാണിക്കുളം അമ്പലക്കമ്മറ്റി വിഗ്രഹം ഏറ്റെടുത്തു. നാലു വർഷത്തോളമായി അന്വേഷിച്ചു തുമ്പു കിട്ടാതിരുന്ന കേസാണ് ഇപ്പോൾ ഞങ്ങൾ പിടികൂടിയിരിക്കുന്നത്. ഈ കേസിന്റെ അന്വേഷണം ക്രൈംബ്രാഞ്ചിന് കൈമാറണമെന്നാവശ്യപ്പെട്ടു സമര പരിപാടികളും നടക്കുന്നുണ്ടായിരുന്നു. അതിനിടയിലാണ് പ്രതികളെ പിടികൂടുവാനും പഞ്ചലോഹ വിഗ്രഹം കണ്ടെത്തുവാനും കഴിഞ്ഞത്.

ഈ കേസ് പിടിച്ചതിനുശേഷം ടിവി ചാനലിൽ സർക്കിൾ ഇൻസ്പെക്റ്റർ ലൈലറാം സാറുമായി ഈ കേസിനെക്കുറിച്ചുള്ള ഒരു അഭിമുഖം ഉണ്ടായിരുന്നു. അതിലദ്ദേഹം പറഞ്ഞു, ''എന്റെ സ്ക്വാഡിലുള്ള പൊലീസുകാരനായ മുഹമ്മദ് റാഫിയാണ് ഈ കേസ് കണ്ടുപിടിക്കുന്നതിൽ മുഖ്യ പങ്ക് വഹിച്ചത്.'' ഇത് എന്റെ മനസ്സിൽ മായാതെ നിൽക്കുന്ന ശബ്ദമാണ്.

ഐരാണിക്കുളം ക്ഷേത്രം സ്ഥിതി ചെയ്യുന്നത് എന്റെ ഗ്രാമമായ പൂപ്പത്തിയിൽ നിന്ന് മൂന്നു കിലോമീറ്റർ അകലെയാണ്. അവിടത്തെ വിഗ്രഹം മോഷണം പോയപ്പോൾ കള്ളനെ എങ്ങനെയെങ്കിലും പിടിച്ചു വിഗ്രഹം വീണ്ടെടുക്കണമെന്നത് എന്റെ വലിയ ഒരാഗ്രഹമായിരുന്നു. അതു സാധിച്ചതിനു ഞാൻ ദൈവത്തോട് കടപ്പെട്ടിരിക്കുന്നു. പൊലീസ് ജീവിതത്തിൽ ഞാൻ വളരെയേറെ സന്തോഷിച്ച ഒരു ദിവസമായിരുന്നു അത്. സർവ്വീസിൽ എനിക്കു മറക്കാനാകാത്ത ഒരു സംഭവം.

■

കുപ്രസിദ്ധ മോഷ്ടാക്കൾ കൈവിട്ട തെളിവ്

2003ൽ മൂന്നുപീടികയിൽ ഒരു വീട് കുത്തിതുറന്ന് 295 പവന്റെ സ്വർണ്ണവും 45000 രൂപയും വി.സി.ആറും മോഷണം പോയി. ഈ സംഭവം നടന്നത് മതിലകം പൊലീസ് സ്റ്റേഷൻ പരിധിയിലാണ്. ഇരിങ്ങാലക്കുട ഡി.വൈ.എസ്.പി ആയിരുന്ന പൈലി സാർ അന്ന് ഇരിങ്ങാലക്കുട സ്റ്റേഷനിൽ ആയിരുന്ന എന്നെയും ജോയിയെയും ഈ കേസ് അന്വേഷിക്കുന്നതിനായി മതിലകത്തേക്ക് അയച്ചു. അന്ന് മതിലകം എസ്.ഐ സി.എസ്. ഷാഹുൽ ഹമീദ് സാർ ആയിരുന്നു. അദ്ദേഹത്തിനൊപ്പം ഹെഡ് കോൺസ്റ്റബിൾ മുഹമ്മദാലി, രവീന്ദ്രൻ, ജോസഫ്, ജഗദീഷ് എന്നിവരും ഞങ്ങളും ചേരുന്നതായിരുന്നു അന്വേഷണ സംഘം. കളവ് നടന്ന വീടിന്റെ വാതിലിൽ നിന്ന് കിട്ടിയ വിരലടയാളം അരിമ്പൂരുള്ള കൊടപ്പനക്കൽ കൃഷ്ണകുമാറിന്റേതാണെന്ന് അന്വേഷണത്തിന്റെ ആദ്യഘട്ടത്തിൽ തന്നെ തെളിഞ്ഞു.

കൃഷ്ണകുമാറിനെ എങ്ങിനെയെങ്കിലും പിടികൂടണം. ഞങ്ങൾ പല സംഘങ്ങളായി തിരിഞ്ഞ് കൃഷ്ണകുമാറിനെ അന്വേഷിച്ചുകൊണ്ടിരുന്നു. അതിനിടയിൽ കൃഷ്ണകുമാർ പൊള്ളാച്ചിയിൽ വിവാഹം കഴിച്ച് ഒളിവിൽ താമസിക്കുകയാണെന്ന് ഒരറിവ് കിട്ടിയിരുന്നു അന്വേഷിക്കുന്നതിനായി ഞാനും ജോയിയും രവീന്ദ്രനും ജഗദീഷും കൂടി പൊള്ളാച്ചിയിലേക്ക് പുറപ്പെട്ടു. അവിടെ ലോഡ്ജിൽ മുറിയെടുത്തു. പൊള്ളാച്ചി പൊലീസിന്റെ ക്രൈം സ്ക്വാഡിലെ പൊലീസുദ്യോഗസ്ഥരെക്കുറിച്ചുള്ള വിവരങ്ങൾ സംഘടിപ്പിച്ചു. മലയാളിയായ വാസു എന്ന പൊലീസ് ഉദ്യോഗസ്ഥനും രാമലിംഗം എന്ന ഉദ്യോഗസ്ഥനും സ്ക്വാഡിൽ ഉണ്ടെന്നറിഞ്ഞു. ഞങ്ങൾ പൊള്ളാച്ചി സ്റ്റേഷനിലെത്തി അവരുമായി പരിചയപ്പെട്ടു. മൂന്നുപീടികയിൽ നടന്ന കളവിന്റെ കാര്യങ്ങൾ അവരോടു വിവരിക്കുകയും മോഷ്ടാവിന്റേതെന്നു സംശയിക്കുന്ന വിരലടയാളത്തിന്റെ ഉടമയായ കൃഷ്ണന്റെ

ഫോട്ടോ കാണിച്ചു കൊടുക്കുകയും ചെയ്തു. കൃഷ്ണനെ പൊള്ളാച്ചി സ്ക്വാഡിന് നന്നായി അറിയാമായിരുന്നു. അവനെ പൊള്ളാച്ചിയിൽ കാണാറുണ്ടെന്നും അവനെ നമുക്ക് പിടിക്കാം എന്നും വാസുവും രാമലിംഗവും ഉറപ്പ് പറഞ്ഞു. കൃഷ്ണനെ കാണാറുള്ള സ്ഥലങ്ങളിലെല്ലാം ഞങ്ങൾ തമിഴ്നാട് ഉദ്യോഗസ്ഥരുടെ കൂടെ അന്വേഷിച്ചു ചുറ്റി നടന്നു. കൃഷ്ണന്റെ ഫോട്ടോ ആളുകളെ കാണിച്ച് വിവരങ്ങൾ ചോദിച്ചു കൊണ്ടിരുന്നു. രാത്രി 9 മണി വരെ അന്വേഷിച്ചെങ്കിലും ഉപകാരപ്രദമായ വിവരങ്ങളൊന്നും ലഭിച്ചില്ല. ഞങ്ങൾ ലോഡ്ജിലേക്ക് മടങ്ങി. പിറ്റേ ദിവസം അന്വേഷിക്കാം എന്ന് പറഞ്ഞ് വാസുവും രാമലിംഗവും പോയി. പിറ്റേന്നു രാവിലെ തന്നെ അവർ വന്നു. ഞങ്ങളൊരുമിച്ചു പൊള്ളാച്ചിയിലെ പല ഭാഗങ്ങളിലും സഞ്ചരിച്ചു. ഞാനും വാസുവും രാമലിംഗവും പൊള്ളാച്ചി കോടതിയിൽ ചെന്നു. അവിടെ കോടതി വരാന്തയിൽ അപേക്ഷകൾ തയ്യാറാക്കി കൊടുത്തിരുന്ന ഒരു സ്ത്രീയുമായി പരിചയപ്പെട്ടു. കൃഷ്ണന്റെ ഫോട്ടോ കാണിച്ചപ്പോൾ ആ സ്ത്രീക്ക് അവനെ അറിയാമെന്ന് പറഞ്ഞു. കൃഷ്ണകുമാറിനെ കാണുകയാണെങ്കിൽ വിളിക്കുന്നതിനായി എന്റെ നമ്പറും വാസുസാറിന്റെ നമ്പറും അവർക്ക് കൊടുത്തു.

അന്നത്തെ അന്വേഷണം കഴിഞ്ഞപ്പോൾ ഞങ്ങളോടു കേരളത്തിലേക്കു പൊയ്ക്കൊള്ളാനും എന്തെങ്കിലും വിവരം കിട്ടിയാൽ അറിയിക്കാമെന്നും തമിഴ്നാട് ഉദ്യോഗസ്ഥർ പറഞ്ഞു. അങ്ങനെ ഞങ്ങൾ തിരിച്ചു പോന്നു. തൊട്ടു പിറ്റേന്നു തന്നെ ആ വിളിയെത്തി. പൊലീസുകാരനായ വാസുവും ആ സ്ത്രീയും വിളിച്ചു. കൃഷ്ണനെ കണ്ടുവെന്നും വാസുസാറിനെ വിളിച്ച് വിവരം പറഞ്ഞിട്ടുണ്ടെന്നും ആ സ്ത്രീ പറഞ്ഞു. ഞാൻ ഉടനെ തന്നെ വാസുസാറിനെ വിളിച്ചു. കൃഷ്ണന്റെ സ്ഥലം തങ്ങൾ മനസ്സിലാക്കിയിട്ടുണ്ടെന്നും അയാളെ പിടിച്ചു വയ്ക്കാമെന്നും പറഞ്ഞ അവർ ഞങ്ങളോട് വേഗം പൊള്ളാച്ചിയിലെത്താൻ ആവശ്യപ്പെട്ടു. എസ്.ഐ ഷാഹുൽ ഹമീദ് സാറിന്റെ നേതൃത്വത്തിൽ വേഗം പൊള്ളാച്ചിയിലേക്കു കുതിച്ചു. ഞങ്ങൾ എത്തുമ്പോഴേക്കും അവർ കൃഷ്ണനെ പിടിച്ചിട്ടുണ്ടായിരുന്നു. പൊള്ളാച്ചി സ്റ്റേഷനിൽ വച്ചു തന്നെ കൃഷ്ണനെ ചോദ്യം ചെയ്യുകയും കളവ് നടത്തിയ കാര്യം അയാൾ സമ്മതിക്കുകയും ചെയ്തു. കൂട്ടാലയിലുള്ള താമരാക്ഷനും കൂടെയുണ്ടായിരുന്നുവെന്നു അയാൾ വെളിപ്പെടുത്തി. മോഷ്ടിച്ച സ്വർണ്ണത്തിൽ കൃഷ്ണന് കിട്ടിയ പങ്ക് പൊള്ളാച്ചിയിലും പാലക്കാടുമാണു വിൽപന നടത്തിയത്.

കൃഷ്ണനെയും കൊണ്ട് ഞങ്ങൾ പൊള്ളാച്ചിയിൽ നിന്നും മതിലകം പൊലീസ് സ്റ്റേഷനിൽ എത്തി. കൃഷ്ണനെ സ്റ്റേഷനിൽ നിർത്തി

ഞങ്ങൾ താമരാക്ഷന്റെ വീട്ടിലെത്തി വീടുവളഞ്ഞു. വാതിലിൽ മുട്ടി വിളിച്ചു. വാതിൽ തുറന്ന താമരാക്ഷൻ വെട്ടുകത്തിയുമായി ചാടി വീഴുകയാണു ചെയ്തത്. അപ്രതീക്ഷിത നീക്കത്തിൽ തെല്ല് അമ്പ രന്നെങ്കിലും താമരാക്ഷനെ ഞങ്ങൾ കീഴ്പ്പെടുത്തി, വെട്ടുകത്തി വാങ്ങിച്ചെടുത്തു. കളവിന്റെയും പങ്കു കിട്ടിയ സ്വർണത്തിന്റേയും കാര്യം കൃഷ്ണൻ പറഞ്ഞതനുസരിച്ച് ഞങ്ങൾ അവനോടു ചോദിച്ചു. ആദ്യം ഒന്നുമറിയില്ലെന്ന ഭാവത്തിൽ നിന്നു. പിന്നെ സമ്മതിച്ചു. വീടിനകത്ത് ഒരു പാത്രത്തിൽ സ്വർണ്ണം ഒളിപ്പിച്ച് വച്ചിരിക്കുകയാ യിരുന്നു. ഒളിപ്പിച്ച സ്വർണ്ണം വീട്ടിൽ നിന്നു കണ്ടെടുത്ത് താമരാ ക്ഷനെയും കൂട്ടി ഞങ്ങൾ മതിലകം സ്റ്റേഷനിൽ എത്തിയപ്പോൾ സമയം രാത്രി രണ്ട് മണി ആയി.

വീട്ടിൽ വന്ന് ഒന്നുറങ്ങിയെന്നു വരുത്തി, പിറ്റേന്ന് രാവിലെ 7 മണിക്കു തന്നെ ഞാൻ വീണ്ടും മതിലകം സ്റ്റേഷനിൽ എത്തി. കൃഷ്ണനെയും താമരാക്ഷനെയും വലപ്പാട് സ്റ്റേഷനിൽ കൊണ്ട് പോയി. രണ്ടുപേരെയും മാറി മാറി ചോദ്യം ചെയ്തു. മൂന്നുപീടിക യിൽ കളവ് നടത്തിയ രീതി അവർ വിവരിച്ചു.

സെക്കന്റ് ഷോ കഴിഞ്ഞ് റോഡിലൂടെ നടന്നു പോയി, മൂന്നുപീടിക യിലെ മരമില്ലിനടുത്തുള്ള വീട്ടിൽ ആൾ താമസമില്ല എന്ന് ഉറപ്പാക്കി. അതിനു ശേഷം ആ മരമില്ലിൽ നിന്ന് കമ്പിപ്പാരയെടുത്ത് വീടിന്റെ മുൻവശത്തെ വാതിൽ കുത്തിപ്പൊളിച്ചു. അകത്തു കയറി അലമാര ആ പാര കൊണ്ടു തന്നെ കുത്തിതുറന്നു സ്വർണ്ണാഭരണങ്ങളും വീഡിയോ പ്ലെയറും എടുത്തു. സാധാരണയായി കൃഷ്ണൻ കള വിന് പോകുമ്പോൾ കൈയിൽ സോക്സ് ധരിക്കാറുണ്ട്. അന്ന് കളവ് നടത്തിയ ദിവസം ഡോറിന്റെ പിടി തുറന്ന് നോക്കിയശേഷം ആണ് സോക്സ് ധരിച്ചത്. അതുകൊണ്ടാണ് ആ വാതിലിന്റെ പിടിയിൽ കൃഷ്ണന്റെ കൈയ്യടയാളം പതിഞ്ഞതും അന്വേഷണത്തിൽ ഞങ്ങൾ ക്കതു കിട്ടിയതും. അത് ആളെ തിരിച്ചറിയൽ എളുപ്പമാക്കി, പിടികൂടുക അത്രയെളുപ്പമായിരുന്നില്ലെങ്കിലും.

കൃഷ്ണനെ ചോദ്യം ചെയ്തപ്പോൾ 17ൽ പരം കളവ് കേസു കളാണു തെളിഞ്ഞത്. വീടുകൾ കഴിഞ്ഞാൽ പിന്നെ ഇലക്ട്രോ ണിക്സ് ഷോപ്പുകളിലാണ് കൂടുതലും മോഷണങ്ങൾ നടത്തിയിട്ടു ള്ളത്. മോഷ്ടിച്ച സ്വർണ്ണാഭരണങ്ങളും ഇലക്ട്രോണിക്സ് ഉപകരണ ങ്ങളും ആർക്കെല്ലാം കൊടുത്തു എന്ന് ആദ്യഘട്ടത്തിൽ അവർ പറഞ്ഞില്ല. സ്വർണ്ണം കൊടുത്തത് പാലക്കാടുള്ള ഒരു ജ്വല്ലറിക്കാണെന്ന് പറഞ്ഞ് ഞങ്ങളെ പാലക്കാടുള്ള ഒരു ജ്വല്ലറിയിൽ കൊണ്ടുപോയി.

സ്വർണ്ണക്കടക്കാരനോട് സംസാരിച്ചപ്പോൾ കൃഷ്ണകുമാർ നുണ പറയുകയാണെന്ന് മനസ്സിലായി. അതിനാൽ കൃഷ്ണനെ വലപ്പാട് സ്റ്റേഷനിൽ കൊണ്ടു വന്നു വീണ്ടും നന്നായി ചോദ്യം ചെയ്തു. പോക്കറ്റിൽ ഉണ്ടായിരുന്ന ഫോൺ നമ്പറുകളെക്കുറിച്ച് ചോദിച്ചപ്പോൾ അവനു പിടിച്ച് നിൽക്കാൻ കഴിഞ്ഞില്ല. സ്വർണ്ണം കൊടുത്ത പൊള്ളാച്ചിയിലുള്ള സ്വർണ്ണക്കടയെക്കുറിച്ചും ഇലക്ട്രോണിക്സ് ഉപകരണങ്ങൾ കൊടുത്ത സെബിയെക്കുറിച്ചും അവൻ ഞങ്ങൾക്കു പറഞ്ഞു തന്നു. വീണ്ടും പൊള്ളാച്ചി ജ്വല്ലറിയിൽ പോയി കൃഷ്ണൻ കൊടുത്ത സ്വർണ്ണാഭരണങ്ങൾ കണ്ടെത്തി. സെബിയുടെ കടയിൽ നിന്ന് ഇലക്ട്രോണിക് ഉപകരണങ്ങളും കണ്ടെടുക്കുവാൻ കഴിഞ്ഞു. കൃഷണകുമാർ കേരളത്തിലും തമിഴ്നാട്ടിലുമായി 50 ൽ പരം കേസുകളിൽ പ്രതിയായിരുന്നു. താമരാക്ഷന്റെ പേരിൽ 30 ൽ പരം കേസുകൾ ഉണ്ടായിരുന്നു.

കൃഷ്ണന്റെ സ്വദേശം തൃശൂരാണ്. ചെറുപ്പത്തിൽ തന്നെ കളവ് കേസിൽ പ്രതിയായതിനാൽ പൊള്ളാച്ചിയിലേക്കു നാടുവിടുകയും അവിടെ ഒളിവിൽ താമസിക്കുകയുമായിരുന്നു. അവിടെ നിന്ന് കല്യാണം കഴിച്ചിരുന്നു. തമിഴ്നാട്ടിൽ മുനിസിപ്പൽ തിരഞ്ഞെടുപ്പിൽ കൃഷ്ണൻ മത്സരിക്കുക വരെ ചെയ്തിട്ടുണ്ട്. കാക്കിഷർട്ടും കസവുമുണ്ടും ധരിച്ച് തമിഴ്നാട്ടിൽ നിന്ന് ബസിൽ തൃശൂർ എത്തി അവിടെ നിന്ന് കളവ് നടത്തുവാൻ ഉദ്ദേശിച്ച സ്ഥലങ്ങളിലേക്ക് പോകുകയാണ് കൃഷ്ണന്റെ പതിവ്. കളവ് ചെയ്യുവാൻ ഉദ്ദേശിച്ച സ്ഥലത്തിനടുത്തുള്ള തിയേറ്ററിൽ സെക്കന്റ് ഷോ സിനിമ കാണ്ടതിനു ശേഷമാണ് മോഷണത്തിന് ഇറങ്ങുക. രാത്രി ആരെങ്കിലും കണ്ടാൽ ബസിൽ ഡ്രൈവറോ കിളിയോ ആണെന്നു പറയും. പട്രോളിംഗ് നടത്തുന്ന പൊലീസ് പലപ്പോഴും രാത്രി സംശയാസ്പദമായ നിലയിൽ കണ്ട് കൃഷ്ണനെ ചോദ്യം ചെയ്തിട്ടുണ്ടെങ്കിലും ബസ് ജീവനക്കാരനാണെന്നു പറഞ്ഞു രക്ഷപ്പെടുകയായിരുന്നു. ബസ് ജീവനക്കാരനാണെന്നു തോന്നിപ്പിക്കാനാണ് കാക്കി ഷർട്ടും കസവുമുണ്ടും ധരിക്കുന്നത്. മോഷണം നടത്തി കിട്ടുന്ന ഇലക്ട്രോണിക് ഉപകരണങ്ങളും സ്വർണ്ണവുമായി ആദ്യത്തെ ബസ്സിൽ തൃശൂർ എത്തുന്നു. അവിടെ നിന്ന് പൊള്ളാച്ചിയിലേക്കും ബസിൽ തന്നെയാണു പോകാറുള്ളത്. കൃഷ്ണൻ എപ്പോഴും വീടിന്റെ മുൻവാതിലാണ് കമ്പിപ്പാര ഉപയോഗിച്ച് പൊളിക്കുക. വീടുകളിൽ കയറി മോഷണം നടത്തുമ്പോൾ എത്രയധികം സ്വർണ്ണം കിട്ടിയാലും ഇലക്ട്രോണിക് ഉപകരണങ്ങൾ കൂടി മോഷ്ടിക്കുക എന്നത് കൃഷ്ണന്റെ ഒരു രീതിയാണ്.

ആദ്യകാലങ്ങളിലെ കൃഷ്ണന്റെ കൂട്ടുപ്രതികളാണ് താമരാക്ഷൻ, കാർത്തികേയൻ, വർഗ്ഗീസ് എന്നിവർ. മൂന്നുപീടികയിലെ ഒരു ജ്വല്ലറി മോഷണം ഇവർ ഒരുമിച്ചാണു നടത്തിയത്. അതിനു ശേഷം ഇവരെല്ലാം ഒറ്റയ്ക്കൊറ്റയ്ക്കാണ് കളവ് നടത്തികൊണ്ടിരുന്നത്. അതിനിടയിലാണ് കൃഷ്ണൻ വീണ്ടും താമരാക്ഷനെ കണ്ടുമുട്ടുന്നതും മൂന്നുപീടികയിലുള്ള വീടുമോഷണത്തിനായി ഒന്നിക്കുന്നതും. കളവ് നിറുത്തി, പൊലീസിനു വിവരങ്ങൾ കൊടുക്കുന്നയാളായി കഴിഞ്ഞു പോരുന്ന കാലത്താണ് താമരാക്ഷൻ വീണ്ടും ഈ കളവു കേസിൽ പിടിക്കപ്പെടുന്നത്. ഇവരെ അറസ്റ്റ് ചെയ്തതോടെ ആ കാലഘട്ടത്തിലുണ്ടായിരുന്ന ധാരാളം മോഷണക്കേസുകൾ തെളിയുകയും തുടർന്ന് കളവ് കേസുകളിൽ വലിയ കുറവുണ്ടാകുകയും ചെയ്തു. ■

സ്വന്തം 'ആർ ടി ഒ' യുമായി ഒരു വാഹനമോഷണസംഘം

1998ൽ ഒരു ദിവസം രാവിലെ ഞാൻ ഇരിങ്ങാലക്കുട സ്റ്റേഷനിൽ എത്തുമ്പോൾ അന്ന് നൈറ്റ് ഓഫീസറായിരുന്ന എ എസ് ഐ ജോണി സാർ മൂന്നു പേരെ ലോക്കപ്പിനു പുറത്തു നിറുത്തിയിരിക്കുന്നു. രാത്രി പട്രോളിംഗിനിടെ പന്തികേടു കണ്ടു പിടികൂടി സ്റ്റേഷനിലെത്തിച്ചതായിരുന്നു. അവരുടെ കയ്യിൽ ഒരു ഓട്ടോറിക്ഷയും രണ്ട് മൂന്ന് നമ്പർ നമ്പർ പ്ലെയ്റ്റുകളും ഉണ്ടായിരുന്നു. മൂന്നു പേരുടെയും വീടുകളിൽ വിളിച്ച് അറിയിച്ചിട്ടുണ്ടെന്നും വീട്ടുകാർ വരുമ്പോൾ വേണമെങ്കിൽ അവരെ പറഞ്ഞു വിടുന്നതിനെക്കുറിച്ചാലോചിക്കാമെന്നും ജോണിസാർ പറഞ്ഞു.

സുദർശനൻ സാറാണ് അപ്പോൾ ഇരിങ്ങാലക്കുട എസ്.ഐ.

“അവരെ വിശദമായി ചോദ്യം ചെയ്യാം, ചിലപ്പോൾ വല്ല വാഹന മോഷ്ടാക്കളുമായിരിക്കും,” ഞാൻ എസ് ഐ യോടു പറഞ്ഞു. അദ്ദേഹത്തിനു സമ്മതമായിരുന്നു.

തുടർന്നു എസ് ഐയ്ക്കൊപ്പം ഞാനും ജോയിയും മാഹിൻകുട്ടിയും അനിലുമൊന്നിച്ച് ഈ മൂന്നു പേരെ ചോദ്യം ചെയ്തു. മൂന്നു പേരിൽ ഒരാൾ പുത്തൻവേലിക്കരക്കാരനും മറ്റു രണ്ടു പേർ പെരുമ്പാവൂർകാരുമായിരുന്നു. ചോദ്യം ചെയ്യൽ പുരോഗമിച്ചപ്പോൾ അവർ ഉള്ള കാര്യം പറഞ്ഞു. വലിയ വാഹനങ്ങൾ മോഷ്ടിക്കാൻ വേണ്ടി വന്നവരാണവർ. മോഷ്ടിച്ച വാഹനങ്ങൾക്ക് വെക്കാനുള്ള നമ്പർ പ്ലേറ്റാണ് ഓട്ടോറിക്ഷയിൽ ഉണ്ടായിരുന്നത്. അന്തർ സംസ്ഥാന മോഷണ സംഘത്തിൽ പെട്ട കുഞ്ഞുമോനാണ് തങ്ങളെ കളവിനു പറഞ്ഞു വിട്ടതെന്നും അവർ വെളിപ്പെടുത്തി. കുഞ്ഞുമോനു ജോസഫ്, ജോഷി, സെബാസ്റ്റ്യൻ എന്നിങ്ങനെ പല വിളിപ്പേരുകളുണ്ട്. മോഷ്ടിച്ചെടുത്ത വാഹനങ്ങൾ നമ്പർ പ്ലേറ്റ് മാറ്റി ചാലക്കുടിയിൽ എത്തിക്കാനാണ് ഇവരോടു പറഞ്ഞിരിക്കുന്നത്. ചാലക്കുടിയിൽ

എത്തിയാൽ ഫോണിൽ വിളിക്കണമെന്നു പറഞ്ഞു നമ്പറും കൊടുത്തിട്ടുണ്ട്.

കുഞ്ഞുമോനെ കണ്ടുമുട്ടാം എന്നു തന്നെ ഞങ്ങൾ തീരുമാനിച്ചു.

ഇരിങ്ങാലക്കുടയിൽ നിന്നും ഞങ്ങൾ ഒരു സ്വകാര്യ ടാറ്റാ സുമോ സംഘടിപ്പിച്ചു. പൊലീസുകാർ പൊതുവെ 'ക്രൈം വർക്' എന്നു വിളിക്കുന്ന കുറ്റാന്വേഷണകാര്യങ്ങളിൽ നല്ല താത്പര്യമുള്ളയാളായിരുന്നു ഡ്രൈവർ മോഹൻ.

കളവിനു വന്നവർ കൊണ്ടുവന്ന നമ്പർ പ്ലേറ്റ് ഈ ടാറ്റാ സുമോയിൽ ഘടിപ്പിച്ചു. അതിനുശേഷം പുത്തൻവേലിക്കരകാരൻ ഞങ്ങളുടെ നിർദേശപ്രകാരം കുഞ്ഞുമോനെ ഫോണിൽ വിളിച്ചു. "ഒരു വണ്ടി കിട്ടിയിട്ടുണ്ട്, ചാലക്കുടിയിൽ എത്തിക്കാം," എന്നതായിരുന്നു സന്ദേശം. ഞങ്ങൾ വണ്ടിയുമായി ചാലക്കുടി ആനമല ജംഗ്ഷനിൽ എത്തി. ടാറ്റാ സുമോയിൽ ഡ്രൈവറായി മോഹൻസാറും പുത്തൻവേലിക്കരക്കാരനും മാത്രം ഇരുന്നു. ഞങ്ങൾ പരിസരത്ത് ഒളിഞ്ഞും മറഞ്ഞും നിന്നു. സത്യത്തിൽ ഞങ്ങളുടെ മനസ്സിൽ പേടിയുണ്ടായിരുന്നു. കാരണം, ഞങ്ങളുടെ കൂട്ടത്തിൽ നിന്നു മോഹൻസാർ മാത്രമേ വാഹനത്തിലുള്ളൂ. അദ്ദേഹം ഡ്രൈവറുടെ വേഷത്തിൽ ഇരിക്കുന്നു. പഠിച്ച കള്ളനായ പൊടിമോൻ മോഹൻസാറിനെ എന്തെങ്കിലും അതിക്രമം ചെയ്ത് വണ്ടിയും കൊണ്ട് കടക്കുമോ എന്നതായിരുന്നു ഞങ്ങളുടെ ആധി.

ഏതായാലും, ഒരു ലോഡ്ജിന്റെ മുമ്പിൽ നിറുത്തിയിട്ട ടാറ്റാ സുമോയിൽ മോഹൻ സാറും പുത്തൻവേലിക്കരക്കാരനും ഏതാണ്ട് രണ്ട് മണിക്കൂർ കാത്തിരുന്നു. ഞങ്ങൾ ഈ വണ്ടിയെ കൺചിമ്മാതെ വീക്ഷിച്ചുകൊണ്ട് ആ പരിസരത്തുള്ള കടത്തിണ്ണകളിലും മറ്റുമായി ഇരുന്നു. രണ്ട് മണിക്കൂർ കഴിഞ്ഞപ്പോൾ ഒരു ബൈക്ക് ടാറ്റാ സുമോയുടെ അടുത്തു വന്നു നിന്നു. ബൈക്കുകാരൻ പാന്റും ഷർട്ടും ഒരു ഓവർക്കോട്ടും ധരിച്ചിരുന്നു. അയാൾ ബൈക്കിൽ നിന്നിറങ്ങി ടാറ്റാ സുമോയിലുണ്ടായിരുന്ന പുത്തൻവേലിക്കരക്കാരനു കൈകൊടുത്തു. അപ്പോൾ തന്നെ സുദർശൻസാറും ഞങ്ങളും സുമോയെ വളഞ്ഞു. ബൈക്കുകാരൻ ഞങ്ങളെ വെട്ടിച്ച് ഓടാൻ ശ്രമിച്ചു. പക്ഷേ, മൽപിടുത്തത്തിലൂടെ അയാളെ കീഴടക്കാൻ ഞങ്ങൾക്കു സാധിച്ചു.

അയാളെ ഞങ്ങൾ സ്റ്റേഷനിലെത്തിച്ചു. അന്തർ സംസ്ഥാന വാഹന മോഷ്ടാവ് കുഞ്ഞുമോൻ തന്നെയാണ് ആളെന്ന് ചോദ്യം ചെയ്യലിൽ നിന്നു മനസ്സിലായി. നിരവധി തവണ ജയിൽ ശിക്ഷ അനുഭവിച്ചിട്ടുള്ള ആളാണ്. കേരളത്തിന്റെ വിവിധ ഭാഗങ്ങളിൽ നിന്ന് ധാരാളം വാഹനങ്ങൾ മോഷ്ടിച്ചിട്ടുണ്ടെന്ന് അയാൾ സമ്മതിച്ചു.

മോഷ്ടിച്ച വാഹനങ്ങളായ മൂന്നു ജീപ്പുകൾ, രണ്ടു കാറുകൾ, ഒരു ടാറ്റാ സുമോ എന്നിവ തുടരന്വേഷണത്തിൽ കണ്ടെടുത്തു.

കുഞ്ഞുമോൻ മോഷ്ടിക്കുന്ന വാഹനങ്ങൾക്ക് ആർ.സി ബുക്ക് ഉണ്ടാക്കി കൊടുക്കുന്നത് 'ആർടിഒ രാമൻ' എന്നു വിളിപ്പേരുള്ള കളമശ്ശേരി ശ്രീരാമചന്ദ്രനാണെന്ന് മനസ്സിലായി. ശ്രീരാമചന്ദ്രനെ പിടികൂടുന്നതിനായി ഞങ്ങൾ കളമശ്ശേരിയിൽ എത്തി. അയാൾ വാടകയ്ക്ക് താമസിക്കുന്ന വീട് കണ്ടെത്തി, തന്ത്രപൂർവ്വം ഒരന്വേഷണം നടത്തി. ശ്രീരാമചന്ദ്രൻ അപ്പോൾ വീട്ടിലില്ലെന്നും കണ്ണൂർ പോയിരിക്കുകയാണെന്ന് ശ്രീരാമചന്ദ്രന്റെ ഭാര്യയിൽ നിന്നറിഞ്ഞു. ഒരു വീടിന്റെ മുകൾഭാഗത്താണ് ശ്രീരാമചന്ദ്രൻ വാടകയ്ക്ക് താമസിക്കുന്നത്. വീട്ടുടമ താഴെ താമസിക്കുന്നു. അദ്ദേഹത്തെ കണ്ട് കാര്യങ്ങൾ വിശദമായി പറഞ്ഞു. ഞങ്ങളെ സഹായിക്കാം എന്നയാൾ സമ്മതിച്ചു. ഉടമസ്ഥന്റെ ഫോണിൽ നിന്നാണ് മുകളിലേക്ക് എക്സ്റ്റൻഷൻ ഫോൺ കൊടുത്തിരിക്കുന്നത്. കോളർ ഐഡി പിടിപ്പിച്ചിട്ടുള്ളതിനാൽ വരുന്ന കോൾ അറിയാൻ കഴിയും. അതിനാൽ ഒരു പൊലീസുകാരനെ അവിടെ നിറുത്തിയ ശേഷം ഞങ്ങൾ നേരെ കണ്ണൂരിലേക്ക് തിരിച്ചു. ശ്രീരാമചന്ദ്രൻ പോകുമ്പോൾ താമസിക്കാറുള്ള ലോഡ്ജുകൾ കുഞ്ഞുമോൻ പറഞ്ഞ് തന്നിരുന്നു. പച്ചനിറത്തിലുള്ള സെൻ കാറാണ് ശ്രീരാമചന്ദ്രൻ ഉപയോഗിക്കുന്നത് എന്നും അറിയാം.

ആദ്യം കോഴിക്കോട് എത്തി അവിടെയുള്ള ലോഡ്ജുകൾ എല്ലാം തിരഞ്ഞു. രാത്രി താമസിക്കാൻ മെനക്കെടാതെ യാത്ര തുടർന്നു. പിറ്റേന്നു രാവിലെ എട്ടു മണി ആയപ്പോൾ തലശ്ശേരിയിൽ എത്തി. അവിടെ ഒരു ലോഡ്ജിൽ കയറി ഫ്രഷായി പോകാം എന്ന് വിചാരിച്ചു. ആ ലോഡ്ജിന്റെ കോമ്പൗണ്ടിൽ എത്തിയപ്പോൾ ദാ കിടക്കുന്നു, ഇളം പച്ച നിറത്തിലുള്ള മാരുതി സെൻ. ശ്രീരാമചന്ദ്രന്റെ കാർ! സുദർശൻ സാർ ഉടനെ തന്നെ കൗണ്ടറിൽ എത്തി പൊലീസാണെന്നു പരിചയപ്പെടുത്തിയ ശേഷം, താമസിക്കുന്നവരുടെ വിലാസങ്ങളറിയുന്നതിന് രജിസ്റ്റർ ആവശ്യപ്പെട്ടു. രജിസ്റ്റർ തുറന്നപ്പോൾ 101-ാം നമ്പർ മുറിയിൽ ശ്രീരാമചന്ദ്രൻ എറണാകുളം എന്ന അഡ്രസ്സ് കണ്ടു. ഉടനെ തന്നെ ഞങ്ങൾ 101 -ാം നമ്പർ മുറി ലക്ഷ്യമാക്കി ലോഡ്ജിന്റെ ഫസ്റ്റ് ഫ്ളോറിലേക്ക് ഓടി. മുറിയുടെ മുമ്പിൽ ചെന്ന് മുട്ടി വിളിച്ചു. കുറച്ചു നേരത്തേക്കു യാതൊരനക്കവും ഉണ്ടായില്ല. അൽപം കഴിഞ്ഞ് മുറി തുറന്നപ്പോൾ, നല്ല രീതിയിൽ വേഷം ധരിച്ചു നിൽക്കുന്ന ഒരു ചെറുപ്പക്കാരനെയാണു കണ്ടത്. അഡ്രസ്സ് ചോദിച്ചപ്പോൾ ശരിയായ അഡ്രസ് തന്നെ പറഞ്ഞു. അയാളുടെ ബാഗിൽ ധാരാളം ആർസി ബുക്കുകളും ഒരു ലക്ഷം രൂപയും

ഉണ്ടായിരുന്നു. വളരെ മാന്യമായ രീതിയിലാണ് ശ്രീരാമചന്ദ്രൻ സംസാരിച്ചത്. രക്ഷപ്പെടാനോ മറച്ചു വയ്ക്കാനോ ഉള്ള യാതൊരു ശ്രമങ്ങളും അയാൾ നടത്തിയില്ല. താൻ വാങ്ങിച്ച വാഹനങ്ങളും അവ കൊടുത്ത സ്ഥലങ്ങളും ശ്രീരാമചന്ദ്രൻ വെളിപ്പെടുത്തിക്കൊണ്ടിരുന്നു. ഞങ്ങൾ ശ്രീരാമചന്ദ്രനെയും കൊണ്ട് ഇരിങ്ങാലക്കുടയിലേക്കു പുറപ്പെട്ടു. വൈകുന്നേരമായപ്പോൾ ഇരിങ്ങാലക്കുടയിൽ എത്തി. ചോദ്യം ചെയ്യൽ തുടർന്നു. കേരളത്തിലും തമിഴ്നാട്ടിലും ശ്രീരാമചന്ദ്രൻ വാഹനങ്ങൾ മറിച്ചു കൊടുത്തിട്ടുണ്ട്. കേരളത്തിൽ നിന്നും പത്തിൽ പരം വാഹനങ്ങൾ കണ്ടെടുക്കുവാൻ കഴിഞ്ഞു.

കുഞ്ഞുമോൻ തമിഴ്നാട്ടിൽ ദിണ്ഡികൽ എന്ന സ്ഥലത്ത് കൊടുത്ത വാഹനത്തെക്കുറിച്ച് അന്വേഷിക്കാനായി ഞാനും അനിൽകുമാറുമാണ് പോയത്. ദിണ്ഡികലിലുള്ള രാമരാജ് എന്നയാൾക്കാണ് വാഹനം കൊടുത്തതെന്നു കുഞ്ഞുമോൻ പറഞ്ഞിരുന്നു. രാമരാജിന്റെ ഫോൺ നമ്പറും തന്നിരുന്നു. ഞങ്ങൾ ദിണ്ഡികലിൽ എത്തി കുറിഞ്ഞി ലോഡ്ജിൽ മുറിയെടുത്തു. കുഞ്ഞുമോന്റെ കൂടെയുള്ള കള്ളന്മാരായി നടിച്ച് രാമരാജിനെ ഫോൺ വിളിക്കുവാൻ ഞങ്ങൾ തീരുമാനിച്ചു. ഞാൻ രാമരാജുമായി ഫോണിൽ മലയാളവും തമിഴും കലർത്തി കാര്യങ്ങൾ സംസാരിച്ചു.

‘‘ഞങ്ങൾ കേരളത്തിൽനിന്നും വന്നവരാണ് വാഹനങ്ങൾ കൊണ്ടു വന്നിട്ടുണ്ട്. കൊണ്ടുവന്ന വാഹനങ്ങൾ അണ്ണന് വിൽക്കാൻ തയ്യാറാണ്,’’ ഇതാണ് ഞാൻ പറഞ്ഞതിന്റെ ചുരുക്കം.

‘‘അടുത്ത ദിവസം വരാം. അതുവരെ നിങ്ങൾ ലോഡ്ജിൽ തന്നെ താമസിക്കുക,’’ അയാൾ മറുപടി പറഞ്ഞു.

പിറ്റേന്നു രാവിലെ 11 മണിയായപ്പോൾ ഞങ്ങൾ താമസിക്കുന്ന മുറിയിലേക്ക് 6 അടി ഉയരവും 100 കിലോയിലധികം തൂക്കവുമുള്ള ഒരാൾ കയറി വന്നു. സത്യത്തിൽ ഞങ്ങൾ ഒന്നു വിറച്ചു. ശബ്ദമൊന്നും പുറത്തു വരാത്ത അവസ്ഥ. എന്നാലും ഉള്ള തമിഴിൽ എന്തൊക്കെയോ പറഞ്ഞു. കുഞ്ഞുമോമോൻ തന്നെ പറ്റിച്ചെന്നു രോഷാകുലനായി പറഞ്ഞ അയാൾ കുഞ്ഞുമോനെ കാണിച്ചു കൊടുക്കണമെന്നു ഞങ്ങളോട് ആവശ്യപ്പെട്ടു. തന്റെ കയ്യിൽ തോക്കുണ്ടെന്നും അയാൾ സൂചിപ്പിച്ചു.

അപ്പോൾ ഞങ്ങൾ പതിയെ പ്ലേറ്റ് മാറ്റി. കുഞ്ഞുമോമോനുമായി തെറ്റി പിരിഞ്ഞു വന്നിരിക്കുകയാണു ഞങ്ങളെന്നും ഇപ്പോൾ കുഞ്ഞുമോനുമായി ചേരാതെ സ്വന്തമായിട്ടാണു കച്ചവടമെന്നും അതുകൊണ്ടാണ് കുഞ്ഞുമോമോനെ കൂട്ടാതെ ഞങ്ങൾ തനിച്ചു ദിണ്ഡികലിലേക്കു വന്നതെന്നും തട്ടി വിട്ടു. അത് രാമരാജിന് വിശ്വാസമായി.

അടുത്തതായി തട്ടിയെടുക്കുന്നതിനുള്ള ഒരു ടാറ്റാസുമോ കണ്ടു വെച്ചിട്ടുണ്ടെന്നും പറഞ്ഞു. എങ്കിൽ നമുക്ക് ബിസിനസ്സ് സംസാരിക്കാം എന്നായി അയാൾ. വിശ്വാസ വഞ്ചന ചെയ്താൽ വെടിവെച്ചു കൊല്ലും എന്നു ഭീഷണിപ്പെടുത്താനും അയാൾ മറന്നില്ല. വൈകിട്ട് 7 മണിക്കു വീണ്ടും വരാം എന്നു പറഞ്ഞാണ് അയാൾ പോയത്.

രാമരാജ് പോയി കഴിഞ്ഞതിനു ശേഷമാണു ഞങ്ങളുടെ ശ്വാസം നേരെ വീണത്. തോക്കും കൊണ്ടു നടക്കുന്ന ഒരു കൊള്ളക്കാരനിൽ നിന്നു ജീവൻ തിരിച്ച് കിട്ടിയ സന്തോഷം. ഇനി വൈകിട്ട് അയാൾ വരുമ്പോൾ എന്തു ചെയ്യണം എന്നാലോചിച്ചിട്ട് ഒരു പിടിയും കിട്ടുന്നില്ല. വൈകുന്നേരമാകുന്തോറും മനസ്സ് വല്ലാതെ പിടച്ച് കൊണ്ടിരുന്നു. രാമരാജിന്റെ ഉദ്ദേശ്യം എന്താണെന്നു വ്യക്തമാകുന്നില്ല. പൊലീസാണെന്ന് അറിഞ്ഞാൽ ഞങ്ങളെ കൊല്ലാനും അയാൾ മടിക്കില്ല. ഞങ്ങൾ രണ്ടുപേരും ബസ്സ്റ്റാന്റിലൂടെ ചുറ്റി നടന്നു നേരം കളഞ്ഞു. രാത്രി കഴിക്കാനുള്ള ഭക്ഷണവും വാങ്ങി ലോഡ്ജിലേക്ക് മടങ്ങി.

വൈകിട്ടു പറഞ്ഞ സമയത്ത് തന്നെ രാമരാജ് വന്നു. കയ്യിൽ മദ്യക്കുപ്പിയുണ്ട്, വരുമ്പോൾ തന്നെ നന്നായി മദ്യപിച്ചിട്ടുമുണ്ട്. അയാൾ ലോഡ്ജിൽ വേറെ മുറി എടുത്തിട്ടുണ്ടെന്ന് സംസാരത്തിൽ നിന്നും മനസ്സിലായി. വാങ്ങി കൊണ്ടു വന്നിരുന്ന ഭക്ഷണം ഞങ്ങൾ ടേബിളിൽ എടുത്തു വച്ചു. രാമരാജ് ആ ഭക്ഷണം കഴിക്കാൻ തുടങ്ങി, ഒപ്പം താൻ കൊണ്ടു വന്ന മദ്യവും വീണ്ടും വീണ്ടും കഴിക്കുന്നുണ്ട്. ടാറ്റാസുമോ കൊണ്ടു വന്നാൽ എടുക്കാമെന്നും നല്ല വില തരാമെന്നും അതിനിടയിൽ പറയുന്നുണ്ടായിരുന്നു. വണ്ടി തരാമെന്നു പറഞ്ഞു കുഞ്ഞുമോൻ പണം വാങ്ങിക്കൊണ്ടു പോയി പറ്റിച്ച കഥയും ഇടയ്ക്കിടെ ആവർത്തിച്ചു കൊണ്ടിരുന്നു. ഏതായാലും മൂന്നു വണ്ടികൾ കൊടുക്കാം എന്ന് അയാളുമായി ഞങ്ങൾ എഗ്രിമെന്റ് ഉണ്ടാക്കി. ഒമ്പതു മണിയായപ്പോൾ, ഇനി നാളെ കാണാമെന്നും പറഞ്ഞു രാമരാജ് അടുത്ത മുറിയിലേക്ക് നടന്നു.

രാമരാജ് മുറിയിൽ കയറിയ ഉടനെ ഞങ്ങൾ അയാളുടെ മുറി പുറത്ത് നിന്ന് ലോക്ക് ചെയ്തു. ഉടനെ തന്നെ സുദർശൻ സാറിനെ വിളിച്ച് കാര്യങ്ങൾ പറഞ്ഞു. അദ്ദേഹം ഉടനെ തന്നെ പുറപ്പെടാം എന്നു പറഞ്ഞു. ഞങ്ങൾ ദിണ്ഡികലിലുള്ള കുറിഞ്ഞി ലോഡ്ജിലെ 355-ാം നമ്പർ റൂമിൽ കാത്തിരിപ്പു തുടർന്നു. ഉറങ്ങാതെ വാതിൽ തുറന്നിട്ട് ഇരിക്കുകയാണു ഞങ്ങൾ. ഇടയ്ക്കിടെ സുദർശൻ സാറിനെ ഫോണിൽ വിളിച്ചുകൊണ്ടിരുന്നു. വെളുപ്പിന് 4.30 മണിയായപ്പോൾ ജീപ്പ് പുറത്ത് വന്ന് നിന്നു. മനസ്സിൽ എന്തെന്നില്ലാത്ത സന്തോഷവും

വലിയ ആശ്വാസവും തോന്നി. ജീവൻ തിരിച്ചു കിട്ടിയ പ്രതീതിയാണ്.

ഞങ്ങൾ നേരെ രാമരാജിന്റെ മുറിയുടെ മുമ്പിൽ പോയി നിലയുറപ്പിച്ചു. എസ്.ഐ സുദർശൻ സാറും ജോയി, മോഹനൻ, മാഹിൻകുട്ടി എന്നിവരുമാണ് സംഘത്തിൽ ഉണ്ടായിരുന്നത്. എസ്.ഐയും സംഘവും കയറി വന്നയുടനെ ഞങ്ങൾ വാതിലിൽ മുട്ടി വിളിച്ചു. കുറച്ചു നേരം കഴിഞ്ഞാണു രാമരാജ് വാതിൽ തുറന്നത്. തുറന്ന ഉടനെ ഞങ്ങൾ മുറിയിലേക്ക് ഇടിച്ചു കയറി. ഞങ്ങൾ കേരളത്തിൽ നിന്നുള്ള പൊലീസ് സംഘമാണെന്നും ഉള്ള കാര്യങ്ങൾ തുറന്നു പറയണമെന്നും പറഞ്ഞു. കുഞ്ഞുമോൻ കൊണ്ടു കൊടുത്ത മൂന്നു വാഹനങ്ങൾ ആർക്കാണു മറിച്ചു കൊടുത്തിരിക്കുന്നതെന്നു പറയാമെന്നും അവ തിരിച്ചു വാങ്ങി തരാമെന്നും അയാൾ സമ്മതിച്ചു. ആ വാഹനങ്ങൾ കണ്ടെത്തുകയും ഞങ്ങൾ സന്തോഷത്തോടെ കേരളത്തിലേക്ക് തിരിച്ചു പോരുകയും ചെയ്തു.

പേടിയുണ്ടാക്കുന്ന ഒരു ഓർമ്മയാണ് തോക്കുധാരിയായ രാമരാജുമായി നേർക്കു നേർ നിന്ന അന്നത്തെ രാത്രി. ഏതായാലും, കുഞ്ഞുമോനേയും സംഘത്തേയും പിടിക്കുകയും മോഷ്ടിച്ചു വിറ്റ നിരവധി വാഹനങ്ങൾ 'ആർ ടി ഒ ശ്രീരാമചന്ദ്രൻ' ഉൾപ്പെടെയുള്ളവരുടെ സഹായത്തോടെ തിരിച്ചെടുക്കുകയും ചെയ്തതോടെ വാഹന മോഷണങ്ങളുടെ വലിയൊരു പരമ്പരയ്ക്ക് അറുതിയായി. ആദ്യം പട്രോളിംഗിനിടെ പിടികൂടി സ്റ്റേഷനിൽ കൊണ്ടു വന്ന മൂന്നുപേരും മുമ്പ് കളവ് കേസുകളിൽ ഒന്നും പെട്ടിരുന്നില്ല. അതു മനസ്സിലായതിനെ തുടർന്ന് സംശയാസ്പദമായി കണ്ടതിനുള്ള കേസ് മാത്രം രജിസ്റ്റർ ചെയ്ത് അവരെ കോടതിയിലേക്കയച്ചു.

■

ഡോക്ടർമാരെ ഉന്നമിടുന്ന കോട്ടയം മെയ്യപ്പൻ

ഇരിങ്ങാലക്കുടയിൽ ധാരാളം സമ്പന്നർ താമസിക്കുന്ന പ്രദേശമാണ് മുനിസിപ്പൽ സ്റ്റേഡിയത്തിനടുത്തുള്ള പേഷ്കാർ റോഡും പരിസരവും. ധാരാളം ഡോക്ടർമാരും വ്യവസായികളുമെല്ലാം ഇവിടെ വലിയ വീടുകളിൽ താമസിക്കുന്നുണ്ട്. ഈ ചുറ്റുവട്ടത്തു താമസിക്കുന്ന ജനങ്ങൾ വളരെ ഭയചകിതരായ ഒരു സാഹചര്യം 1999 ൽ ഉണ്ടായി. നിരന്തരമായ മോഷണങ്ങളാണ് കാരണം. വൈകിട്ട് 6 മണിക്ക് വീട്ടിൽ തിരിച്ചെത്തുമ്പോൾ വീട്ടിൽ നിന്നും സ്വർണ്ണാഭരണങ്ങളും ഇലക്ട്രോണിക്സ് ഉപകരണങ്ങളുമെല്ലാം കളവ് പോയിരിക്കുന്ന കാഴ്ച കാണേണ്ടി വരുന്നു. നിരവധി വീടുകളിൽ ഇതു സംഭവിച്ചു. വീടിന്റെ അടുക്കള വാതിൽ തള്ളി തുറന്നും എക്സ്ഹോസ്റ്റ് ഫാൻ അഴിച്ച് മാറ്റി അതിലൂടെ ഉള്ളിൽ കടന്നും അലമാരയും മറ്റും തകർത്തുമാണ് മോഷണങ്ങൾ നടക്കുന്നത്. വിലപിടിപ്പുള്ള സാധനങ്ങൾ ഏറെ നഷ്ടപ്പെട്ടു. പെൺകുട്ടികളുടെ കല്യാണത്തിന് കരുതിവെച്ചിരുന്ന സ്വർണാഭരണങ്ങളടക്കം ലക്ഷകണക്കിനു രൂപയുടെ മുതലുകൾ മോഷണം പോയി. ജനങ്ങൾക്ക് വീടിനുള്ളിൽ നിന്നു പുറത്തു പോകാൻ പറ്റാത്ത അവസ്ഥയായെന്നു ചുരുക്കി പറയാം.

ഇരിങ്ങാലക്കുടയിൽ എസ്.ഐ സുദർശനൻ സാറും സിഐ പി.പി രവീന്ദ്രൻ സാറും ആയിരുന്നു. ഇവരുടെ നിർദ്ദേശപ്രകാരം ഞാനും ജോയിയും എ.ആർ ക്യാമ്പിൽ നിന്ന് വന്ന അനിലുമായിമായി ചേർന്ന് കാര്യമായ അന്വേഷണമാരംഭിച്ചിരുന്നു. പഴയ കുറ്റവാളികളെയും ജയിലിൽ നിന്ന് ഇറങ്ങിയവരെയും അയൽവാസികളെയും മറ്റും നിരന്തരം ചോദ്യം ചെയ്തു. പക്ഷേ ഉപകാരപ്രദമായ വിവരമൊന്നും കിട്ടിയില്ല. ഈ അന്വേഷണം തുടരുന്നതിനിടയിൽ തന്നെ വീണ്ടും ഇരിങ്ങാലക്കുട ഗേൾസ് സ്ക്കൂളിനടുത്തുള്ള തോമസ് എന്നയാളുടെ വീട്ടിൽ കളവ് നടന്നു. ഞങ്ങൾ അവിടെയെത്തി.

വീടിന്റെ പിൻവശത്തെ വാതിൽ തള്ളിതുറന്നാണ് മോഷണം നടത്തിയിട്ടുള്ളത്. ലക്ഷക്കണക്കിന് രൂപ വിലവരുന്ന സ്വർണ്ണാഭരണങ്ങൾ നഷ്ടപ്പെട്ടു. വിരലടയാള വിദഗ്ദ്ധർ വന്നു വീടു പരിശോധിക്കുകയും തെളിവുകൾ രേഖപ്പെടുത്തുകയും ചെയ്തു.

ഞങ്ങൾ അയൽപക്കത്തുള്ള വീടുകൾ കയറിയിറങ്ങിക്കൊണ്ടിരുന്നു. എന്തെങ്കിലും സൂചനകൾ കിട്ടുമോ എന്നറിയാനുള്ള അശ്രാന്ത പരിശ്രമമായിരുന്നു. അവസാനം കളവ് നടന്ന വീടിന്റെ 100 മീറ്റർ കിഴക്ക് താമസിച്ചിരുന്ന ഹിസ്ബുള്ള എന്നയാൾ കളവ് നടന്നതിന്റെ തലേ ദിവസം റോഡിന്റെ സൈഡിലായി ഒരു മോട്ടോർ സൈക്കിൾ കണ്ടുവെന്നുള്ള വിവരം തന്നു. ഒരു യമഹ ബൈക്കായിരുന്നു അത്. ബൈക്കിന്റെ നമ്പറും അദ്ദേഹം ശ്രദ്ധിച്ചിരുന്നു. അത് വളരെ വിലപ്പെട്ട ഒരു അറിവായി ഞങ്ങൾ കരുതി. ആർടിഒ ഓഫീസിൽ ചെന്ന് അന്വേഷിച്ചപ്പോൾ അത് വയനാട് റജിസ്റ്റർ ചെയ്ത വണ്ടിയാണെന്നു വിവരം കിട്ടി. വയനാട് ആർ ടി ഒ യെ ബന്ധപ്പെട്ടു വിലാസം ശേഖരിച്ച് വണ്ടിയുടെ ഉടമസ്ഥനെ ഫോണിൽ വിളിച്ചന്വേഷിച്ചു. ബൈക്ക് എറണാകുളത്തേക്ക് വിറ്റതാണെന്നു പറഞ്ഞ അയാൾ വാങ്ങിയ ആളുടെ അഡ്രസ്സും തന്നു. എറണാകുളത്ത് പോയി അന്വേഷിച്ചപ്പോഴുണ്ട്, ബൈക്ക് അവിടെയുണ്ട്, അയാൾ തന്നെയാണ് അതുപയോഗിക്കുന്നത്, ആർക്കും ഓടിക്കാൻ കൊടുത്തിട്ടുമില്ല. ആ അന്വേഷണം വഴിമുട്ടി.

പക്ഷേ ഒരു കാര്യം ഞങ്ങൾ കണ്ടെത്തി. ബൈക്കിൽ വന്നയാൾ തന്നെയാകണം കള്ളൻ. കാരണം നമ്പർ വ്യാജമാണ്. കൂടാതെ യമഹ ബൈക്കാണത് എന്നും ഉറപ്പായല്ലോ. അതിൽ ഇപ്പോൾ പിടിപ്പിച്ചിരിക്കുന്ന നമ്പറും അറിയാം. കളവിനു പോകാൻ കള്ള നമ്പറുള്ള ബൈക്ക് ഉപയോഗിക്കുന്നയാളാണു കള്ളൻ. അങ്ങനെയുള്ള കള്ളനെ കണ്ടെത്തുക എന്നതായി അടുത്ത ലക്ഷ്യം.

അയാൾ മുമ്പും ഈ ബൈക്ക് ഉപയോഗിച്ചു കളവു നടത്തുകയും പിടിക്കപ്പെടുകയും ചെയ്തിരിക്കാൻ ഇടയുണ്ട്. കളവിന്റെ രീതിയും മനസ്സിലായി. ആ നിലയ്ക്കുള്ള അന്വേഷണം നടത്താൻ ഞങ്ങൾ തീരുമാനിച്ചു. ഞങ്ങൾ മൂന്നു പേർ അന്വേഷണവുമായി വിവിധ ദിശകളിലേക്കു പുറപ്പെട്ടു. ഞാൻ എറണാകുളവും കോട്ടയവും ജോയിസാർ തിരുവനന്തപുരവും കൊല്ലവും പത്തനംതിട്ടയും അനിൽ കാസർകോഡും വയനാടും കണ്ണൂരും പോകുവാനാണു നിശ്ചയിച്ചത്. ഈ ജില്ലകളിലെല്ലാം അന്വേഷിച്ചതിനുശേഷം അടുത്ത ജില്ലകളിലേക്ക് പോകാമെന്നായിരുന്നു പദ്ധതി. എസ്.ഐ സുദർശൻ സാറും രവീന്ദ്രൻ സാറും ഞങ്ങളുടെ അന്വേഷണത്തിന്റെ മേൽനോട്ടം നടത്തുകയും നിർദ്ദേശങ്ങൾ നൽകുകയും ചെയ്തുകൊണ്ടിരുന്നു.

എറണാകുളത്തു പോയി ഞാൻ ക്രൈംബ്രാഞ്ചിലുള്ളവരോടെല്ലാം അന്വേഷിച്ചെങ്കിലും യാതൊരു വിവരവും കിട്ടിയില്ല. തുടർന്ന് കോട്ടയം പൊലീസ് സ്റ്റേഷനിൽ എത്തി. അവിടത്തെ റൈറ്ററോട് ഇരിങ്ങാലക്കുടയിൽ നടന്നു കൊണ്ടിരിക്കുന്ന കളവുകേസിന്റെ വിവരങ്ങൾ ആദ്യം മുതൽ അവസാനം വരെ പറഞ്ഞു. പറഞ്ഞു കഴിഞ്ഞപ്പോഴേക്കും റൈറ്റർ എന്റെ കയ്യിൽ കയറി പിടിച്ചു നേരെ സ്റ്റേഷന്റെ പിന്നിലേക്കു കൂട്ടിക്കൊണ്ടു പോയി. സ്റ്റേഷന്റെ പുറകിലായി വണ്ടികൾ കൂട്ടി വെച്ചിരിക്കുന്ന സ്ഥലത്ത് ഒരു യമഹ മോട്ടോർ സൈക്കിളിലേക്ക് അദ്ദേഹം വിരൽ ചൂണ്ടി. അതിന്റെ നമ്പർ നോക്കിയപ്പോൾ എന്റെ തല കറങ്ങുന്നതായി തോന്നി. ഞങ്ങൾ അന്വേഷിച്ചുകൊണ്ടിരുന്ന അതേ നമ്പർ.

നിങ്ങളുടെ നാട്ടിൽ കളവ് നടത്തിയത് കോട്ടയം മെയ്യപ്പൻ എന്നു പറയുന്ന കുപ്രസിദ്ധിയാർജിച്ച കള്ളനാണെന്നും അയാൾ അടുത്തിടെ ജയിലിൽ നിന്ന് കോടതിയിലേക്ക് കൊണ്ടുപോകുമ്പോൾ പൊലീസുകാരനെ വെട്ടിച്ചു ട്രെയിനിൽ നിന്നു ചാടി പോയിരിക്കുകയാണെന്നും ആ ഉദ്യോഗസ്ഥൻ പറഞ്ഞു തന്നു. പ്രതിയെ പിടികൂടുന്നതിനായി കോട്ടയം പൊലീസ് സൂപ്രണ്ട് ഒരു ട്രെയിനിംഗ് എഎസ്പി യുടെ നേതൃത്വത്തിൽ 8 പൊലീസുകാർ അടങ്ങുന്ന ഒരു സ്ക്വാഡ് ഉണ്ടാക്കിയിട്ടുണ്ടെന്നും അവർ ഒരു മാസത്തോളമായി തമിഴ്നാട്ടിലും മറ്റും അന്വേഷണം നടത്തുകയാണെന്നും പ്രതിയെക്കുറിച്ച് ഒരു വിവരവും കിട്ടിയിട്ടില്ലെന്നും അദ്ദേഹം വിശദീകരിച്ചു. അവരുടെ അന്വേഷണ റിപ്പോർട്ടും എന്നെ കാണിച്ചു തന്നു. അദ്ദേഹം കോട്ടയം സ്ക്വാഡിൽ പെട്ട ഷംസു എന്ന പൊലീസുകാരനെ വിളിച്ച് വേഗം സ്റ്റേഷനിൽ എത്തുവാൻ പറഞ്ഞു. കുറച്ചു കഴിഞ്ഞപ്പോൾ ഷംസു എത്തി. കോട്ടയം മെയ്യപ്പനെക്കുറിച്ചുള്ള കൂടുതൽ വിവരങ്ങൾ അദ്ദേഹം പറഞ്ഞു തന്നു. പറഞ്ഞ കാര്യങ്ങൾ അത്ഭുതപ്പെടുത്തുന്നതായിരുന്നു. ഒരു ഫയൽ അദ്ദേഹം കാണിച്ചു തന്നു. തിരുവനന്തപുരം മുതൽ എറണാകുളം വരെയുള്ള സ്റ്റേഷനതിർത്തികളിൽ മെയ്യപ്പൻ ഉൾപ്പെട്ട കേസുകളുടെ വിവരങ്ങളായിരുന്നു ആ ഫയലിൽ.

വീടിന്റെ പിൻവാതിൽ തോളുകൊണ്ട് തള്ളി തുറക്കുകയാണ് മെയ്യപ്പന്റെ രീതി. അതു കഴിയാത്തപ്പോൾ വീടിന്റെ എക്സോസ്റ്റ് ഫാൻ അഴിച്ച് മാറ്റിയും വീടിനുള്ളിൽ കയറാറുണ്ട്. ആളുള്ള വീടുകളിലും ആളില്ലാത്ത വീടുകളിലും മോഷണം നടത്തും. സ്വർണ്ണവും വിലപിടിപ്പുള്ള ഇലക്ട്രോണിക് ഉപകരണങ്ങളുമാണ് മോഷ്ടിക്കുക പതിവ്. വൈകുന്നേരം 7 മണി മുതൽ 10 മണി വരെയുള്ള സമയത്താണു കൂടുതലും മോഷണം നടത്തുക. കോട്ടയം മെയ്യപ്പന്റെ

അച്ഛനമ്മമാർ തമിഴ്നാട്ടുകാരാണെങ്കിലും ഇപ്പോൾ കോട്ടയം റെയിൽവേ പുറംപോക്കിലാണ് താമസിക്കുന്നത്. ബന്ധുക്കൾ കന്യാകുമാരിയിലുണ്ട്. തമിഴ്നാട്ടിലും മെയ്യപ്പനെതിരെ കളവു കേസുകൾ ഉണ്ടെന്നും തമിഴ്നാട്ടിൽ ജയിലിൽ കിടന്നിട്ടുണ്ടെന്നും ഷംസു പറഞ്ഞു. മെയ്യപ്പന്റെ ഫോട്ടോ കോട്ടയം മനോരമ ഓഫീസിൽ നിന്ന് ഷംസു സംഘടിപ്പിച്ചു തന്നു. കൂടാതെ മെയ്യപ്പന്റെ വിരലടയാളത്തിന്റെ കോപ്പിയും എറണാകുളത്ത് കളവുകേസു പിടിച്ചപ്പോൾ കൂട്ടുപ്രതികളായിരുന്ന ഷാജു, ഷിനു എന്നിവരുടെ വിലാസങ്ങളും തന്നു.

രാത്രി 12 മണിയോടെയാണ് ഞാനന്നു ചാലക്കുടി റെയിൽവേ സ്റ്റേഷനിൽ എത്തിയത്. അവിടെ നിന്ന് ഓട്ടോറിക്ഷ വിളിച്ച് വീട്ടിലെത്തിയെങ്കിലും കിടന്നിട്ട് ഉറക്കം വരുന്നില്ല. മെയ്യപ്പന്റെ രൂപം മനസ്സിൽ നിന്നും പോകുന്നില്ല. പിറ്റേ ദിവസം രാവിലെ നേരത്തെ എഴുന്നേറ്റ് ഇരിങ്ങാലക്കുട സർക്കിൾ ഓഫീസിൽ എത്തി സി ഐയോടും എസ് ഐ സുദർശൻ സാറിനോടും വിവരങ്ങൾ പറഞ്ഞു. അതിനു ശേഷം കോട്ടയത്ത് നിന്നു കൊണ്ടു വന്ന ഫിംഗർ പ്രിന്റുമായി തൃശൂർ ഫിംഗർ പ്രിന്റ് ബ്യൂറോയിലെ വിദഗ്ദ്ധനായ വിജയകുമാർ സാറിനെ പോയി കണ്ടു. ക്രൈം സ്ക്വാഡിലെ പൊലീസുകാരെ പോലെ തന്നെ കുറ്റാന്വേഷണകാര്യങ്ങളിൽ വലിയ താത്പര്യമുള്ളയാളായിരുന്നു അദ്ദേഹം. നടന്ന സംഭവങ്ങളെല്ലാം ഞാനദ്ദേഹത്തോടു വിശദമായി പറഞ്ഞു. ഇരിങ്ങാലക്കുട കളവുകേസ് നടന്ന വീടുകളിൽ നിന്ന് കിട്ടിയ ഫിംഗർ പ്രിന്റും കോട്ടയത്തു നിന്നു കൊണ്ടുവന്ന ഫിംഗർ പ്രിന്റും മാച്ച് ചെയ്യുന്നുണ്ടോ എന്നു നോക്കുവാനാണു ഞാൻ ചെന്നിരിക്കുന്നത്. അദ്ദേഹം മറ്റു ജോലികൾ മാറ്റി വെച്ച് ഉടൻ തന്നെ ഈ പ്രിന്റുകൾ പരിശോധിക്കാൻ തുടങ്ങി. 20 മിനിറ്റ് കഴിഞ്ഞപ്പോൾ അദ്ദേഹം പെട്ടെന്ന് ചാടിയെഴുന്നേറ്റ് കൈ തന്നു. ''നിങ്ങൾ വിജയിച്ചിരിക്കുന്നു. ഇത് അവൻ തന്നെയാണ്. കോട്ടയം മെയ്യപ്പൻ.'' ഇരിങ്ങാലക്കുട പൊലീസ് സ്റ്റേഷനിൽ റിപ്പോർട്ട് കിട്ടിയ കളവ് കേസുകളിൽ നാലു വീടുകളിലെ ഫിംഗർ പ്രിന്റ് മെയ്യപ്പന്റെ ഫിംഗർ പ്രിന്റുമായി യോജിച്ചു. മൊത്തം എട്ടിലധികം വീട് മോഷണ കേസുകൾ.

വിജയകുമാർ സർ ഉടനെ തന്നെ എന്നെയും കൂട്ടികൊണ്ട് തൃശൂർ ഡിസ്ട്രിക്റ്റ് പൊലീസ് സൂപ്രണ്ടിന്റെ ഓഫീസിൽ എത്തി. ശ്രീ ഹേമചന്ദ്രൻ ഐ പി എസ് സാർ ആയിരുന്നു ആ കാലഘട്ടത്തിലെ എസ് പി. യൂണിഫോമിലല്ലാത്തതിനാൽ ഞാൻ ഓഫീസിന്റെ പുറത്ത് നിന്നു. പക്ഷേ വിജയകുമാർ സാർ എന്നെ നിർബന്ധിച്ച് എസ് പിയുടെ മുറിയിൽ കയറ്റി. എസ് പി യോടു വിജയകുമാർ സാർ കാര്യങ്ങൾ

വിശദീകരിച്ച് പറഞ്ഞു. അദ്ദേഹം എഴുന്നേറ്റ് ''വെരിഗുഡ്'' എന്ന് പറഞ്ഞ് എനിക്കു ഷേക്ഹാന്റ് നൽകി. സർവീസിൽ ആദ്യമായിട്ടാണ് ഞാൻ ഒരു എസ്പിയുടെ മുറിയിൽ കയറുന്നത്. എന്റെ പൊലീസ് ജീവിതത്തിലെ ആദ്യത്തെ അംഗീകാരമായിരുന്നു ആ 'വെരി ഗുഡ്'. ലോക്കൽ പൊലീസിൽ അധികം സർവ്വീസ് ഇല്ലാത്ത ഞാൻ ആദ്യമായി ഒരു ഉയർന്ന പൊലീസ് ഉദ്യോഗസ്ഥനോട് സംസാരിക്കുന്നതും അന്നാണ്.

പ്രതിയെ തിരിച്ചറിഞ്ഞെങ്കിലും അയാൾ ഒളിവിലാണല്ലോ. ഒരു മാസത്തെ സമയം തരണമെന്നും പ്രതിയെ ഞാൻ കണ്ടെത്താം എന്നും വിനീതമായി എസ് പി യോടു പറഞ്ഞു. ഒരു മാസത്തെ സമയം തരാം, അന്വേഷിക്കുന്നതിന് കൂട്ടത്തിൽ ആവശ്യമായ മറ്റ് പൊലീസുദ്യോഗസ്ഥരെ തെരഞ്ഞെടുക്കുകയും ചെയ്യാമെന്നായിരുന്നു അദ്ദേഹത്തിന്റെ മറുപടി. ഞാൻ തിരികെ ഇരിങ്ങാലക്കുട സർക്കിൾ ഓഫീസിൽ എത്തി സിഐ സാറിനോടും എസ്ഐ സുദർശൻ സാറിനോടും വിവരങ്ങൾ പറഞ്ഞു. ജോയി, മോഹൻദാസ്, ക്യാമ്പിൽ നിന്നുള്ള അനിൽ, വെറ്റിലപ്പാറയിലുള്ള ആന്റണി, കോട്ടപ്പുറംകാരനായ സെബാസ്റ്റ്യൻ എന്നിവരെ ഉൾക്കൊള്ളിച്ച് ഒരു സ്ക്വാഡിന് രൂപം കൊടുത്തു.

കോട്ടയം മെയ്യപ്പന്റെ കൂടെ മുമ്പ് കേസിൽപ്പെട്ട എറണാകുളത്തെ ചേരാനെല്ലൂർ തുരുത്തിൽ താമസിക്കുന്ന ഷാജുവിനെ കാണുവാൻ ഞാൻ, ജോയ്, മോഹൻദാസ്, അനിൽ എന്നിവരടങ്ങുന്ന സംഘം പോയി. ഷാജു എറണാകുളത്ത് പോക്കറ്റടിക്കാരനാണ്. മുമ്പ് മെയ്യപ്പൻ കളവു ചെയ്തു കൊണ്ടു വരുന്ന സ്വർണ്ണം വിറ്റു കൊടുത്തിരുന്നത് ഷാജുവായിരുന്നു. ഷാജുവിനാട് മെയ്യപ്പന്റെ പുതിയ വിവരങ്ങൾ ചോദിച്ചു. മെയ്യപ്പൻ ഇടയ്ക്കെല്ലാം തുരുത്തിൽ വരാറുണ്ടെന്നും തുരുത്തിൽ താമസിക്കുന്ന ഷിനുവുമായിട്ടാണ് മെയ്യപ്പനു കൂടുതൽ ബന്ധമെന്നും ഷാജുവിൽ നിന്നറിഞ്ഞു. ഷാജുവിന് ഞങ്ങൾ കുറച്ചു പണം കൊടുത്തു. പിറ്റേ ദിവസം ഇരിങ്ങാലക്കുട സർക്കിൾ ഓഫീസിൽ വരണമെന്നും ഷാജുവിനാടു പറഞ്ഞു വച്ചു. തുടർന്ന് ഷാജു ഷിനുവിന്റെ വീട് കാണിച്ചു തന്നു.

ഞങ്ങൾ ചെല്ലുമ്പോൾ ഷിനു കാൽ പ്ലാസ്റ്ററിട്ട് ഇരിക്കുകയായിരുന്നു. ഷിനുവിനോട് മെയ്യപ്പന്റെ വിവരങ്ങൾ ആരാഞ്ഞു. വളരെ കാര്യങ്ങളൊന്നും അവൻ വിട്ടു പറയുന്നില്ല. വീട്ടിലുള്ള ആൽബത്തിൽ നിന്ന് ഷിനുവും മെയ്യപ്പനും ചേർന്ന് നിൽക്കുന്ന കുറച്ച് ഫോട്ടോകൾ കിട്ടി. ഷിനുവിനെ ഞങ്ങൾ ഇപ്പോൾ അറസ്റ്റ് ചെയ്യും എന്നൊരു ഭീഷണി മുഴക്കിയപ്പോൾ അവൻ കുറെ കൂടി കാര്യങ്ങൾ വെളിപ്പെടുത്താൻ തയ്യാറായി. ഷിനുവിനെ കാണുവാൻ മെയ്യപ്പൻ

വരാറുണ്ട്, മെയ്യപ്പന്റെ ബൈക്കിൽ പോകാറുണ്ട് എന്നെല്ലാം പറഞ്ഞു. എന്നാൽ കളവിനായി മെയ്യപ്പന്റെ കൂടെ പോയിട്ടില്ല. മെയ്യപ്പന്റെ കൂടെ ബൈക്കിൽ പോകുമ്പോഴാണ് ആക്സിഡന്റ് ഉണ്ടായത്. അതിനെ തുടർന്നാണു കാലിൽ പ്ലാസ്റ്ററിട്ടിരിക്കുന്നത്. അങ്കമാലി യിൽ നിന്നും കുറുമശ്ശേരി വഴി മാളയിലേക്ക് മെയ്യപ്പൻ പതിവായി പോകാറുണ്ട്. മാള എത്തുന്നതിനു മുമ്പൊരു സ്ഥലത്ത് മെയ്യപ്പനു പരിചയമുള്ള ഒരു വീടുണ്ടെന്നും ആ വീട്ടിൽ താമസിക്കാറുണ്ടെന്നും ഷിനു വെളിപ്പെടുത്തി. വീട് എവിടെയാണെന്ന് ഷിനുവിന് അറി യില്ല. ചോദ്യം ചെയ്യൽ തുടർന്നപ്പോൾ മെയ്യപ്പൻ നെടുമ്പാശ്ശേരി ഭാഗത്ത് വീട് വാടകയ്ക്ക് എടുത്തിട്ടുണ്ട്, അവിടെയും മാളയ്ക്കടു ത്തുള്ള വീട്ടിലുമാണ് അധികവും താമസിക്കുന്നത് എന്നീ വിവര ങ്ങൾ കൂടി ലഭിച്ചു. ഞാൻ ഇതിനിടയിൽ ഷിനുവിന്റെ ഫോൺ നമ്പർ എഴുതുന്ന ബുക്ക് മറിച്ചു നോക്കുന്നുണ്ടായിരുന്നു. ആ ബുക്കിന്റെ ഒരു ഭാഗത്ത് 890 തുടങ്ങുന്ന ഒരു നമ്പർ കണ്ടു. ഇത് മാള എക്സ്ചേ ഞ്ചിലെ നമ്പറാണ്. മാളയിൽ താമസിക്കുന്ന വീടു കണ്ടെത്താൻ അതു സഹായിക്കും. ഷിനു അറിയാതെ ബുക്കിന്റെ ആ പേജ് ഞാൻ കീറിയെടുത്തു.

ഞങ്ങൾ വേഗം ഷിനുവിന്റെ വീട്ടിൽ നിന്നു പുറത്തിറങ്ങി. ആ ഫോൺ നമ്പറിന്റെ അഡ്രസ് കണ്ടെത്തി. അത് കുണ്ടൂർ എന്ന സ്ഥല ത്തുള്ള ഒരു എക്സ് മിലിട്ടറിക്കാരന്റെ വീടായിരുന്നു. ഞാൻ സി. ഐ രവീന്ദ്രൻ സാറിനെ വിളിച്ച് കാര്യങ്ങൾ പറഞ്ഞു. അദ്ദേഹം കുണ്ടൂരിലെത്താം എന്നു പറഞ്ഞു. ഞങ്ങൾ ചേരാനെല്ലൂരിൽ നിന്നു നേരെ കുണ്ടൂരിലേക്കു ചെന്നു. അപ്പോൾ സമയം രാത്രി 11 മണി യായിട്ടുണ്ടാവും. സി.ഐയും പാർട്ടിയും അവിടെ ഞങ്ങളെ കാത്തു നിൽപ്പുണ്ടായിരുന്നു. ഞങ്ങൾ ഫോൺ നമ്പറുകാരനെക്കുറിച്ച് അന്വേഷിച്ചു. അദ്ദേഹം നല്ല മനുഷ്യനാണെന്ന് അറിവു കിട്ടി. അദ്ദേ ഹത്തിന്റെ വീടിനടുത്ത് വാടകയ്ക്കു താമസിക്കുന്നവരുടെ വീട്ടിൽ ഫോൺ കണക്ഷൻ ഇല്ലെന്നും അവർക്ക് ഫോൺ വരുന്നത് എക്സ് മിലിട്ടറിക്കാരന്റെ വീട്ടിലേക്കാണെന്നും മനസ്സിലാക്കാനായി. വാടക വീട്ടിലേക്ക് ഇടയ്ക്ക് ഒരു യമഹ ബൈക്ക് വരാറുണ്ടെന്നും അറിഞ്ഞു.

ഞങ്ങൾ മെയ്യപ്പനെക്കുറിച്ചുള്ള വിവരങ്ങൾ അവിടെ വെളിപ്പെ ടുത്തി. പൊലീസിനെ വെട്ടിച്ച് കടന്നു കളഞ്ഞ കള്ളനാണ് അയാ ളെന്നും പിടികൂടാൻ സഹായിക്കണമെന്നും നാട്ടുകാരോട് അഭ്യർ ത്ഥിച്ചു. അയൽപക്കത്തുള്ള കുറച്ചാളുകളെ സംഘടിപ്പിച്ച്, അവരെ കൂട്ടി ഞങ്ങൾ ആ വാടക വീടു വളഞ്ഞു. ആ വീടിന്റെ പിൻവശത്തു നോക്കിയപ്പോൾ ഹൃദയം സന്തോഷം കൊണ്ടു നിറഞ്ഞു. അവിടെ യിരിക്കുന്നു, അതിനകം കാണാപ്പാഠമായിരുന്ന ആ നമ്പറിലുള്ള

യമഹ ബൈക്ക്. സി. ഐ വാതിലിൽ മുട്ടി, വാതിൽ തുറന്നു. ഞങ്ങൾ വീടിനുള്ളിൽ കയറി. അവിടെ ഒരു സ്ത്രീയും പുരുഷനും മാത്രമേയുള്ളൂ. അയാളാകട്ടെ ഞങ്ങളുടെ കയ്യിലുള്ള ഫോട്ടോയുമായി സാമ്യമുള്ളയാളല്ല. വീടിനുള്ളിൽ വിശദമായി പരിശോധിച്ചെങ്കിലും മറ്റാരെയും കണ്ടെത്താൻ കഴിഞ്ഞില്ല. ഞങ്ങൾ ആ സ്ത്രീയോടും പുരുഷനോടും ഫോട്ടോ കാണിച്ച് ഇയാൾ എവിടെയാണെന്ന് ചോദിച്ചു. അയാൾ സ്ഥലത്തില്ലെന്നും മുംബൈയിലേക്കു പോയിരിക്കുകയാണെന്നും മുംബൈയിൽ നിന്ന് ഇടയ്ക്കിടെ അടുത്ത വീട്ടിലേക്ക് വിളിക്കാറുണ്ടെന്നും മറുപടി കിട്ടി. വീട്ടിലുണ്ടായിരുന്ന ആളുടെ പേര് ജേക്കബ്ബ് എന്നാണ്. ജേക്കബ്ബിനെയും കൂട്ടി ഞങ്ങൾ ഇരിങ്ങാലക്കുട സ്റ്റേഷനിൽ എത്തി. ബൈക്ക് കണ്ടപ്പോൾ മോഹിച്ചതുപോലെ മെയ്യപ്പനെ കിട്ടാതെ പോയതിൽ എല്ലാവർക്കും സങ്കടമുണ്ടായിരുന്നു.

പിറ്റേന്നു ജേക്കബ്ബിനെ വിശദമായി ചോദ്യം ചെയ്തു. ജേക്കബ്ബും മെയ്യപ്പനും കോട്ടയം ജയിലിൽ വച്ചാണ് പരിചയപ്പെട്ടത്. ബാങ്കു ജോലിക്കാരനായിരുന്നു ജേക്കബ്ബ്. ബാങ്കിൽ പണം തിരിമറി ചെയ്തതിന് കേസുണ്ടായി. ആ കേസിൽ ജയിലിൽ കിടക്കുമ്പോഴാണ് മറ്റേതോ കേസിൽ ശിക്ഷിക്കപ്പെട്ട് മെയ്യപ്പനും ജയിലിൽ വന്നത്. അങ്ങനെയാണ് മെയ്യപ്പനും ജേക്കബ്ബും തമ്മിൽ ബന്ധമുണ്ടാകുന്നത്. ജയിലിൽ നിന്നിറങ്ങിയ ശേഷം മെയ്യപ്പൻ വീട്ടിൽ ഇടയ്ക്കിടെ ജേക്കബ്ബിന്റെ വീട്ടിൽ വരാറുണ്ട്. മെയ്യപ്പനെ പിടികൂടാൻ സഹായിക്കാമെന്നു ഞങ്ങളുടെ കൂടെ അന്വേഷണത്തിൽ സഹകരിക്കാമെന്നും ജേക്കബ്ബ് പറഞ്ഞു. പിറ്റേ ദിവസം ഞാൻ ജേക്കബ്ബിന്റെ വീട്ടിൽ ചെന്ന് അവന്റെ ഭാര്യയോട് കാര്യങ്ങൾ പറഞ്ഞു മനസ്സിലാക്കി. മെയ്യപ്പനെ കിട്ടിയാൽ മാത്രമേ ജേക്കബ്ബിനെ രക്ഷപ്പെടുത്താൻ കഴിയുകയുള്ളൂ എന്നും പറഞ്ഞു. അന്വേഷണത്തിൽ സഹകരിക്കാമെന്നും മെയ്യപ്പനെ പിടിക്കാൻ കഴിവിന്റെ പരമാവധി ശ്രമിക്കാമെന്നും ആ സ്ത്രീ ഉറപ്പു നൽകി. മുംബൈയിൽ നിന്ന് മെയ്യപ്പൻ അടുത്ത വീട്ടിലേക്ക് ഫോൺ വിളിക്കുമ്പോൾ ഈ കാര്യമൊന്നും പറയാതെ സാധാരണ സംസാരിക്കുന്നതുപോലെ സംസാരിക്കണമെന്ന് അവരോടു നിർദേശിച്ചു.

അവിടെ നിന്നു സിഐ ഓഫീസിൽ എത്തുമ്പോൾ മെയ്യപ്പന്റെ കൂട്ടുപ്രതിയായിരുന്ന ഷാജു ചേരാനെല്ലൂരിൽ നിന്ന് അവിടെ എത്തിച്ചേർന്നിരുന്നു. അവനോട് കാര്യങ്ങൾ വിശദമായി ചോദിച്ചറിഞ്ഞു. മെയ്യപ്പനെ പിടികൂടാൻ സഹായിക്കാം എന്നു ഷാജുവും പറഞ്ഞു. മെയ്യപ്പൻ നെടുമ്പാശ്ശേരിയിൽ വാടകയ്ക്ക് താമസിക്കുന്ന വീട് ഷാജുവിന് അറിയാം. അതു ഞങ്ങൾക്കു കാണിച്ചു തരാമെന്നു ഷാജു സമ്മതിച്ചു. ഷാജുവിനെയും കൊണ്ടു ഞങ്ങൾ നെടുമ്പാശ്ശേരിയിൽ

എത്തി. മെയ്യപ്പൻ വാടകക്കെടുത്തിരുന്ന വീട് ഷാജു കാണിച്ചു തന്നു. ഒരു വീടിനോടു ചേർന്നുള്ള ഒരു മുറി മാത്രമായിട്ടാണ് മെയ്യപ്പൻ വാടകയ്ക്കെടുത്തിരുന്നത്. വീടിന്റെ ഉടമസ്ഥരെ കണ്ട് ഞങ്ങൾ മെയ്യപ്പന്റെ കളവുകളേയും കേസുകളേയും കുറിച്ചു വിശദീകരിച്ചു. അവർക്കു കാര്യങ്ങൾ ബോദ്ധ്യപ്പെട്ടു. നെടുമ്പാശ്ശേരി എയർപോർട്ടിൽ ജോലിക്കാരനാണെന്നാണ് മെയ്യപ്പൻ അവരോടു പറഞ്ഞിരുന്നത്. മെയ്യപ്പൻ ഇപ്പോൾ മുംബൈയിലേക്കു പോയിരിക്കുകയാണെന്നും ഇടയ്ക്കെല്ലാം ഫോൺ ചെയ്യാറുണ്ടെന്നും അവർ പറഞ്ഞു. ഇനി മെയ്യപ്പൻ ഫോണിൽ വിളിക്കുമ്പോൾ, പൊലീസ് അന്വേഷിച്ചു വന്ന കാര്യമൊന്നും പറയാതെ, സാധാരണ പോലെ സംസാരിക്കാമെന്നും മെയ്യപ്പനെ പിടികൂടാൻ സഹായിക്കാമെന്നും അവർ വാഗ്ദാനം ചെയ്തു.

ആന്റണി സാറിനെയും മറ്റൊരു പൊലീസുകാരനെയും അവിടെ താമസിപ്പിച്ചു. ഞാനും മോഹൻദാസ് സാറും കുണ്ടൂരിൽ ജേക്കബ്ബിന്റെ വീടിനടുത്ത് അവർക്കു ഫോൺ വരുന്ന വീട്ടിൽ താമസിച്ചു. അനിലും ജോയിസാറും നെടുമ്പാശ്ശേരിയിൽ താമസിച്ചു. ഇടയ്ക്കിടെ ഞാൻ കുണ്ടൂരിൽ നിന്ന് നെടുമ്പാശ്ശേരിക്കടുത്തുള്ള വീട്ടിലും പോയിക്കൊണ്ടിരുന്നു. ഈ രണ്ട് വീട്ടുകാരോടും ഞങ്ങൾ നിരന്തരമായി സംസാരിച്ചു കൊണ്ടിരുന്നു. മെയ്യപ്പന്റെ കളവുകളുടെ വിശദാംശങ്ങളെല്ലാം കേട്ടുകേട്ട് അവർ മെയ്യപ്പന്റെ കൊടിയ ശത്രുക്കളായി മാറി. മെയ്യപ്പനെ എങ്ങനെയെങ്കിലും പിടികൂടണമെന്ന വാശിയിലായി അവരും.

ഇതിനിടെ കുണ്ടൂരിലും നെടുമ്പാശ്ശേരിയിലും മെയ്യപ്പന്റെ ഫോൺ വിളികൾ വരുന്നുണ്ടായിരുന്നു. ഞങ്ങൾ പറഞ്ഞു കൊടുക്കുന്ന രീതിയിൽ അവർ സംസാരിച്ചുകൊണ്ടിരുന്നു. കുണ്ടൂരുള്ള യുവാക്കൾ രാത്രി കാലങ്ങളിൽ ഞങ്ങളോടൊപ്പം വന്ന് ഇരിക്കുമായിരുന്നു. അതുപോലെ തന്നെ നെടുമ്പാശ്ശേരിയിലും ചെറുപ്പക്കാരെ രാത്രി കാവലിനായി ഏർപ്പെടുത്തിയിരുന്നു. 27 ദിവസം കഴിഞ്ഞു പോയി. നാട്ടിൽ വരുന്ന കാര്യം മാത്രം മെയ്യപ്പൻ പറയുന്നില്ല. ഒടുവിൽ 28-ാം മത്തെ ദിവസം കുണ്ടൂരിലുള്ള വീട്ടിലേക്ക് മെയ്യപ്പന്റെ ഫോൺ വന്നു. 30-ാം തീയതി കേരള എക്സ്പ്രസ്സിൽ മെയ്യപ്പൻ മുംബെയിൽ നിന്ന് പുറപ്പെടും. വണ്ടിയിറങ്ങുന്ന ആലുവ റെയിൽവേ സ്റ്റേഷനിലേക്കു ജേക്കബ്ബ് യമഹ ബൈക്കുമായി എത്തണം. ഇതാണു സന്ദേശം. 30-ാം തീയതി ബോംബെയിൽ നിന്നും പുറപ്പെടുമെന്ന് നെടുമ്പാശേരിയിലും അയാൾ വിളിച്ചു പറഞ്ഞിരുന്നു. അതുകൊണ്ട് വരവ് ഞങ്ങൾ ഉറപ്പാക്കി. എല്ലാവർക്കും വളരെ സന്തോഷമായി. വലയും വിരിച്ച് ഒരു മാസമായി നടത്തുന്ന കാത്തിരിപ്പിനാണു വിജയകരമായ വിരാമമുണ്ടാകാൻ പോകുന്നത്. മേലുദ്യോഗസ്ഥരോട് ഓരോ

ദിവസത്തെയും പുരോഗതി ഞങ്ങൾ പറഞ്ഞു കൊണ്ടിരുന്നു. അവർ ഞങ്ങൾക്കാവശ്യമായ നിർദ്ദേശങ്ങൾ തന്നു കൊണ്ടിരുന്നു. വ്യക്തി പരമായി എനിക്ക് അതിയായ സന്തോഷം. ജില്ലാ പൊലീസ് മേധാവിക്കു കൊടുത്ത വാക്ക് നിറവേറ്റാൻ കഴിയുമല്ലോ എന്നതായിരുന്നു ആ അധികസന്തോഷത്തിന്റെ കാരണം.

കേരള എക്സ്പ്രസ് എത്തുന്ന സമയം ഞങ്ങൾ മനസ്സിലാക്കി വച്ചു. കുണ്ടൂർ എന്ന സ്ഥലം ഐരാണിക്കുളം അമ്പലത്തിന്റെ അടുത്ത പ്രദേശമാണ്. മാളയിലേക്കുള്ള മെയ്യപ്പന്റെ യാത്ര ഈ ഭാഗത്ത് കൂടിയാണ്. ആയിടയ്ക്കാണ് ഐരാണിക്കുളം അമ്പലത്തിൽ മോഷണം നടന്നത്. അമ്പലത്തിൽ മോഷണം നടത്തിയത് ഈ മെയ്യപ്പൻ തന്നെയായിരിക്കും എന്നൊരു സംശയം ഞങ്ങൾക്കും നാട്ടുകാർക്കും അതിനകം തോന്നിയിരുന്നു. അതിനാൽ ഐരാണിക്കുളം അമ്പലക്കമ്മറ്റിയിൽ പെട്ട പപ്പനും അദ്ദേഹത്തിന്റെ കൂട്ടുകാരും ഞങ്ങളുടെ അന്വേഷണത്തെ വളരെയധികം സഹായിക്കുന്നുണ്ടായിരുന്നു.

അങ്ങനെ ആ ദിവസം വന്നെത്തി. പൊലീസുകാരായ സെബാസ്റ്റ്യനും അനിലും കുണ്ടൂരിൽ സ്ഥാനം പിടിച്ചു. നെടുമ്പാശ്ശേരിക്കടുത്തുള്ള വീട്ടിൽ ആന്റണിയും മറ്റൊരു പൊലീസുകാരനും നിന്നു. സി ഐ യ്ക്കൊപ്പം ഞാനും ജോയിയും മോഹൻദാസും ആലുവ റെയിൽവേ സ്റ്റേഷനിൽ എത്തി. ജേക്കബ്ബ് യമഹ ബൈക്കുമായി റെയിൽവേ സ്റ്റേഷനിലുണ്ട്. ഒപ്പം ഐരാണിക്കുളത്തുള്ള കുറെ യുവാക്കളും. ട്രെയിൻ ഇറങ്ങി വരുന്നവർക്കു പെട്ടെന്നു കാണാൻ കഴിയുന്ന വിധത്തിൽ ജേക്കബ്ബ് നിലയുറപ്പിച്ചു. ഞങ്ങൾ പരിസരങ്ങളിൽ ഒളിഞ്ഞിരുന്നു. അപ്പോൾ കേൾക്കുന്നു, റെയിൽവേയുടെ ഒരു അനൗസ്മെന്റ്: കേരളാ എക്സ്പ്രസ്സ് 24 മണിക്കൂർ ലേറ്റാണ്. ഒരു രാത്രി ഞങ്ങൾ അവിടെ തന്നെ നിന്ന് കഴിച്ചുകൂട്ടി. പിറ്റെ ദിവസം 9 മണിക്ക് ആലുവ റെയിൽവെ സ്റ്റേഷനിൽ ട്രെയിൻ എത്തും എന്നാണ് അപ്പോഴത്തെ വിവരം. പ്രാഥമിക കൃത്യങ്ങളെല്ലാം റെയിൽ വേ സ്റ്റേഷനിൽ തന്നെ നിർവ്വഹിച്ച്, റെയിൽ പാളത്തിലേക്കു തന്നെ കണ്ണും നട്ടു ഞങ്ങളെല്ലാം കാത്തിരിപ്പാണ്. അങ്ങനെ അതാ കാത്തു കാത്തിരുന്ന കേരള എക്സ്പ്രസ്സ് ആലുവ റെയിൽവേ സ്റ്റേഷനിലേക്ക് എത്തിച്ചേരുന്നു. ഓരോ കമ്പാർട്ട്മെന്റിൽ നിന്നും ഇറങ്ങുന്ന ആളുകളെ ഞങ്ങൾ ജാഗ്രതാപൂർവം നോക്കി. പക്ഷേ, ഞങ്ങൾ ഉദ്ദേശിച്ച ആളെ മാത്രം കണ്ടില്ല.

പുതുതായി പണിതു കൊണ്ടിരിക്കുന്ന എന്റെ വീടിന്റെ പ്രധാന വാർക്കയുടെ ദിവസമാണ് അന്ന്. പണിക്കാരെല്ലാം വന്നിട്ടുണ്ടെന്നും വാർപ്പ് തുടങ്ങുകയാണെന്നും വീട്ടിൽ നിന്നു ഭാര്യ വിളിച്ചു പറഞ്ഞു. ഏതൊരു സാധാരണക്കാരന്റെയും എന്ന പോലെ എന്റെയും ഒരു

സ്വപ്നമാണ് സ്വന്തമായി ഒരു വീട്. അതിന്റെ വാർപ്പു നടക്കുമ്പോൾ സ്ഥലത്തുണ്ടാകുക എന്നത് വലിയ സന്തോഷവും കടമയുമാണ്. പക്ഷേ, എന്തോ എനിക്കപ്പോൾ അതു കേൾക്കാനോ സന്തോഷിക്കാനോ ഉള്ള മാനസികാവസ്ഥ ആയിരുന്നില്ല. വീടിന്റെ വാർക്ക നടത്തുന്നതല്ല എന്റെ പ്രശ്നം, ഒരു മാസമായി കാത്തിരുന്നിട്ടും മെയ്യപ്പനെ കണ്ടെത്താനാവാത്തതാണ്.

നെടുമ്പാശ്ശേരിക്കടുത്ത് നില്ക്കുന്ന പൊലീസുകാരെ വിളിച്ച് മെയ്യപ്പൻ അവിടെ വരാൻ സാധ്യതയുണ്ടെന്ന് അവരെ അറിയിക്കുവാൻ ഞാൻ സി ഐ യോടു പറഞ്ഞു. സി.ഐ നെടുമ്പാശ്ശേരിയിലേക്കും ഞാൻ കുണ്ടൂരിലേക്കും ഇക്കാര്യം വിളിച്ച് പറഞ്ഞു. മെയ്യപ്പൻ ഈ രണ്ട് സ്ഥലങ്ങളിൽ എവിടെയെങ്കിലും വരും എന്ന് എന്റെ മനസ്സ് പറഞ്ഞു കൊണ്ടിരുന്നു.

പക്ഷേ, ഞങ്ങളുടെ മനസ്സിൽ വീണ്ടും വിഷമം ഉണ്ടാകുന്ന ഒരു വാർത്തയാണ് തുടർന്നു കിട്ടിയത്. അങ്കമാലിയിൽ ട്രെയിൻ നിറുത്തിയപ്പോൾ മെയ്യപ്പൻ അവിടെ ഇറങ്ങി നേരെ നെടുമ്പാശ്ശേരിക്കടുത്തുള്ള വീട്ടിൽ ചെന്നു വീട്ടുകാരുമായി സംസാരിച്ച് ബാഗ് എടുത്ത് പുറത്തേക്ക് നടന്നു. അപ്പോൾ മാത്രമാണ് അവിടെയുണ്ടായിരുന്ന പൊലീസുകാർ കാര്യം അറിഞ്ഞത്. അവർ മെയ്യപ്പന്റെ പിന്നാലെ എത്തിയപ്പോഴേക്കും അപകടം മണത്ത മെയ്യപ്പൻ ബാഗ് വലിച്ചെറിഞ്ഞ് ഓടി.

ഞങ്ങൾ ജീപ്പിൽ ഉടനെ തന്നെ അവിടെയെത്തി. ആ പ്രദേശം മുഴുവൻ തെരഞ്ഞെങ്കിലും മെയ്യപ്പനെ കണ്ടെത്താൻ കഴിഞ്ഞില്ല. ഉടനെ തന്നെ കുണ്ടൂരിലേക്ക് വിളിച്ച് അവിടെയുണ്ടായിരുന്ന പൊലീസുകാരോട് നടന്ന കാര്യങ്ങൾ പറഞ്ഞു. മെയ്യപ്പൻ അങ്ങോട്ട് വരാനുള്ള സാധ്യതയുണ്ടെന്നും കാര്യമായി ശ്രദ്ധിക്കണമെന്നും അവരോടു നിർദേശിച്ചു. അടുത്തുള്ള നാട്ടുകാരേയും സഹായത്തിനു കൂടെ കൂട്ടിക്കൊള്ളൂ എന്നും പറഞ്ഞു ഞങ്ങൾ നേരെ കുണ്ടൂരിലേക്ക് തിരിച്ചു.

ഈ സമയത്ത് എനിക്കു വീട്ടിൽ നിന്നു വീണ്ടും ഭാര്യയുടെ ഫോൺ. വാർക്കയുടെ കാര്യം പറയാനാണെന്ന് സ്വാഭാവികമായും ഞാൻ കരുതി. ഇടയ്ക്കിടെ ഇങ്ങനെ വിളിച്ചു ശല്യപ്പെടുത്തരുതെന്നു ദേഷ്യത്തോടെ പറയാനൊരുങ്ങിയാണു ഞാൻ ഫോണെടുത്തത്. പക്ഷേ അപ്പോഴേക്കും വീട്ടുകാരി പറയുകയാണ്, ''വാർക്കയല്ല കാര്യം. നിങ്ങൾ അന്വേഷിക്കുന്ന മെയ്യപ്പൻ ഒരു ഓട്ടോറിക്ഷയിൽ കുണ്ടുരിൽ വന്നിറങ്ങിയിട്ടുണ്ട്. അവൻ ഒരു കടയിലേക്ക് കയറി പോകുന്നുണ്ട്. വീട്ടിലെ ഫോണിലേക്ക് ഒരാൾ വിളിച്ചു പറഞ്ഞതാണ്.'' എന്റെ വീട്ടിലെ ഫോൺ നമ്പർ കുണ്ടൂരിലെ കടകളിലും

മറ്റും കൊടുത്തിരുന്നു. അങ്ങിനെയാണു വീട്ടിലേക്കു ഫോൺ വന്നത്. ഞാൻ ഉടനെ തന്നെ കുണ്ടൂരിൽ നിൽക്കുന്ന അനിലിനെ വിളിച്ച് വിവരം പറഞ്ഞു. കുണ്ടൂരിൽ നിന്നു വീട്ടിലേക്ക് വീണ്ടും ഫോൺ വന്നുകൊണ്ടിരുന്നു. അതനുസരിച്ചു വീട്ടിൽ നിന്ന് എന്നെ വിളിക്കും. ഞാൻ കുണ്ടൂരിൽ നിൽക്കുന്ന പൊലീസുകാർക്ക് നിർദ്ദേശങ്ങൾ കൊടുത്തുകൊണ്ടിരുന്നു. ''ഞങ്ങൾ ഉടനെ തന്നെ കുണ്ടൂരിൽ എത്തും. മെയ്യപ്പനെ ഒരു കാരണവശാലും വിടരുത്'' എന്ന് അവർക്ക് ആവേശം പകർന്നുകൊണ്ടിരുന്നു. കുണ്ടൂരിൽ എത്തിയപ്പോൾ സന്തോഷകരമായ കാഴ്ചയാണ് ഞങ്ങൾ കണ്ടത്. അവിടെ നിന്ന പൊലീസുകാരും ജനങ്ങളും ചേർന്ന് മെയ്യപ്പനെ പിടിച്ച് കെട്ടിയിരിക്കുന്നു.

സംഘാംഗങ്ങളിലെല്ലാം സന്തോഷത്തിന്റെ കണ്ണുനീർ പൊടിഞ്ഞു. ദൈവത്തിനു നന്ദി. കൂടെ നിന്ന നാട്ടുകാരോടും നന്ദി പറഞ്ഞു. ഒരു മാസത്തെ വിശ്രമില്ലാത്ത പരിശ്രമത്തിന്റെ പരിസമാപ്തി. ഞാൻ വീട്ടിലും കാര്യം വിളിച്ചറിയിച്ചു. നാട്ടുകാരെ ചുറ്റിച്ച മെയ്യപ്പനെയും ജീപ്പിൽ കയറ്റി സ്വന്തം നാടായ പൂപ്പത്തിയിലൂടെ കടന്നുപോയപ്പോൾ സന്തോഷം തോന്നി. ഞങ്ങൾ മെയ്യപ്പനെയും കൊണ്ട് ഇരിങ്ങാലക്കുടയിൽ എത്തി. സി.ഐ യും എസ്.ഐ യും മെയ്യപ്പനെ പിടിച്ച വിവരം ഡി.വൈ.സ്.പിയെയും എസ്.പിയെയും വിളിച്ചു പറഞ്ഞു. അവരുടെ 'വെരിഗുഡ്' എന്ന അഭിനന്ദനവാക്കുകൾ ഞങ്ങളുടെ കാതുകളിലേക്ക് എത്തിച്ചേർന്നു, ആത്മസംതൃപ്തിയും.

മെയ്യപ്പനെ ചോദ്യം ചെയ്തപ്പോൾ 18ൽ പരം കളവുകൾ ചെയ്തിട്ടുള്ളതായി സമ്മതിച്ചു. തിരുവനന്തപുരം മുതൽ തൃശൂർ വരെയുള്ള കേസുകൾ. 25 പവൻ മുതൽ 40 പവൻ വരെയുള്ള വീട് മോഷണ കേസുകൾ ആണ് തെളിയിക്കപ്പെട്ടത്. 1994ൽ ഇരിങ്ങാലക്കുടയിലുള്ള ഒരു വീട്ടിൽ വെന്റിലേറ്റർ പൊളിച്ച് കടന്ന് 25 പവൻ മോഷണം ചെയ്ത കേസും ഇതിൽ പെടുന്നു.

സാമ്പത്തികമായി ഉയർന്ന ആളുകൾ താമസിക്കുന്ന വീടുകൾക്കു മുമ്പിലൂടെ കോട്ടയം മെയ്യപ്പൻ വൈകുന്നേരങ്ങളിൽ ബൈക്കിൽ യാത്ര ചെയ്യും. ആളില്ലാത്ത വീടുകൾ നോക്കി വയ്ക്കും. രാത്രി വന്ന് ആ വീട്ടിൽ കയറുന്നു. ഇതാണ് അയാളുടെ രീതി. മെയ്യപ്പൻ കളവ് നടത്തിയ വീടുകൾ അധികവും ഡോക്ടർമാരുടേതാണ്. വൈകിട്ട് 7 മണി മുതൽ 10 മണി വരെയാണ് അധികവും മെയ്യപ്പന്റെ കളവുകൾ. ഒറ്റയ്ക്കാണ് കളവ് നടത്തുക. വീടിന്റെ പിൻവാതിൽ,

വെന്റിലേറ്റർ അല്ലെങ്കിൽ എക്സോസ്റ്റ് ഫാൻ എന്നിവ പൊളിച്ചാണ് അകത്തു പ്രവേശിക്കുക. ആളില്ലാത്ത വീടുകളാണ് കൂടുതലും തെരഞ്ഞെടുക്കുന്നത്. ഒരു വീട്ടിൽ മാത്രമാണ് ആളുകൾ ഉള്ള സമയത്തു കയറിയത്. അന്ന് ആളുകൾ അറിഞ്ഞു വന്നപ്പോഴേക്കും ഓടി രക്ഷപ്പെടാൻ കഴിഞ്ഞു.

കളവ് ചെയ്ത് കിട്ടിയ മുതലുകൾ കൂട്ടുകാരുമായി ധൂർത്തടിക്കുന്നതിനും ബോംബെ, ഗോവ തുടങ്ങിയ സ്ഥലങ്ങളിൽ പോയി വലിയ ഹോട്ടലുകളിൽ താമസിച്ച് മദ്യവും മദിരാക്ഷിയുമായി ആഘോഷിക്കുന്നതിനും ചിലവഴിക്കുന്നു. പണം തീർന്ന് കഴിഞ്ഞാൽ വീണ്ടും നാട്ടിൽ എത്തി കളവിലേക്ക് തന്നെ തിരിച്ചു പോകുന്നു. കോട്ടയം മെയ്യപ്പനെ പിടികൂടിയതിന് ഡിജിപിയിൽ നിന്ന് കമന്റേഷൻ സർട്ടിഫിക്കറ്റും ക്യാഷ് റിവാർഡും ലഭിച്ചു.

■

ഇന്ദിരാവികാസ് പത്ര വഴി അഴിക്കുള്ളിലേക്ക്

1999 ജൂലൈ മാസത്തിൽ ഇരിങ്ങാലക്കുട ക്ഷേത്രത്തിനടുത്തുള്ള ജോണിന്റെ വീട്ടിൽ നിന്നും ധാരാളം ഇലക്ട്രോണിക് സാധനങ്ങളും വിലപിടിപ്പുള്ള ഡ്രസ്സുകളും അടക്കം 202100 രൂപ വില വരുന്ന സാധനങ്ങൾ മോഷണം പോയി. കൂട്ടത്തിൽ ഇരിങ്ങാലക്കുട പോസ്റ്റാഫീസിൽ നിന്നെടുത്ത ഇന്ദിരാ വികാസ് പത്രയും കളവ് പോയിരുന്നു. ഇതിനു മുമ്പുള്ള ഏതാനും മാസങ്ങളിൽ ഇരിങ്ങാലക്കുടയിലെ വലിയ വീടുകളുടെ മുൻവശത്തെ വാതിൽ പൊളിച്ച് സ്വർണ്ണവും ഇലക്ട്രോണിക് സാധനങ്ങളും വിലപിടിപ്പുള്ള ഡ്രസ്സുകളും മോഷണം പോയിരുന്നു. പൊലീസ് അന്വേഷിച്ചെങ്കിലും പ്രതിയെക്കുറിച്ച് യാതൊരു വിവരവും കിട്ടിയില്ല. അങ്ങനെയിരിക്കെയാണ് ഇന്ദിര വികാസ് പത്ര ഉൾപ്പെടെയുള്ള ഈ വലിയ കളവ്. ഇന്ദിരാ വികാസ് പത്ര കളവ് പോയ വിവരം ഇരിങ്ങാലക്കുട പോസ്റ്റാഫീസിൽ അറിയിച്ചിരുന്നു.

ഒരു ദിവസം ഇന്ദിര വികാസ് പത്ര മാറുന്നതിനായി ഇരിങ്ങാലക്കുട പോസ്റ്റാഫീസിൽ ഒരാൾ വന്നിട്ടുണ്ടെന്ന് പോസ്റ്റ്മാസ്റ്റർ ഇരിങ്ങാലക്കുട പൊലീസ് കൺട്രോൾ റുമിലേക്ക് തന്ത്രപൂർവ്വം വിളിച്ച് അറിയിച്ചു. വെള്ളാങ്കല്ലൂരിലായിരുന്ന ഞാൻ വിവരമറിഞ്ഞ് അതിവേഗം ഠാണാ എന്നു വിളിക്കപ്പെടുന്ന ഇരിങ്ങാലക്കുട ടൗണിൽ എത്തി ചേർന്നു. പക്ഷേ, കൺട്രോൾ റൂമിൽ നിന്ന് പൊലീസുകാരൻ എത്തിയപ്പോഴേക്കും ഇന്ദിരവികാസ് പത്രം മാറുവാൻ വന്നയാൾ ഓടി രക്ഷപ്പെട്ടു എന്ന നിരാശാജനകമായ വിവരമാണ് അപ്പോൾ അറിയാൻ കഴിഞ്ഞത്. ഇന്ദിര വികാസ് പത്ര മോഷണം ചെയ്തയാളോ മോഷ്ടാവ് വില്പനയ്ക്കായി ഇന്ദിര വികാസ് പത്ര കൊടുത്തയച്ച ആളോ ആണ് ഓടി രക്ഷപ്പെട്ടയാൾ എന്നു വ്യക്തമാണ്. ഏതാണെങ്കിലും മോഷ്ടാവിലേക്ക് എത്തിച്ചേരാമെന്നുറപ്പുള്ള ഒരു പിടിവള്ളിയാണയാൾ. ഈ നഷ്ടം ചെറുതല്ല, അയാളെ കണ്ടെത്തിയേ പറ്റൂ.

ഈ ആലോചനകളുമായി ഞാൻ ഠാണാവിലൂടെ നടന്നു. എതെങ്കിലും ഓട്ടോറിക്ഷക്കാർക്ക് ഓടിപ്പോയ ആളെക്കുറിച്ച് എന്തെങ്കിലും വിവരം നല്കുവാൻ കഴിയും എന്ന് എനിക്കുറപ്പായിരുന്നു. എനിക്ക് ഓട്ടോറിക്ഷക്കാരുമായി നല്ല അടുപ്പം ഉണ്ടായിരുന്നു. അതുകൊണ്ട് എന്തെങ്കിലും വിവരം കിട്ടിയാൽ അവരെന്നെ അറിയിക്കും എന്നുറപ്പായിരുന്നു. പോസ്റ്റോഫീസിൽ നടന്ന കള്ളനും പൊലീസും കളി കണ്ടും കേട്ടറിഞ്ഞും അപ്പോഴേക്കും ഠാണാവിൽ കുറെ ആളുകൾ കൂടിയിരുന്നു. ചന്തയുടെ ഭാഗത്തേക്കാണ് അവൻ ഓടിയതെന്ന് അവരിലൊരാൾ പറഞ്ഞു. ഞാനും ഇരിങ്ങാലക്കുട സ്റ്റേഷനിലെ മറ്റൊരു പൊലീസുദ്യോഗസ്ഥനായ ജോയിയും കൂടി ഒരു ഓട്ടോറിക്ഷ വിളിച്ച് ചന്തക്കുന്ന്, കോമ്പാറ, പുല്ലൂര് എന്ന സ്ഥലങ്ങളിൽ കറങ്ങി. അവിടെ കണ്ടവരോടെല്ലാം ഓടിപ്പോയ ആളുടെ രൂപ വിവരങ്ങൾ പറഞ്ഞെങ്കിലും കാര്യമൊന്നും ഉണ്ടായില്ല. അതിനു ശേഷം ഇരിങ്ങാലക്കുട പട്ടണത്തിൽ തിരികെ വന്ന് ബസ് സ്റ്റാന്റ് ഭാഗത്തുള്ള ഓട്ടോറിക്ഷക്കാരോടും മറ്റും അന്വേഷണം തുടർന്നു. യാതൊരു വിവരവും കിട്ടിയില്ല.

അങ്ങനെ കുറച്ചൊരു നിരാശയോടെ ടൗണിൽ നിൽക്കുമ്പോൾ വൈകുന്നേരം 6 മണിയോടെ മൂലപ്പറമ്പിൽ എന്ന ഓട്ടോറിക്ഷ എന്റെ മുമ്പിൽ കൊണ്ടു നിർത്തി. വിവരങ്ങൾ കേട്ടറിഞ്ഞ് എന്നെ തേടി വരികയായിരുന്നു ആ ഓട്ടോ ഡ്രൈവർ. ചന്തക്കുന്നിൽ നിന്നും ഒരാൾ തന്റെ ഓട്ടോറിക്ഷ വിളിച്ചതായും അയാളെ ചാലക്കുടിയിൽ കൊണ്ടിറക്കിയതായും അയാൾ പറഞ്ഞു. വീണ്ടും ഞങ്ങളിൽ പ്രതീക്ഷ നിറഞ്ഞു. സന്തോഷത്തോടെ ഞാൻ ആ ഓട്ടോറിക്ഷക്കാരനെയും കൊണ്ട് സർക്കിൾ ഓഫീസിൽ എത്തി. സർക്കിൾ ഓഫീസിൽ നിന്ന് ജോയിസാറിനെയും ഓടിപ്പോയ ആളെ കണ്ടാൽ അറിയാവുന്ന സജീവനെയും കൂട്ടി നേരെ ചാലക്കുടിയിലേക്ക് അതേ ഓട്ടോറിക്ഷയിൽ ഞങ്ങൾ പുറപ്പെട്ടു. യാത്രയുടെ സമയം മുഴുവൻ ആ ഡ്രൈവറോടു ഞാൻ സംസാരിച്ചുകൊണ്ടിരുന്നു. ചാലക്കുടിക്കു കൊണ്ടു പോയ ആൾ എന്തെങ്കിലും സംസാരിച്ചുവോ, ആരെയെങ്കിലും കണ്ടുവോ എന്നെല്ലാം ഞങ്ങൾ ചോദിക്കുന്നുണ്ടായിരുന്നു. ഒന്നുമില്ലെന്നാണ് ഡ്രൈവർ മറുപടി പറഞ്ഞുകൊണ്ടിരുന്നത്. പക്ഷേ ഞങ്ങൾ സംസാരം നിറുത്തിയില്ല. അതൊരു മനശ്ശാസ്ത്രപരമായ സമീപനമാണ്. പ്രത്യേകതയൊന്നുമില്ലാത്ത കാര്യങ്ങൾ ആരും ഓർത്തു വയ്ക്കുകയോ പെട്ടെന്ന് ഓർത്തെടുത്തു പറയുകയോ ചെയ്യില്ല. നിരന്തരമായി ചോദിക്കുമ്പോൾ ഓർമ്മിക്കാൻ ശ്രമിക്കുകയും അപ്രധാനമെന്ന് അതേവരെ കരുതിയ പല കാര്യങ്ങളും

ഓർമ്മയിലേക്കു കയറി വരികയും ചെയ്യും. ഓട്ടോയിൽ കയറിയ ആളെ ചാലക്കുടി പൊലീസ് സ്റ്റേഷനിലേക്കു തിരിയുന്ന റോഡിലാണ് ഇറക്കി വിട്ടതെന്നു ഡ്രൈവർ പറഞ്ഞിരുന്നു. കാര്യങ്ങൾ ഒന്നുകൂടി ഓർമ്മിച്ചു നോക്കുക എന്ന് പറഞ്ഞപ്പോൾ ഓട്ടോറിക്ഷക്കാരൻ പറഞ്ഞു, ''ഇറക്കിവിട്ട സമയം അവൻ ഒരു ഫൈനാൻസ് സ്ഥാപനത്തിൽ കയറി 100 രൂപ വാങ്ങുന്നതു കണ്ടു.''

അതൊരു പിടിവള്ളിയായി. ആ ഫൈനാൻസ് സ്ഥാപനനടത്തിപ്പുകാരന് ആളെ പരിചയമുണ്ടാകും. അല്ലാതെ 100 രൂപ കൊടുക്കില്ല. ഓട്ടോറിക്ഷക്കാരനോട് ആ സ്ഥാപനം കാണിച്ചു തരാൻ പറഞ്ഞു. ഓട്ടോറിക്ഷക്കാരൻ ചാലക്കുടി പൊലീസ് സ്റ്റേഷനിലേക്ക് പോകുന്ന വഴിയിൽ ഇടതുവശത്തുള്ള ഫൈനാൻസിന്റെ മുമ്പിൽ ഓട്ടോറിക്ഷ നിർത്തി. അപ്പോഴേക്കും രാത്രി ആയി. കടകൾ അടച്ചു തുടങ്ങി. ഞങ്ങൾ ഇറങ്ങി ആ ഫൈനാൻസുകാരനോട് സംസാരിച്ചു. കുറച്ച് മുമ്പ് ഈ കടയിൽ വന്ന് 100 രൂപ വാങ്ങിയ ആളിനെ അറിയുമോ എന്നു ചോദിച്ചപ്പോൾ ആദ്യം തന്നെ അയാൾ ഒന്നുമറിയാത്ത മട്ടിൽ കൈ മലർത്തി. അതു നുണയാണ് എന്നു വ്യക്തം. പിന്നീട് പൊലീസിന്റെ ശൈലിയിൽ ചോദിച്ചു. അപ്പോൾ അയാൾ സത്യം പറഞ്ഞു. പണം വാങ്ങിയ ആളുടെ വീട് അയാൾക്കറിയാം. ഇടയ്ക്കൊക്കെ ഈ കടയിൽ സ്വർണം പണയം വെയ്ക്കാൻ വരാറുള്ളയാളാണ്. പേര് ഫ്രാൻസിസ് എന്നാണെന്നും കാടുകുറ്റിയിൽ വാടകയ്ക്ക് താമസിക്കുകയാണെന്നും പറഞ്ഞു തന്നു.

ഞങ്ങൾ ഉടനെ തന്നെ ഇരിങ്ങാലക്കുട സി.ഐ ആയിരുന്ന പി.പി രവീന്ദ്രൻ സാറിനെ വിളിച്ച് വിവരം പറഞ്ഞു. കട പൂട്ടി വീട്ടിൽ പോകരുതെന്നും കാടുകുറ്റിയിൽ പോയി അയാളുടെ വീട് കാണിച്ച് തരണമെന്നും പറഞ്ഞു ഫൈനാൻസുകാരനെ ഞങ്ങൾ അവിടെ തന്നെ നിറുത്തിയിരുന്നു. 11 മണി ആയപ്പോൾ സി. ഐ യും പാർട്ടിയും ചാലക്കുടി സുരഭി തിയ്യേറ്ററിന് അടുത്തു വന്നു. ഓട്ടോറിക്ഷകാരനു വാടക കൊടുത്തു നന്ദി പറഞ്ഞു തിരിച്ചയച്ചു. ഞങ്ങൾ 1 മണിക്കൂർ കൂടി ചാലക്കുടിയിൽ കാത്തു നിന്നു. രാത്രി 12 മണിയായപ്പോൾ ഞങ്ങൾ ഫൈനാൻസുകാരനേയും ജീപ്പിൽ കയറ്റി ചാലക്കുടിയിൽ നിന്ന് കാടുകുറ്റിയിലേക്ക് പോയി. ഫൈനാൻസുകാരൻ പറഞ്ഞതിന് 50 മീറ്റർ മാറ്റി ജീപ്പ് നിർത്തി ഞങ്ങൾ നടന്നു. പട്ടികൾ കുരച്ചു കൊണ്ടിരുന്നു. കുറച്ചു നടന്നപ്പോൾ ഓടിട്ട ഒരു വീട് അയാൾ കാണിച്ചു തന്നു. ജീപ്പിലുണ്ടായിരുന്ന മറ്റ് പൊലീസുകാരോട് വീടിന്റെ പിൻവശം നോക്കുവാൻ നിർദ്ദേശിച്ചശേഷം സി.ഐയും ഞാനും ജോയ് സാറും കൂടി വാതിലിൽ മുട്ടി വിളിച്ചു. ഒരാൾ വന്നു വാതിൽ തുറന്നു.

ആ വീട്ടിൽ അയാളെ കൂടാതെ ഒരു സ്ത്രീയും രണ്ട് കുട്ടികളും ഉണ്ടായിരുന്നു. പേര് ചോദിച്ചപ്പോൾ ഫ്രാൻസിസ് എന്നാണെന്നും മരക്കച്ചവടം ആണ് ജോലിയെന്നും ഭാര്യയും കുട്ടികളും ആണ് വീട്ടിലുള്ളതെന്നും പറഞ്ഞു.

ശരിക്കുള്ള വീട് എവിടെയാണെന്നു ചോദിച്ചു. മാള എന്നായിരുന്നു മറുപടി. അതോടെ മാള പൊലീസ് സ്റ്റേഷനിലെ കെ ഡി പട്ടികയിലുള്ള ഫ്രാൻസിസിനെക്കുറിച്ച് എനിക്ക് ഓർമ്മ വന്നു. ഈ വിവരം സി.ഐ.യുടെ കാതിൽ രഹസ്യമായി പറഞ്ഞു. ഉടനെ തന്നെ സി ഐ അവനോട് ഇന്ദിരാ വികാസ് പത്രയെക്കുറിച്ച് ചോദിച്ചു. ആദ്യം മിണ്ടാതെ നിന്നെങ്കിലും ചോദ്യം ചെയ്യൽ തുടർന്നപ്പോൾ ഇന്ദിരാ വികാസ് പത്ര മോഷ്ടിച്ച കാര്യം സമ്മതിച്ചു. തുടർന്ന് ആ വീട് ഞങ്ങൾ റെയ്ഡ് ചെയ്തു. ധാരാളം കളവുമുതലുകൾ അവിടെ നിന്നു തന്നെ കണ്ടെടുത്തു. ഫ്രാൻസിസിനെ സ്റ്റേഷനിലേക്കു കൂട്ടിക്കൊണ്ടു വന്നു വിശദമായ ചോദ്യം ചെയ്യൽ നടത്തി. മോഷണക്കഥകൾ ഒന്നൊന്നായി അയാൾ വെളിപ്പെടുത്തി. 1998 മുതൽ തെളിയാതെ കിടക്കുകയായിരുന്ന 7 ൽ പരം മോഷണക്കേസുകൾ അന്നു കണ്ടെത്താൻ കഴിഞ്ഞു. മോഷ്ടിച്ചെടുത്തിരുന്ന ക്യാമറകൾ, വിസിആറുകൾ, സ്വർണാഭരണങ്ങൾ എന്നിവ കണ്ടെടുക്കാനും സാധിച്ചു.

ചെറുപ്പത്തിൽ മാള പൊലീസ് സ്റ്റേഷൻ പരിധിയിൽ മോഷണ കേസിൽ പിടിക്കപ്പെട്ടു നാടു വിട്ടു പോയ ആളാണു ഫ്രാൻസിസ്. എറണാകുളം ജില്ലയിൽ മോഷണ കേസുകളിൽ പിടിക്കപ്പെട്ടിട്ടുണ്ട്. കാടുകുറ്റിയിൽ ഒളിവിൽ താമസിക്കുകയായിരുന്നു. കളവു ചെയ്തു കിട്ടിയ പണം കൊണ്ടു മരക്കമ്പനി വാടകയ്ക്ക് എടുത്തു നടത്തുകയാണ് അപ്പോൾ ചെയ്തിരുന്നത്.

ആളില്ലാത്ത വലിയ വീടുകളാണ് ഫ്രാൻസിസ് കളവിനായി തെരഞ്ഞെടുക്കുക. രാത്രിയിൽ പാര പോലെയുള്ള ആയുധം കൊണ്ട് വീടിന്റെ മുൻവാതിൽ തിക്കി പൊളിക്കുന്നു. വീട്ടിൽ നിന്ന് സ്വർണ്ണവും ഇലക്ട്രിക് ഉപകരണങ്ങളും വിലപിടിപ്പുള്ള ഡ്രസ്സുകളും, ഫോറിൻ സാധനങ്ങളും മറ്റും മോഷ്ടിക്കും. കൈയ്യടയാളം കിട്ടാതിരിക്കുവാൻ കൈയ്യുറ ഉപയോഗിക്കാറുണ്ട്. മോഷ്ടിച്ചെടുത്ത ഫോറിൻ സാധനങ്ങൾ കാടുകുറ്റിയിലെ വീട്ടിൽ നിന്ന് കണ്ടെടുത്തതിനാൽ ചില വീടുകളിലെ കളവുകേസുകൾ തെളിയിക്കുവാൻ എളുപ്പമായി. ഇലക്ട്രോണിക് സാധനങ്ങൾക്കും വസ്ത്രങ്ങൾക്കുമൊപ്പം ലക്ഷങ്ങൾ വിലമതിക്കുന്ന ഇന്ദിരാ വികാസ് പത്രയും മോഷ്ടിക്കുകയും അതു മാറാൻ ശ്രമിക്കുകയും ചെയ്തതുകൊണ്ടാണ് ഫ്രാൻസിസിന്റെ കൈയ്യിൽ വീണ്ടും വിലങ്ങു വീണത്. ■

കള്ളൻ പിടിയിൽ, മൂന്നു മണിക്കൂറിനുള്ളിൽ

നടവരമ്പിലുള്ള ഒരു വീട്ടിൽ തലേ ദിവസം കളവ് നടന്നുവെന്ന പരാതിയുമായി വീട്ടുടമ ഇരിങ്ങാലക്കുട പൊലീസ് സ്റ്റേഷനിൽ വന്നു. കളവ് പോയതിന് കേസെടുത്ത് പരാതിക്കാരനെ വിട്ട ശേഷം എസ്.ഐ ഞങ്ങളെ വിളിച്ചു. ആരായിരിക്കും ഈ കളവ് ചെയ്യാൻ സാദ്ധ്യത എന്ന ചർച്ചയായി. ഞങ്ങൾ പരാതിയുടെ വിശദാംശങ്ങൾ ചോദിച്ചു. വീടിന്റെ വാതിലുകൾ എല്ലാം പൊളിച്ചിട്ടുണ്ടായിരുന്നു. ധാരാളം ചെമ്പുപാത്രങ്ങൾ കളവു പോയിട്ടുണ്ട്. കൂടാതെ ഒരു സൈക്കിളും.

സൈക്കിളെന്നു കേട്ടപ്പോൾ എന്റെയുള്ളിൽ ഒരു ബൾബ് കത്തി. മുമ്പ് കളവ് കേസുകളിൽ ഉൾപ്പെട്ടിട്ടുള്ള മേലംപറമ്പിൽ അജിയെ അന്വേഷിക്കാം എന്നു ഞാൻ എസ് ഐ യോടു പറഞ്ഞു. ഞാനും സഹപ്രവർത്തകനായ ജോയിയും കൂടി ഇരിങ്ങാലക്കുട കെ.എസ്. ആർ.ടി.സി സ്റ്റാന്റിനടുത്തുള്ള കോളനിയിലെത്തി. അവിടെയാണു അജി താമസിച്ചിരുന്നത്. ചെന്നപ്പോൾ അജി വീട്ടിൽ തന്നെ ഇരിപ്പുണ്ട്. ജോയിയോടു അജിയെ നോക്കുവാൻ പറഞ്ഞിട്ട് ഞാൻ നേരെ വീടിന്റെ പിന്നിലേക്കു പോയി. അവിടെയിരിക്കുന്നു, ഒരു സൈക്കിൾ. ഓലയിട്ട് മറച്ചു വച്ചിരിക്കുകയാണ്.

ഞാൻ വീടിന്റെ പിന്നിലേക്കു നീങ്ങിയപ്പോൾ അജി വീട്ടിൽ നിന്നും ഇറങ്ങിയോടാൻ ശ്രമിച്ചു. ജോയ് അവനെ കയറി പിടിച്ചു കീഴ്പ്പെടുത്തി. അവനെയും കൂട്ടി സ്റ്റേഷനിൽ എത്തി ചേദ്യം ചെയ്തപ്പോൾ അജിയും നടവരമ്പിലുള്ള സലാമും കൂടെയാണ് ഈ മോഷണം നടത്തിയതെന്ന് മനസ്സിലായി. തുടർന്നു ഞങ്ങൾ സലാമിനെ അവന്റെ വീട്ടിൽ നിന്നു പിടിച്ചു. കളവ് ചെയ്ത സാധനങ്ങൾ എല്ലാം തന്നെ അവന്റെ വീട്ടിൽ ഉണ്ടായിരുന്നു. വീടിനുള്ളിൽ നിന്ന് ഒരു കിലോ കഞ്ചാവും കണ്ടെടുത്തു. കേസെടുത്തു മൂന്നു മണിക്കൂറിനുള്ളിൽ

കേസ് തെളിയിക്കുവാനും പ്രതികളെ പിടിക്കാനും തൊണ്ടിമുതലുകൾ കണ്ടെടുക്കാനും കഴിഞ്ഞ ഒരപൂർവ സംഭവമായിരുന്നു ഇത്.

മോഷണം നടത്തുമ്പോൾ വിലപിടിപ്പുള്ള എന്തൊക്കെ സാധനങ്ങൾ കിട്ടിയാലും സൈക്ക്ിൾ ഉണ്ടെങ്കിൽ അതു കൂടി എടുത്തുകൊണ്ടു പോകുക എന്നതു അജിയുടെ ഒരു പതിവാണ്. അതുകൊണ്ട് സൈക്കിൾ അജി എന്ന പേരും കക്ഷിയ്ക്കുണ്ട്. ഇതു തന്നെയാണ് ഈ കേസിൽ അവനെ സംശയിക്കുന്നതിനും പിടി കൂടുന്നതിനും ഇടയാക്കിയതും.

■

താക്കോൽ ദ്വാരത്തിലെ തിരക്കഥകൾ

ചുറ്റിക, കമ്പിപ്പാര തുടങ്ങിയ മാരകായുധങ്ങളുടെ കാടൻ പ്രയോഗത്തിൽ തീരെ വിശ്വാസമില്ലാത്ത തിരക്കഥാകൃത്തും നടനും സർവോപരി മോഷ്ടാവുമാണ് കീഹോൾ ജോസ്. താഴിന്റെയും താക്കോലിന്റെയും സാങ്കേതികവിദ്യയിലാണു ജോസിന്റെ പ്രാവീണ്യം. ഒരു വാതിലിന്റെ പൂട്ടു പുഷ്പം പോലെ തുറക്കാൻ കീഹോൾ സ്പെഷലിസ്റ്റായ ജോസിന് ഒരു നിമിഷം മതി. സാങ്കേതികവിദഗ്ദ്ധർ ജോസിന്റെ ഈ വൈദഗ്ദ്ധ്യത്തിനു മുമ്പിൽ നമിച്ചു പോകും.

മോഷണത്തിൽ സാങ്കേതികവിദ്യയാണു ജോസിനു സഹായമാകുന്നതെങ്കിൽ മോഷണം കഴിഞ്ഞുള്ള രക്ഷപ്പെടലിനു ജോസ് ആശ്രയിക്കുന്നതു തിരക്കഥയേയും അഭിനയത്തേയുമാണ്. അതായത്, തിരക്കഥാകൃത്തായി അഭിനയിക്കുക. അതിലും ജോസ് പ്രഗത്ഭനായിരുന്നു.

തന്റെ തിരക്കഥകളെല്ലാം മോഷണം പോയെന്നാണ് മോഷ്ടാവായ ജോസിന്റെ സ്ഥിരം പരാതി. മോഷ്ടാവായ തന്റെ തിരക്കഥയുടെ മോഷ്ടാക്കളുടെ വേഷം പ്രമുഖ സംവിധായകർക്കെല്ലാം ഇയാൾ ചാർത്തി നൽകിയിട്ടുണ്ട്. തന്റെ തിരക്കഥ മോഷ്ടിച്ചെന്നു പറഞ്ഞു പ്രമുഖ സംവിധായകനെതിരെ ജോസ് കേസും കൊടുത്തിട്ടുണ്ട്. ഔദ്യോഗികമായി എട്ടാം ക്ലാസ് വിദ്യാഭ്യാസമേ ഉള്ളെങ്കിലും സിനിമാനിർമാണവുമായി ബന്ധപ്പെട്ട് ഒരു വർഷ കോഴ്സ് പൂർത്തിയാക്കിയിട്ടുണ്ടെന്നും ചെന്നൈയിൽ കെ എസ് ഗോപാലകൃഷ്ണന്റെ കൂടെ പ്രവർത്തിച്ചിട്ടുണ്ടെന്നുമാണു ജോസിന്റെ നുണക്കഥ.

ഈ നുണക്കഥയിലെ കാര്യമെന്തായാലും ജോസ് അതിവിദഗ്ദ്ധമായ നിരവധി മോഷണങ്ങൾക്കു തിരക്കഥയെഴുതുക മാത്രമല്ല സംവിധാനം ചെയ്യുകയും ചെയ്തിട്ടുണ്ട്. മിക്ക മോഷണങ്ങളും തെളിവുകളൊന്നും ബാക്കി വയ്ക്കാതെ വിദഗ്ദ്ധമായി തന്നെ പൂർത്തിയാക്കുകയും ചെയ്തു. ഒരു പൂവ് പൊട്ടിച്ചെടുക്കുന്ന സമയം മതി ജോസിന് പൂട്ട് പൊളിച്ചെടുക്കാൻ.

കെ ടി ജോസ് എന്ന കീഹോൾ ജോസ് ആശാരിപ്പണിയാണ് ആദ്യം തൊഴിലായി സ്വീകരിച്ചത്. തിരക്കഥയും സിനിമയും ഒരു സ്വപ്നം ആയിരുന്നിരിക്കാം. പക്ഷേ, രണ്ടുമല്ല, മോഷ്ടാവിന്റെ ജീവിതമാണു തിരഞ്ഞെടുത്തത്. ജോണിന്റെ മോഷണങ്ങളുടെ തിരക്കഥ കണ്ടെത്തി പൂരിപ്പിക്കുക പൊലീസിന്റെ ജോലിയുമായി.

സീൻ 1

മോഷണരീതി

താമസക്കാരില്ലാത്ത വീടുകൾ കണ്ടെത്തി ജോസ് എത്തുന്നു. അയൽക്കാർ കണ്ടാൽ ആശാരിപ്പണിക്കാരനായി അഭിനയിക്കും. അയൽക്കാരെ പറ്റിച്ച് വീടും പരിസരവും സമഗ്രമായി നിരീക്ഷിക്കും. രാത്രി ഏറെ ഇരുട്ടും മുമ്പേ മറ്റാരുടെയും ശ്രദ്ധയിൽ പെടാതെ വീട്ടുവളപ്പിൽ കയറി പറ്റും. പിന്നെ പതുക്കെ, ഒരു അവാർഡ് സിനിമയിലെന്ന പോലെ സമയമെടുത്ത്, ശ്രദ്ധാപൂർവം ശബ്ദം ഉണ്ടാക്കാതെ താക്കോൽ ദ്വാരത്തിൽ ഒരു സ്പെഷ്യൽ ഓപ്പറേഷൻ. പുല്ലു പോലെ അകത്തു കടക്കുന്നു. കാര്യമായി എന്തെങ്കിലും ഉള്ള വീടാണെങ്കിൽ അകത്ത് അരങ്ങേറുന്നത് ഒരു ആക്ഷൻ സിനിമയായിരിക്കും. സ്വർണവും പണവും മാത്രമല്ല ജോൺ എടുക്കുക. തുപ്പൽക്കോളാമ്പി മുതൽ അലമാരയിലെ കോട്ടും സ്യൂട്ടും വരെ പൊക്കും. ചില വീടുകളിൽ മോഷണം കഴിഞ്ഞ് അടുക്കളയിൽ കയറി ഭക്ഷണം കഴിച്ച് എ.സി റൂമുകളിൽ കിടന്നുറങ്ങി പുലർച്ചെയാണ് മടങ്ങുക. രാത്രിയാത്രകൾക്കിടയിൽ പിടിക്കപ്പെട്ടാൽ കാണിക്കാൻ സ്ക്രിപ്റ്റ് റൈറ്റർ എന്ന രേഖപ്പെടുത്തിയ ഒരു തിരിച്ചറിയൽ കാർഡും കയ്യിൽ കരുതും.

സീൻ 3

ഫ്ളാഷ് ബാക്ക്

ഒരു വീടിന്റെ മുൻ വാതിലിൽ ഒരു കീ ഹോൾ ഓപ്പറേഷൻ നടത്തി അകത്തു കടന്ന ജോസ് അവിടെ നിന്ന് 84 ഗ്രാം സ്വർണം, വിദേശ കറൻസികൾ, ലാപ്ടോപ്, ക്യാമറ എന്നിവയുമായി കടന്നു. ഡിജിറ്റൽ ക്യാമറ, വാച്ചുകൾ, വില പിടിപ്പുള്ള മറ്റ് ചില വസ്തുക്കൾ എന്നിവ കവർന്നു. മറ്റൊരു വീട്ടിൽ നിന്ന് പണവും ഒരു ക്യാമറ, മൊബൈൽ ഫോൺ, കുറച്ച് വിദേശ കറൻസി എന്നിവയും ഒരു രാത്രി ജോസിന്റെ കീശയിലായി. വേറൊരു വീട്ടിൽ നിന്നും 80 ഗ്രാം സ്വർണവും വാച്ചുകളും ക്യാമറയും വിദേശ നിർമിത വസ്തുക്കളും അടിച്ചു മാറ്റി. ചില വീടുകളിൽ നിന്ന് 16 ഗ്രാം സ്വർണാഭരണങ്ങളും ലാപ്ടോപ്പും ഒരു ടോർച്ചും കവർന്നു.

സീൻ 4

ഇൻവെസ്റ്റിഗേഷൻ

ജില്ലയിലെ പല സ്ഥലങ്ങളിലും പൂട്ടു തകർത്ത് ഒരേ രീതിയിൽ മോഷണം നടത്തുന്ന കള്ളൻ പൊലീസിന് സ്ഥിരം തലവേദനയായി. രാത്രികളിൽ പലയിടത്തും പൊലീസും ജനമൈത്രി പൊലീസും ഉറക്കമൊഴിഞ്ഞു കാവലിരുന്നു. ഇയാൾ മോഷണം നടത്തിയിരുന്ന വീടുകളിൽ നിന്ന് വിരലടയാളം ലഭിച്ചിരുന്നെങ്കിലും ഇതിന് മുൻപു പിടിക്കപ്പെട്ടിട്ടില്ലാത്തതിനാൽ പ്രതി ആരാണെന്ന് കണ്ടെത്താനായില്ല.

1999 ൽ ഒരുനാൾ രാത്രിയിൽ മണ്ണുത്തിയിലെ ഒരു വീട്ടിൽ കളവിനു ശ്രമിച്ചപ്പോൾ പരിസര നിവാസികൾ കയ്യോടെ പിടികൂടി, നന്നായി മർദ്ദിച്ചശേഷം റോഡിൽ കൊണ്ടുവന്നിട്ടു. ആരൊക്കെയോ ചേർന്ന് ഹോസ്പിറ്റലിൽ കൊണ്ടു പോയി. ആശുപത്രിയിൽ നിന്നിറങ്ങുമ്പോഴും മർദ്ദനമേറ്റതിന്റെ പാടുകൾ ശരീരത്തിലുണ്ടായിരുന്നു. അതുകൊണ്ട് പരിചയക്കാരോടു തന്റെ ആശുപത്രിവാസത്തേയും അവശതയേയും കുറിച്ചു പറയാൻ ഇയാൾ ഒരു സിനിമാക്കഥ തന്നെയാണ് അടിച്ചിറക്കിയത്. തന്റെ കഥ മോഷ്ടിച്ച പ്രസിദ്ധനായ ഒരു ത്രില്ലർ തിരക്കഥാകൃത്ത് അതു ചോദ്യം ചെയ്തതിലുള്ള വൈരാഗ്യം വച്ച് തന്നെ കൊലപ്പെടുത്താൻ ശ്രമിച്ചതാണെന്നായിരുന്നു കഥ. കഥയനുസരിച്ചു കള്ളൻ പൊലീസിൽ പരാതിയും കൊടുത്തു. ഒരു വാരികയിൽ വാർത്ത വന്നു. തല പൊട്ടി കിടക്കുന്ന ജോസിന്റെ ഫോട്ടോയും കുറെ സിനിമാ, സാംസ്കാരിക പ്രവർത്തകരുടെ പ്രസ്താവനകളും കൂടെയുണ്ടായിരുന്നു. ഒരിക്കൽ രാത്രി പട്രോളിംഗിനിടെ പൊലീസ് പിടികൂടിയെങ്കിലും തിരക്കഥാകൃത്തിന്റെ തിരിച്ചറിയൽ കാർഡു കാണിച്ചു രക്ഷപ്പെട്ടു.

ക്ലൈമാക്സ് സീൻ

വെള്ളാങ്കല്ലൂരിൽ മോഷണം നടത്തിയ വീട്ടിൽ നിന്ന് ഒരു മൊബൈൽ ഫോൺ ഇയാൾ കവർന്നിരുന്നു. മോഷ്ടിച്ചെടുത്ത ഫോണിൽ നിന്നു വിളിച്ചു പൊലീസിനു സൂചന കൊടുക്കുന്ന സീൻ ഉൾപ്പെടുത്താതിരിക്കാനുള്ള ബുദ്ധി, അനേകം മോഷണങ്ങൾക്കു തിരക്കഥയെഴുതിയ ഇയാൾക്കുണ്ടായില്ല. ഞങ്ങൾ ഫോണിന്റെ ലൊക്കേഷനും വിവരങ്ങളും പിന്തുടർന്നുകൊണ്ടിരുന്നു. അതനുസരിച്ചു ജോസിന്റെ വീടിന്റെ പരിസരം വളഞ്ഞെങ്കിലും ജോസ് കയ്യിൽ വന്നില്ല.

ഞങ്ങൾ വീട്ടിൽ കയറി പരിശോധന നടത്തി. ലാപ്ടോപ്പും ക്യാമറകളും ഉൾപ്പെടെ ഇലക്ട്രോണിക്സ് സാധനങ്ങളുടെ ഒരു

ഗോഡൗൺ പോലെയുണ്ടു വീട്. വിലകൂടിയ കോട്ടുകൾ, സ്യൂട്ടുകൾ, നൂറോളം കൂളിംഗ് ഗ്ലാസ്സുകൾ, നൂറിലധികം പേനകൾ എന്നിവയും കണ്ടെടുത്തു. ഇത് മോഷണം സ്ഥിരീകരിക്കാൻ എളുപ്പമായി. നിരന്തരമായ നിരീക്ഷണത്തിനൊടുവിൽ മോഷ്ടാവ് ഞങ്ങളുടെ കൈകളിൽ കുരുങ്ങി. പിടിച്ചപ്പോൾ ഞങ്ങളോടും പറഞ്ഞു, തിരക്കഥാകൃത്താണെന്ന കഥ. മോഷണം നടന്ന വീടുകളിൽ നിന്നു കിട്ടിയ വിരലടയാളങ്ങൾ തന്റേതാണെന്നു പറഞ്ഞപ്പോൾ അയാൾ കഥ വിട്ടു കാര്യത്തിലേക്കു കടന്നു. ഇപ്പോൾ ജയിലിലാണ് അയാൾ. തടവിലിരുന്നെഴുതുന്ന തിരക്കഥകളിൽ മോഷണരംഗങ്ങൾ ഉണ്ടാകാതിരുന്നാൽ നല്ലത്. ■

വായനശാലയിലിരുന്നു വളഞ്ഞുപോയ ഒരു ലൈബ്രേറിയൻ

തൃശൂർ അരിമ്പൂർ സ്വദേശിയായ ഒരു സ്ത്രീക്ക് മണ്ണുത്തി അഗ്രികൾച്ചർ യൂണിവേഴ്സിറ്റിയിൽ ജോലി വാങ്ങി കൊടുക്കാമെന്നു ഒരാൾ വാക്കു കൊടുത്തു. രണ്ടര ലക്ഷം രൂപ കൊടുത്താൽ മതി. 2010ലാണ് ഇത്. ഒരു സുഹൃത്ത് മുഖേനയാണ് ഇതു ധരിപ്പിക്കുന്നത്. ജോലി കിട്ടുന്നതിന് ആവശ്യമായ സർട്ടിഫിക്കറ്റുകളും അപേക്ഷയുമെല്ലാം വാങ്ങിച്ചു. ഇന്റർവ്യൂവിന് ക്ഷണിച്ചുകൊണ്ടുള്ള യൂണിവേഴ്സിറ്റിയുടെ ലെറ്റർ അടിച്ചു കൊടുത്തു. ഇന്റർവ്യൂവിന് യൂണിവേഴ്സിറ്റിയിൽ ഹാജരായപ്പോഴാണ് രണ്ടര ലക്ഷം രൂപ വാങ്ങി തട്ടിപ്പ് നടത്തിയതാണെന്ന് മനസിലായത്. പണം വാങ്ങിച്ചയാളുടെ പേര് ശ്രീകുമാർ എന്നാണെന്നും കൊടുത്ത അഡ്രസ്സ് തിരുവനന്തപുരം ആണെന്നും പരാതിയിൽ പറഞ്ഞിരുന്നു. മൊബൈൽ നമ്പറും ഉണ്ടായിരുന്നു. അഡ്രസ്സ് അന്വേഷിച്ചപ്പോൾ വ്യാജമാണെന്നു മനസ്സിലായി. മൊബൈൽ നമ്പർ ഓഫായിരിക്കുന്നു. തൃശൂർ ഈസ്റ്റ് പൊലീസ് സ്റ്റേഷനിൽ ആണ് കേസ്. അന്വേഷണം ആരംഭിച്ചു കഴിഞ്ഞപ്പോൾ മറ്റൊരു പരാതിയും സ്റ്റേഷനിൽ വന്നു. തൃശ്ശൂർ കുരിയച്ചിറയിലുള്ള മറ്റൊരു സ്ത്രീയുടെ കയ്യിൽ നിന്നും യൂണിവേഴ്സിറ്റിയിൽ ജോലി വാങ്ങി കൊടുക്കാമെന്ന് പറഞ്ഞ് മൂന്നു ലക്ഷം രൂപ തട്ടിയെടുത്തിരിക്കുന്നു. ഇത്തരത്തിൽ കൂടുതൽ പരാതികൾ വരുന്നുണ്ടെന്നു കണ്ട് അന്നത്തെ തൃശൂർ എസ്പി ദിനേശ് ഐ പി എസ് പ്രത്യേക അന്വേഷണ സംഘം രൂപീകരിച്ചു.

പരാതികളിൽ പറയുന്ന കാര്യങ്ങൾ വച്ച് വിശദമായി അന്വേഷിച്ചെങ്കിലും ഉപകാരപ്രദമായ വിവരങ്ങളൊന്നും കിട്ടിയില്ല. കാരണം തട്ടിപ്പിനായി ഉപയോഗിച്ച മൊബൈൽ ഫോണിൽ നിന്ന് ഇയാൾ പണം തട്ടിയെടുത്ത ആളുകളെയും അനാശാസ്യത്തിന് ബന്ധപ്പെടുന്ന സ്ത്രീകളേയും മാത്രമേ വിളിച്ചിട്ടുള്ളൂ. ആ സ്ത്രീകളോട് അന്വേഷിച്ചെങ്കിലും അവർക്കും അയാളെക്കുറിച്ച് കൂടുതലൊന്നും

അറിയില്ല. അവരോടും തിരുവനന്തപുരത്തെ ഒരു വിലാസമാണ് പറഞ്ഞിരിക്കുന്നത്. അതു വ്യാജവുമാണ്. എങ്കിലും ഫോൺ നമ്പറുകൾ പരിശോധിച്ചപ്പോൾ ഇയാൾ ഏറ്റവും കൂടുതൽ പ്രാവശ്യം ബന്ധപ്പെടുന്ന ഒരു സ്ത്രീയെ ഞങ്ങൾ തിരിച്ചറിഞ്ഞു. അവരെ വിശദമായി ചോദ്യം ചെയ്തു. തുടക്കത്തിൽ ചെറുത്തു നിന്നെങ്കിലും ഒടുവിൽ ആ സ്ത്രീയുടെ മൊബൈലിൽ നിന്ന് പ്രൊഫസർ കുമാർ എന്ന പേരിൽ അവരെ പരിചയപ്പെട്ടിട്ടുള്ള ആളുടെ ഫോട്ടോ ഞങ്ങൾക്കു കിട്ടി. ആ സ്ത്രീയെ ഞങ്ങൾ നിരീക്ഷണത്തിൽ വച്ചു.

ആ സ്ത്രീയെ ഇയാൾ വിളിക്കുമെന്നുള്ള പ്രതീക്ഷ ഞങ്ങൾക്കുണ്ടായിരുന്നു. കരുതിയതു പോലെ ഒരു ദിവസം അവർക്ക് അയാളുടെ ഫോൺ വന്നു. തന്റെ സ്ഥലത്തേക്കു ചെല്ലാൻ ആവശ്യപ്പെട്ടാണ് വിളിച്ചിരിക്കുന്നത്. അവർ പോകാൻ തയ്യാറായി. രണ്ടു പൊലീസുകാർ ഇവർക്കൊപ്പം പോകാൻ തീരുമാനിച്ചു. ചാലക്കുടിയിൽ നിന്നും കൊല്ലത്തേക്കുള്ള ബസിൽ ആ സ്ത്രീയോടൊപ്പം പൊലീസുകാരും ഇടം പിടിച്ചു. ഞങ്ങൾ ഈ ബസിനെ കാറിൽ പിന്തുടർന്നു. ആ സ്ത്രീ കൊല്ലത്തു ബസിറങ്ങി, ഒരു ഓട്ടോറിക്ഷ പിടിച്ചു ഒരു ഫ്ളാറ്റിന്റെ അടുത്തെത്തി. പൊലീസുകാർ മറ്റൊരു ഓട്ടോറിക്ഷയിൽ അവിടെ വന്നിറങ്ങി. ഞങ്ങൾ കാറിൽ അവിടെ എത്തിയിരുന്നു. സ്ത്രീ ആ ഫ്ളാറ്റിൽ കയറി, തൊട്ടു പിന്നാലെ ഞങ്ങളും കയറി. ആളെ കണ്ടു. ഞങ്ങൾ സൂക്ഷിച്ചിരുന്ന ഫോട്ടോയിൽ കാണപ്പെട്ട അതേ വ്യക്തി. അയാളെ ചോദ്യം ചെയ്തു.

1998 വരെ ചേർത്തല എസ് എൻ കോളേജിൽ ലൈബ്രേറിയനായി ജോലി ചെയ്തിരുന്ന വ്യക്തിയാണിയാൾ. ഈ സമയത്ത് കൊല്ലങ്കോട് ബാങ്കിൽ മുക്കുപണ്ടം പണയം വച്ച് ലക്ഷത്തിലധികം രൂപ എടുത്തിരുന്നു. ശ്രീകാര്യത്തുള്ള ഒരു അനാഥാലയത്തിൽ നിന്നും ഒരു ലക്ഷം രൂപ പറ്റിച്ചു. തിരുവനന്തപുരത്തുള്ള സുരേഷിന്റെ കയ്യിൽ നിന്ന് കേരള യൂണിവേഴ്സിറ്റിയിൽ ജോലി വാങ്ങി കൊടുക്കാമെന്നു പറഞ്ഞു രണ്ടു ലക്ഷം രൂപ വാങ്ങി. കോഴിക്കോട് രമേശൻ എന്നയാളുടെ കയ്യിൽ നിന്ന് കാലിക്കറ്റ് യൂണിവേഴ്സിറ്റിയിൽ ജോലി വാങ്ങി കൊടുക്കാമെന്ന് പറഞ്ഞു രണ്ടു ലക്ഷം രൂപ തട്ടിയെടുത്തു. നിലമ്പൂരുള്ള വ്യക്തിയിൽ നിന്ന് ഒരു ലക്ഷം രൂപ തട്ടിച്ചു. ചോദ്യം ചെയ്യൽ പുരോഗമിക്കുന്തോറും ഇത്തരത്തിൽ ധാരാളം പേരിൽ നിന്ന് ജോലി കൊടുക്കാമെന്ന് പറഞ്ഞു പണം തട്ടിയെടുത്തിട്ടുള്ളതായി അയാൾക്കു സമ്മതിക്കേണ്ടി വന്നു.

ഇദ്ദേഹത്തിന്റെ ശരിയായ പേര് ബാബു കുമാർ ബോസ് എന്നാണ്. ലൈബ്രറി സയൻസിൽ ബിരുദാനന്തര ബിരുദധാരിയാണ്. ആകർഷകമായ സംസാര ശൈലികൊണ്ട് ആരെയും പറഞ്ഞു പറ്റിച്ച് പണം

കൈക്കലാക്കുന്നതിലാണു വൈഭവം. ഇങ്ങനെ കിട്ടുന്ന പണമത്രയും ആഡംബര ജീവിതത്തിനും വ്യഭിചാരത്തിനുമായി ചിലവഴിക്കും. വലിയ ലോഡ്ജുകളിലോ ഫ്ളാറ്റ് വാടകയ്ക്കെടുത്തോ ആണു താമസം. തട്ടിയെടുത്ത പണം ഇയാളിൽ നിന്നു കണ്ടെത്താനും കോടതിയിൽ ഏൽപിക്കാനും അന്വേഷണസംഘത്തിനു സാധിച്ചു. കളവ് കേസുകളും കൊലക്കേസുകളും മയക്കുമരുന്നു കേസുകളും അന്വേഷിക്കുന്നതിനിടയിൽ ഇത്തരത്തിലുള്ള 'മാന്യന്മാരായ' തട്ടിപ്പുകാരെയും പൊലീസിനു പിടികൂടേണ്ടി വരാറുണ്ട്. പൊലീസിനെ സംബന്ധിച്ച് ഇത്തരക്കാരും കള്ളന്മാർ തന്നെ. ■

നിക്സൺ കൊലക്കേസ്

ബാംഗ്ലൂരിലേക്കു പോയ മകൻ നിക്സൺ മൂന്നു വർഷമായിട്ടും വീട്ടിലേയ്ക്കു വരികയോ ബന്ധപ്പെടുകയോ ചെയ്യാത്തതിനെ തുടർന്ന് നിക്സണിന്റെ പിതാവ് തൃശൂർ പൊലീസിൽ ഒരു മാൻ മിസ്സിംഗ് കേസ് രജിസ്റ്റർ ചെയ്തിരുന്നു. 2014 ൽ ആയിരുന്നു ഇത്. ഈ കേസിൽ അന്വേഷണം നടന്നു കൊണ്ടിരിക്കുന്നതിനിടയിലാണ് വലപ്പാട് പൊലീസ് സ്റ്റേഷൻ പരിധിയിൽ അൻസിൽ എന്ന യുവാവിനെ കുറേ യാളുകൾ കൊലപ്പെടുത്തിയത്. അതിന്റെ അന്വേഷണസംഘത്തിൽ ഞാനും ഉണ്ടായിരുന്നു. അന്വേഷണം നടക്കുന്നതിനിടയിൽ അൻസിൽ കൊലപാതകവുമായി ബന്ധപ്പെട്ട് വലപ്പാട് കോതകുളം ഭാഗത്തുള്ള അനീഷിനെ വിളിച്ചു ചോദ്യം ചെയ്തപ്പോളാണ് നിക്സന്റെ തിരോ ധാനം ഒരു കൊലപാതകമാണെന്ന് അറിയുന്നത്. അനീഷ് മലപ്പുറം - ബാംഗ്ലൂർ ബസിൽ ഡ്രൈവറായി ജോലി ചെയ്തു ചെയ്തുകൊണ്ടി രിക്കുമ്പോൾ വലപ്പാട് ഭാഗത്തുള്ള സുഹൃത്തുക്കൾ ഈജിപ്പുര ബസ് സ്റ്റാന്റിനടുത് റൂമെടുത്തു താമസിക്കുന്നുണ്ടായിരുന്നു. വിപിൻ എന്ന വിവേക്, നവിൻ എന്ന മുന്ന, മുത്തു എന്ന സിനോജ് എന്നി വരാണ് ആ മുറിയിൽ ഉണ്ടായിരുന്നത്. ഇടയ്ക്കിടയ്ക്ക് വൈകുന്നേര ങ്ങളിൽ അനീഷ് റൂമിൽ ചെല്ലുകയും സുഹൃത്തുക്കൾക്കൊപ്പം മദ്യ പിക്കുകയും ചെയ്യാറുണ്ടായിരുന്നു. തൃശൂർകാരനായ നിക്സണും അവരുടെ മുറിയിലെ നിത്യ സന്ദർശകനായിരുന്നു. ഇവർക്ക് കഞ്ചാവ് കച്ചവടവും മറ്റുമുണ്ടായിരുന്നു. അതിനെ സംബന്ധിച്ചുള്ള തർക്കങ്ങളും അവിടെ നടക്കാറുണ്ട്.

വേൾഡ് കപ്പ് നടക്കുന്ന സമയത്ത് അനീഷ് ഇവരുടെ മുറിയിൽ ചെന്നു. അപ്പോൾ അവിടെ വിപിനും സനോജും നിക്സണും മദ്യ പിച്ചു കൊണ്ടിരിക്കുകയായിരുന്നു. അനീഷ് മദ്യപിച്ചതിനു ശേഷം ടെറസിന്റെ മുകളിൽ കിടക്കാൻ പോയി. നിക്സണും വിപിനും തമ്മിൽ മദ്യലഹരിയിൽ വഴക്കു തുടങ്ങി. തർക്കം മൂത്തു. വിപിൻ

നിക്സണെ തള്ളി താഴെയിട്ട്, കൈ രണ്ടും തുണികൊണ്ട് കെട്ടി. എന്നിട്ടു കത്തിയെടുത്തു നിക്സന്റെ കഴുത്തിൽ കുത്തി. സനോജ് ഒരു തോർത്തെടുത്തു നിക്സന്റെ കഴുത്തിൽ കുരുക്കി മുറുക്കി വലിച്ചു. നിക്സൺ മരിക്കുന്നതുവരെ തോർത്തു മുറുക്കി പിടിച്ചു. നിക്സൺ മരിച്ചുവെന്നുറപ്പാക്കിയ ശേഷം വിപിൻ മുകളിൽ ഉറങ്ങിക്കിടന്നിരുന്ന അനീഷിനെ വിളിച്ചു മുറിയിലേക്ക് കൊണ്ടുവന്നു. സനോജും അനീഷും കൂടെ നിക്സണെ പൊക്കിയെടുത്തു താഴേക്ക് കൊണ്ടുവന്നു. അനീഷിന്റെ ബൈക്കിൽ വിപിൻ കയറി. നിക്സണെ മധ്യത്തിൽ ഇരുത്തി, വിപിൻ പിന്നിൽ ഇരുന്നു. നിക്സന്റെ മൃതദേഹം കർണാടക - തമിഴ്നാട് അതിർത്തിയിൽ കൊണ്ടിടാനായിരുന്നു അവരുടെ പരിപാടി. അതനുസരിച്ച് വിപിൻ ബൈക്ക് ഓടിച്ചു. അനീഷ് അടുത്ത റൂമിലുണ്ടായിരുന്ന രാമകൃഷ്ണന്റെ ബൈക്കിൽ പിന്നാലെ പോയിരുന്നു. കർണാടക തമിഴ്നാട് അതിർത്തിയിൽ ഒരു കൊക്കയിലേക്ക് നിക്സന്റെ മൃതദേഹം തള്ളിയിട്ടു. പിന്നീട് അവർ ബാംഗ്ലൂരിൽ നിന്നും നാട്ടിലേക്ക് പോന്നു.

ഈ കേസിൽ പെട്ട സനോജിനെ ഞങ്ങളുടെ ടീം കണ്ടെത്തുകയും അനീഷിനെയും സനോജിനെയും വിയ്യൂർ പൊലീസിന് കൈമാറുകയും ചെയ്തു. നിക്സൺ തൃശൂർ കോളേജിൽ പഠിക്കുന്ന കാലത്ത് മയക്കുമരുന്നിനടിമപ്പെടുകയും പിന്നീട് ബാംഗ്ലൂരിൽ പോയി അവിടെയും കഞ്ചാവ് കച്ചവടം നടത്തുകയും ചെയ്തിരുന്നു. കൂട്ടുകാർ തമ്മിൽ കഞ്ചാവ് കച്ചവടത്തെപ്പറ്റിയുള്ള തർക്കത്തിനിടയിലാണ് ഇവർ സ്വന്തം കൂട്ടത്തിലൊരാളെ കൊലപ്പെടുത്തി കൊക്കയിലെറിഞ്ഞത്. മറ്റൊരു വധക്കേസ് അന്വേഷണത്തിനിടെ യാദൃച്ഛികമായി ഞങ്ങൾക്ക് ഈ വിവരം കിട്ടിയില്ലായിരുന്നെങ്കിൽ നിക്സന്റെ കൊലപാതകം ഒരു മാൻ മിസ്സിംഗ് കേസ് ആയി തന്നെ നിലനിൽക്കുമായിരുന്നു. വിദ്യാർത്ഥികൾക്കിടയിലെ കഞ്ചാവ് ഉപയോഗം എത്രത്തോളം അപകടകരമാകാമെന്നും ഈ കേസ് കാണിച്ചു തരുന്നു. കഞ്ചാവ് ഉപയോഗം വർദ്ധിച്ച്, അതു മറ്റു മയക്കുമരുന്നിലേക്കും മയക്കുമരുന്നു കച്ചവടത്തിലേക്കും കൊലപാതകങ്ങളിലേക്കും വരെ ചെന്നെത്തുന്നു. ■

കുപ്രസിദ്ധ മോഷ്ടാവ് പരുന്ത് സജിയും കൂട്ടാളികളും അറസ്റ്റിൽ

2009 ഒക്ടോബറിൽ തൃശ്ശൂർ ജില്ലയിൽ ഇരിങ്ങാലക്കുട പട്ടേപ്പാടം എന്ന സ്ഥലത്ത് താമസിക്കുന്ന ഒരു സ്ത്രീയുടെ കഴുത്തിൽ നിന്ന് ബൈക്കിൽ വന്ന് മാല പറിച്ചെടുത്തു കൊണ്ടുപോയ ഒരു സംഭവ മുണ്ടായി. ചുവന്ന നിറമുള്ള ഹീറോ ഗ്ലാമർ ബൈക്കാണ് എന്നു മാത്രമറിയാം. അതേ മാസത്തിൽ തന്നെ ചാലക്കുടിയിൽ ഒരു സ്ത്രീയുടെ കഴുത്തിൽ നിന്നും ബൈക്കിൽ വന്ന രണ്ടുപേർ മാല മോഷ്ടിച്ചെടുത്തിരുന്നു. ഇത്തരം മാല മോഷണങ്ങൾ കൂടി വന്ന പ്പോൾ അന്നത്തെ തൃശൂർ എസ് പി ഒരു പ്രത്യേക അന്വേഷണ സംഘത്തിന് രൂപം കൊടുത്തിരുന്നു.

ഇതേ കാലത്ത് കൊടുങ്ങല്ലൂർ സ്റ്റേഷനിലെ പൊലീസുകാരനായ സുധാകരൻ പട്രോൾ ഡ്യൂട്ടിയുടെ ഭാഗമായി കൊടുങ്ങല്ലൂർ പോള ക്കുളത്ത് ക്ഷേത്രത്തിനടുത്ത് എത്തിയപ്പോൾ രണ്ടു പേർ ബൈക്ക് ഉപേക്ഷിച്ചു രക്ഷപ്പെട്ടോടുന്നതു കണ്ടു. അമ്പലം പരിശോധിച്ചപ്പോൾ അത് പൊളിക്കാൻ ശ്രമം നടത്തിയതായി കണ്ടു. ബൈക്ക് പൊലീസ് സ്റ്റേഷനിൽ കൊണ്ടുവന്നു. പിറ്റേന്ന് പ്രത്യേക അന്വേഷണസംഘാം ഗങ്ങളായ ഞങ്ങൾ കൊടുങ്ങല്ലൂർ സ്റ്റേഷനിലെത്തി. ബൈക്കിന്റെ നമ്പർ വ്യാജമാണെന്ന് മനസിലായി. പക്ഷേ ആ ബൈക്കിൽ ഒട്ടി ച്ചിരിക്കുന്ന സ്റ്റിക്കർ ഞങ്ങളുടെ കൂട്ടത്തിലെ സുനിൽ കണ്ടെത്തി. എറണാകുളത്തെ ഒരു സർവീസ് സെന്ററിന്റെ സ്റ്റിക്കറായിരുന്നു അത്. അവിടെ ചെന്ന് അന്വേഷിച്ചു. ബൈക്ക് സർവീസിംഗിനു കൊടുത്ത ഒരാളുടെ നമ്പർ അവിടെ നിന്നു കിട്ടി. ഫോൺ എടുക്കുന്നില്ല. ആ ഫോൺ കണക്ഷൻ എടുക്കാൻ ഉപയോഗിച്ചിരിക്കുന്നത് തമിഴ് നാട്ടിലെ ഒരു വ്യാജ വിലാസം ആണെന്നു മനസ്സിലായി. തുടർന്ന്

ആ നമ്പറിൽ നിന്നും വിളിച്ച ആളുകളുടെ കോൾ ഡീറ്റെയിൽസ് പരിശോധിച്ചു. അതിൽനിന്നും ഏറ്റവും കൂടുതൽ വിളിച്ചിരിക്കുന്ന നമ്പർ കണ്ടെത്തി അതിന്റെ അഡ്രസ്സ് നോക്കിയപ്പോൾ അതു വടക്കാഞ്ചേരിയിൽ ഉള്ള ഒരു പെൺകുട്ടിയുടേതാണെന്നു മനസ്സിലായി. ഞങ്ങൾ ആ പെൺകുട്ടിയെ അവിടെ ചെന്നു കണ്ടു. എൻജിനീയറിംഗ് വിദ്യാർത്ഥിനി ആയിരുന്നു. ആ കുട്ടിയോടു സംസാരിച്ചപ്പോഴാണ് വലിയൊരു ചതിയെക്കുറിച്ചറിയുവാൻ കഴിഞ്ഞത്.

ഈ പെൺകുട്ടിയുടെ ഫോണിലേക്ക് യാദൃച്ഛികമായി വന്ന ഒരു മിസ്സ്ഡ് കോളിൽ നിന്നാണ് ഈ വിളികളുടെയെല്ലാം തുടക്കം. ഫോൺ വിളികളിലൂടെ അയാൾ ആ കുട്ടിയുമായി അടുപ്പത്തിലായി. സജി എന്നാണ് പേര് പറഞ്ഞിരുന്നത്. ഗവണ്മെന്റ് ജോലിയാണെന്നും പറഞ്ഞു പിടിപ്പിച്ചിരുന്നു. ഇടക്കെല്ലാം തൃശൂർ വച്ച് കാണാറുണ്ടെന്നും കുട്ടി പറഞ്ഞു. വിളിക്കുന്ന ആൾ വലിയ കള്ളനാണെന്നും അവനെ കണ്ടെത്താൻ സഹായിക്കണമെന്നും ഞങ്ങൾ ആ കുട്ടിയോടു പറഞ്ഞു. കാര്യങ്ങൾ ബോദ്ധ്യപ്പെട്ട ആ കുട്ടി ഞങ്ങളെ സഹായിക്കാമെന്ന് ഏറ്റു. ആ കുട്ടിയേയും ഒരു ബന്ധുവിനെയും ഞങ്ങളുടെ വാഹനത്തിൽ കയറ്റി. ഞങ്ങളുടെ നിർദേശപ്രകാരം ആ കുട്ടി അവനെ വിളിച്ചു. അവൻ കോഴിക്കോട് നിന്നാണ് സംസാരിക്കുന്നത് എന്ന് ഞങ്ങൾക്കു മനസിലായി. ആ കുട്ടിയോട് കോഴിക്കോട്ടേക്ക് ചെല്ലാൻ അവൻ ആവശ്യപ്പെട്ടു. പെൺകുട്ടി സമ്മതം പറഞ്ഞു. ഞങ്ങളും ആ പെൺകുട്ടിയും ബന്ധുവും ഒരുമിച്ച് കോഴിക്കോട്ടേക്ക് തിരിച്ചു. വണ്ടിയിൽ വച്ചും സജിയുമായി പെൺകുട്ടി സംസാരിച്ചുകൊണ്ടിരുന്നു. കോഴിക്കോട് എവിടെയാണുള്ളതെന്ന് അവൻ പറഞ്ഞിരുന്നില്ല. ഇതിനിടെ ഞങ്ങൾ മൊബൈൽ ടവർ എവിടെയെന്നു നോക്കുന്നുണ്ടായിരുന്നു. കോഴിക്കോടെത്തി ടവറുകളുടെ സ്ഥാനം അനുസരിച്ചു രണ്ടു ലോഡ്ജുകൾ പരിശോധിച്ചെങ്കിലും കണ്ടെത്താൻ കഴിഞ്ഞില്ല. കോഴിക്കോട് പാളയത്തുള്ള മൂന്നാമത്തെ ലോഡ്ജ് പരിശോധിച്ചപ്പോൾ സജി എന്ന പേരിൽ ഒരാൾ ലോഡ്ജിൽ മുറിയെടുത്തതായും മറ്റൊരാൾ കൂടെ ഉണ്ടെന്നും മനസ്സിലായി. ഞങ്ങൾ പെട്ടെന്നു മുറിയിൽ എത്തുകയും മുറിയിലുണ്ടായിരുന്ന സജിയെയും കൂടെയുള്ള ടോമിയെയും പിടികൂടി ചോദ്യം ചെയ്യുകയും ചെയ്തു. അപ്രതീക്ഷിതമായ ആ ചോദ്യം ചെയ്യലിൽ അവർക്ക് തുറന്നു സമ്മതിക്കേണ്ടതായി വന്നു.

ഇവരിൽ നിന്നു ലഭിച്ച വിവരങ്ങളനുസരിച്ച് ഇടപ്പള്ളിയിൽ ഉള്ള നൗഷാദിനെയും കോതമംഗലത്തുള്ള ഫവാസിനെയും കൊടുങ്ങല്ലൂരുള്ള കൃഷ്ണനെയും അറസ്റ്റ് ചെയ്തു. ഇവരെ ചോദ്യം ചെയ്തപ്പോഴാണ്

ഇരിങ്ങാലക്കുടയിലുള്ള ഒരു സ്ത്രീയുടെ കഴുത്തിലെ മാല പൊട്ടിച്ച കേസും ചാലക്കുടിയിലുള്ള ഒരു സ്ത്രീയുടെ മാല പൊട്ടിച്ച കേസും കോതമംഗലത്ത് ഒരു വീട്ടിൽ നിന്നും മാല മോഷ്ടിച്ച കേസും പുറത്തു വന്നത്. മാത്രമല്ല ധാരാളം അമ്പല മോഷണ കേസുകളും തെളിയിക്കപ്പെട്ടു. മാല പിടിച്ചു പറിച്ച പത്തോളം കേസുകളിലാണ് ഇവർ ഉൾപ്പെട്ടിരുന്നത്.

സ്ത്രീകളെ ഫോണിലൂടെ ബന്ധപ്പെട്ട് വശീകരിച്ചു ചൂഷണം ചെയ്യുന്ന രീതിയും ഈ സംഘത്തിനുള്ളതായി അറിയുവാൻ കഴിഞ്ഞു. ബൈക്കിൽ പറന്നു വന്നു സ്ത്രീകളുടെ കഴുത്തിലെ മാല പരുന്തിനെ പോലെ റാഞ്ചി കൊണ്ടു പോകുന്നതിനാലാണ് പരുന്തു സജി എന്നിയാൾക്കു പേര് വന്നത്. ഇവരെ പിടികൂടിയതോടെ കുറെ കേസുകൾ തെളിയുക മാത്രമല്ല, മാല മോഷണ പരമ്പരയ്ക്ക് വിരാമമാകുകയും ചെയ്തു. ■

ശിവജി കൊലപാതകം

ഒരു റംസാൻ നോമ്പ് കാലം. വെളുപ്പിന് നമസ്കാരത്തിന് പോയവർ കുന്ദംകുളം റോഡിൽ ഒഴിഞ്ഞ പാടത്തിനരികിൽ രക്തം പുരണ്ട് ഒരാൾ കിടക്കുന്നത് കണ്ടു ഉടനെ തന്നെ കുന്ദംകുളം പൊലീസ് സ്റ്റേഷനിൽ വിവരമറിയിച്ചു. പൊലീസ് വന്നു പരിശോധിച്ചു. ആരോ തലയ്ക്കടിച്ചു കൊന്നതാണ്. മുഖം വികൃതമായിട്ടുണ്ട്. നേരം വെളുത്തു, ഇൻക്വസ്റ്റ് തയ്യാറാക്കി മൃത ശരീരം പോസ്റ്റ്മോർട്ടത്തിനയച്ചു.

മൃതശരീരം കിടന്ന സ്ഥലത്ത് നിന്ന് തെളിവുകളൊന്നും കിട്ടിയില്ല. പോസ്റ്റ്മോർട്ടം കഴിഞ്ഞ് ഏറ്റെടുക്കാൻ ആളില്ലാത്തതിനാൽ മൃതശരീരം ആശുപത്രിയിൽ സൂക്ഷിച്ചു. മൃതദേഹത്തിന്റെ ഫിംഗർ പ്രിന്റ് എടുത്തു പരിശോധിച്ചു. കേരളത്തിൽ പിടിക്കപ്പെട്ടിട്ടുള്ള ആരുടേയും ഫിംഗർ പ്രിന്റുമായി മാച്ച് ചെയ്യുന്നില്ല. കേസന്വേഷണത്തിനു പ്രത്യേക സംഘം രൂപീകരിച്ചു. കേരളത്തിൽ കാണാതായ ആളുകളെക്കുറിച്ച് അന്വേഷിച്ചു. 30 വയസ്സ് പ്രായം ഉള്ള ആരും കാണാതായെന്ന പരാതികൾ റിപ്പോർട്ട് ചെയ്യപ്പെട്ടിട്ടില്ല.

കൊലപ്പെട്ടയാൾ ഒറ്റനോട്ടത്തിൽ മലയാളി ആണെന്ന് തോന്നിപ്പിച്ചിരുന്നു. എങ്കിലും കേരളത്തിന് പുറത്തേക്കും ഫിംഗർ പ്രിന്റുകൾ അയച്ചു കൊടുത്തു. തമിഴ്നാട്ടിലെ ഫിംഗർ പ്രിന്റ് ബ്യൂറോയിൽ ഫിംഗർ പ്രിന്റ് തിരിച്ചറിഞ്ഞു. നാലു കേസുകളിൽ പ്രതിയായ ഒരാളുടേതാണ് ഫിംഗർ പ്രിന്റ്. പക്ഷേ പ്രതിയെ പിടികൂടിയിട്ടില്ല. അതുകൊണ്ട് ആരാണ് അയാളെന്നറിയില്ല. നാലു കേസുകളിലെ പ്രതിയാണ് കൊല്ലപ്പെട്ടിരിക്കുന്നതെന്നു മാത്രം ഊഹിക്കാം. ഏതായാലും തമിഴ്നാട് പൊലീസ് സംഘം കേരളത്തിൽ എത്തി. കേസുകളിൽ കൊലപാതകക്കേസുകളും ഉണ്ടെന്ന് അവർ പറഞ്ഞു. മർഡർ ഫോർ ഗെയ്ൻ ആയിരുന്നു കൊലപാതകങ്ങൾ. അതായത് ഇയാൾ കൊലപാതകിയോ കവർച്ചക്കാരനോ ആകാനിടയുണ്ട്.

കുന്ദംകുളം പൊലീസിന്റെ പ്രത്യേക സംഘം കേസ് ഊർജിതമായി അന്വേഷിക്കുവാൻ തുടങ്ങി. കൊല്ലപ്പെട്ട സ്ഥലത്തെ പാടത്തു നിന്ന് ഒരു ജിംനേഷ്യത്തിന്റെ വിസിറ്റിംഗ് കാർഡ് അന്വേഷണസംഘത്തിനു കിട്ടി. ഇതു തൃശൂർ ടൗണിലുള്ള ഒരു ജിംനേഷ്യം ക്ലബ്ബിന്റെയായിരുന്നു. ക്ലബ്ബിന്റെ ഇൻസ്ട്രക്ടർ നന്ദൻ എന്നയാളെ ചോദ്യം ചെയ്തു. അയാൾക്ക് ഒന്നുമറിയില്ലെന്നു പറഞ്ഞു. അപ്പോഴേയ്ക്കും പോസ്റ്റ് മോർട്ടം റിപ്പോർട്ട് കിട്ടി. അടിയേറ്റത് ഒരു ഇരുമ്പ് റാഡുകൊണ്ടാണെന്നും അതിന്റെ ഒരറ്റം കട്ടികൂടിയത് ആകാമെന്നും ഫോറെൻസിക് സർജൻ അഭിപ്രായം പറഞ്ഞിരുന്നു. ജിംനേഷ്യം ക്ലബ്ബിൽ ഒരു വട്ടം കൂടി അന്വേഷണം നടത്താൻ തീരുമാനിച്ചു. അടികൊണ്ടിരിക്കുന്നത് ജിംനേഷ്യങ്ങളിലുള്ള ഡംബൽ പോലെയുള്ള ഉപകരണം കൊണ്ടായിരിക്കാമെന്ന ധാരണ പൊലീസിനുണ്ടായി. അതുകൊണ്ടു തന്നെ ക്ലബ്ബ് നടത്തുന്ന നന്ദനെ കസ്റ്റഡിയിൽ എടുക്കാൻ തീരുമാനിച്ചു.

സ്റ്റേഷനിൽ എത്തിച്ചു വിശദമായി ചോദ്യം ചെയ്തപ്പോൾ ദേവനന്ദന് കാര്യങ്ങൾ വെളിപ്പെടുത്തേണ്ടതായി വന്നു.

നന്ദനും അഭിഷേകും ശിവജിയും കൂട്ടുകാരായിരുന്നു. ശിവജി ചെറുപ്പത്തിലേ നാടുവിട്ട് ചെന്നൈയിലേക്ക് പോയി. അഭിഷേക് ഓട്ടോറിക്ഷ ഓടിക്കുന്നു. നന്ദൻ ജിംനേഷ്യം ക്ലബ്ബ് നടത്തുന്നു. ശിവജി തമിഴ്നാട്ടിൽ പോയി 15 വർഷം കഴിഞ്ഞാണ് നാട്ടിൽ വന്നത്. പഴയ കൂട്ടുകാർ തമ്മിൽ കണ്ടു. തമിഴ്നാട്ടിൽ താൻ ജ്വല്ലറി നടത്തുകയാണെന്നാണ് ശിവജി കൂട്ടുകാരോടു പറഞ്ഞത്. നാട്ടിൽ വരുമ്പോൾ ധാരാളം പണം ചിലവഴിക്കാറുണ്ട്. പഴയ സ്വർണം വിറ്റു കൊടുക്കാൻ അഭിഷേകിനെ ഏൽപിക്കുകയും അഭിഷേക് സ്വർണം വിറ്റു പണം കൊടുക്കുകയും ചെയ്യുക പതിവായിരുന്നു.

ഒരിക്കൽ സ്വർണം കൊടുത്തപ്പോൾ അതിൽ അഭിഷേക് രക്തത്തിന്റെ കറ കണ്ടു. അതേ കുറിച്ച് അഭിഷേക് ശിവജിയോടു ചോദിച്ചെങ്കിലും എന്തൊക്കെയോ പറഞ്ഞ് ഒഴിഞ്ഞു മാറി. അങ്ങനെയിരിക്കെ ഒരിക്കൽ അഭിഷേക് പത്രത്തിൽ ഒരു രേഖാചിത്രവും ബന്ധപ്പെട്ട റിപ്പോർട്ടും കണ്ടു. തമിഴ്നാട്ടിൽ ഒരു വീട്ടിൽ മോഷ്ടിക്കാൻ കയറിയ ഒരാൾ സ്ത്രീയെ തലയ്ക്കടിക്കുകയും പെട്ടെന്ന് ആളുകൾ വന്നതിനാൽ ഓടി രക്ഷപ്പെടുകയും ചെയ്തതിനെ സംബന്ധിച്ച വാർത്തയായിരുന്നു അത്. ആ സ്ത്രീ ഓർമ വന്നപ്പോൾ പറഞ്ഞു കൊടുത്തതനുസരിച്ചു വരച്ച പ്രതിയുടെ രേഖാചിത്രമാണ് വാർത്തയുടെ ഒപ്പമുണ്ടായിരുന്നത്. ആ രേഖാചിത്രം കണ്ടപ്പോൾ അത് ശിവജിയാണെന്ന് അഭിഷേകിന് തോന്നി. എങ്കിലും ഈ കാര്യങ്ങളൊന്നും നന്ദനോട് പറഞ്ഞില്ല.

ശിവജി വീണ്ടും തമിഴ്നാട്ടിൽ നിന്നും വന്നപ്പോൾ സ്വർണം വിൽക്കാൻ അഭിഷേകിനെ വിളിച്ചു. സ്വർണം വിൽക്കാൻ പോയപ്പോൾ അഭിഷേക് ശിവജിയോട് ഈ കാര്യങ്ങൾ ചോദിച്ചു. ശിവജി കാര്യം സമ്മതിക്കേണ്ടി വന്നു. പക്ഷേ ശിവജി അഭിഷേകിനെ ഭീഷണിപ്പെടുത്തി. പറഞ്ഞ കാര്യങ്ങൾ ശരിയാണെന്നും മോഷ്ടിച്ച സ്വർണമാണ് അഭിഷേക് വഴി വിറ്റുകൊണ്ടിരിക്കുന്നത് എന്നും സമ്മതിച്ച ശിവജി ആരോടെങ്കിലും ഇക്കാര്യങ്ങൾ പറഞ്ഞാൽ അഭിഷേകിനെ കൂടി കൂട്ടുപ്രതിയാക്കും എന്നും പറഞ്ഞു.

അഭിഷേക് ആകെ തളർന്നു പോയി. മോഷണമുതൽ വിൽക്കാൻ സഹായിക്കുന്നതും കുറ്റം തന്നെയാണെന്ന് അഭിഷേകിനറിയാം. എന്തു ചെയ്യണം എന്നറിയാതെ പകച്ചുപോയ അഭിഷേക് ഈ കാര്യം നന്ദനോട് പറഞ്ഞു. അഭിഷേകും നന്ദനും കൂടി ശിവജിയെ വകവരുത്താനുള്ള ആലോചനകളായി. ശിവജി ഇനി വരുമ്പോൾ എന്തെങ്കിലും കാരണം പറഞ്ഞു ഗുരുവായൂർക്ക് കൊണ്ടുപോകാമെന്നും വഴിയിൽ വച്ച് ശിവജിയെ കൊന്നുകളയാമെന്നും തീർച്ചപ്പെടുത്തി. ഒരു ദിവസം ശിവജി വന്നപ്പോൾ തൃശൂർ രാംദാസിൽ സെക്കന്റ് ഷോ കഴിഞ്ഞ ശേഷം ഗുരുവായൂർക്ക് ഒരു ട്രിപ്പ് തരപ്പെടുത്തി. നന്ദനാണ് വണ്ടി ഓടിച്ചത്. ശിവജി പിന്നിലും അഭിഷേക് സൈഡിലുമായി ഇരുന്നു. കുന്ദംകുളത്തു എത്തുന്നതിനു മുൻപ് ആളൊഴിഞ്ഞ പാടത്തു എത്തിയപ്പോൾ വണ്ടി പെട്ടന്ന് ഓഫായി. ശിവജിയും അഭിഷേകും പുറത്തിറങ്ങി. ഈ സമയം നന്ദൻ കരുതി വച്ചിരുന്ന ഡംബൽ എടുത്ത് രണ്ടുപേരും കൂടി ചേർന്ന് ശിവജിയുടെ തലയ്ക്കടിച്ചു, മുഖം വികൃതമാക്കി, മരിച്ചു എന്ന് ഉറപ്പാക്കിയ ശേഷം മൃതശരീരം റോഡ് സൈഡിൽ ഉപേക്ഷിച്ചു. രണ്ടു പേരും തിരിച്ചു പോന്നു. ഇതാണു സംഭവിച്ചത്.

രണ്ടും പേരെയും അറസ്റ്റ് ചെയ്തു. ശിവജിക്ക് രണ്ടു കൊലക്കേസുകളും നാലു മോഷണ കേസുകളും തമിഴ്നാട്ടിൽ തന്നെയുണ്ട്. മോഷണത്തിന് വേണ്ടി ആളുകൾ ഉള്ള വീട്ടിൽ കയറുകയും സ്ത്രീകളെ ആക്രമിക്കുകയും സ്വർണം കവരുകയുമാണു ശിവജിയുടെ രീതി. ഈ ആക്രമണങ്ങൾക്കിടയിലാണു സ്ത്രീകൾ കൊല്ലപ്പെട്ടത്. സംഭവ സ്ഥലത്ത് നിന്ന് ഫിംഗർ പ്രിന്റ് കിട്ടുമെങ്കിലും ഇതുവരേയും പിടിക്കപ്പെടാതിരുന്നതിനാൽ പ്രതി ആരാണെന്ന് മനസ്സിലായിരുന്നില്ല. ആ ദുരൂഹതയ്ക്കും ഇതോടെ അവസാനമായി.

പിന്നീട് മറ്റൊരു കേസിന്റെ അന്വേഷണത്തിനിടയിൽ, ശിവജി കൊലക്കേസിലെ പ്രതികളായിരുന്ന നന്ദനെയും അഭിഷേകിനെയും കാണാനിടയായി. രണ്ടുപേരെയും ആ കേസിൽ വെറുതെ വിട്ടതായി അറിയാൻ കഴിഞ്ഞു. ■

ട്രിച്ചി റാംജി നഗർ മോഷണ സംഘം, വേറിട്ട മോഷണ ശൈലി

2013 ഫെബ്രുവരി മാസത്തിൽ തൃശൂർ പുത്തൻ പള്ളിക്ക് സമീപത്തു നിന്ന് ഷിജുവിന്റെ ഒരു കിലോ സ്വർണം സ്കൂട്ടറിന്റെ സീറ്റിനടിയിൽ നിന്ന് മോഷണം പോയി. സ്വർണം വിൽക്കുന്നതിനായി ഷിജു മൂന്നു കടകളിൽ കയറി ഇറങ്ങിയിരുന്നു. സ്വർണം സീറ്റിന്റെ അടിയിൽ വച്ച ശേഷം വണ്ടിയെടുക്കാനൊരുങ്ങിയപ്പോൾ മുൻവശത്തെ ടയർ പഞ്ചറായതായി കാണപ്പെട്ടു. സ്കൂട്ടർ തള്ളിക്കൊണ്ട് പോയി പഞ്ചർ ഒട്ടിച്ച ശേഷം സുഹൃത്തിന്റെ സ്വർണക്കടയിലെത്തി സംസാരിച്ചിരുന്നു. തിരികെ എത്തി വണ്ടിയിൽ ഇരുന്ന സ്വർണം പരിശോധിച്ചപ്പോഴാണ് മോഷണം പോയ വിവരം അറിയുന്നത്. സ്വർണക്കടയിലെ സി സി ടി വി യിൽ സ്കൂട്ടറിൽ മൂന്നു യുവാക്കൾ മോഷണം നടത്തുന്ന ദൃശ്യം പതിഞ്ഞിരുന്നു.

2013 ജനുവരി മാസത്തിൽ കാർ വിറ്റു ലഭിച്ച പണം നിക്ഷേപിക്കുന്നതിനായി ഒരാൾ ബാങ്കിലെത്തി. ഏഴു ലക്ഷം രൂപ ബാങ്കിൽ നിക്ഷേപിച്ചു. ബാക്കി അഞ്ചേകാൽ ലക്ഷം രൂപയുമായി മുടിക്കോട് എത്തി. ഇവിടെ ജുമാ നമസ്കാരത്തിനായി പള്ളിയിൽ കയറി. വാഹനത്തിന്റെ ഡ്രൈവർ അടുത്തുള്ള കടയിൽ ചായ കുടിക്കാനും പോയി. കാറിലും ബൈക്കിലുമായി എത്തിയ സംഘം കാറിന്റെ ചില്ല് പൊട്ടിച്ചു പണം അപഹരിക്കുകയായിരുന്നു. ബാങ്കിൽ നിന്നു കാറിനെ പിന്തുടർന്നു വന്നാണു മോഷണം നടത്തിയിട്ടുള്ളത്.

ജനുവരി 30 നു മറ്റൊരു മോഷണവും തൃശൂരിൽ നടന്നു. കാൽ കിലോ സ്വർണവുമായി അടുത്തുള്ള കടയിൽ കയറിയ വ്യക്തി തിരിച്ചെത്തിയപ്പോഴേക്കും ബൈക്കിൽ നിന്നും സ്വർണം മോഷ്ടിക്കപ്പെടുകയായിരുന്നു. പുതു വർഷം തുടങ്ങി, വൈകാതെ ഇത്രയധികം മോഷണങ്ങൾ നടന്നത് ജനങ്ങളെ പരിഭ്രാന്തരാക്കി. തൃശൂർ സിറ്റി പൊലീസ് കമ്മീഷണർ പി വിജയൻ ഐ പി എസ് സാറിന്റെ കീഴിൽ

ഞാനും എ എസ് ഐ ഡേവീസ്, അൻസാർ, സുവൃത്കുമാർ, കൃഷ്ണകുമാർ, തൃശ്ശൂർ റാഫി, ഗോപാലകൃഷ്ണൻ, പഴനി സ്വാമി, ഉല്ലാസ് എന്നിവരുമടങ്ങുന്ന പ്രത്യേക അന്വേഷണസംഘം രൂപീ കരിക്കപ്പെട്ടു. സി സി ടി വി യിൽ നിന്നും കിട്ടിയ ചിത്രങ്ങൾ പരി ശോധിച്ചപ്പോൾ തമിഴ്നാട് ടീമാണ് ഈ കളവുകൾക്കു പിന്നിലെന്നു മനസിലായി. കേരളത്തിൽ ഇത്തരത്തിൽ മോഷണങ്ങൾ നടന്ന സ്ഥലത്തെക്കുറിച്ച് ഞങ്ങളുടെ സംഘം പഠനം നടത്തി. എറണാകുളം ഹിൽ പാലസ് പാലസ് ജങ്ഷനിൽ 2009 ൽ ഇത്തരമൊരു മോഷണം നടന്നിട്ടുണ്ട്. തമിഴ്നാട് തിരുവള്ളൂർ ജില്ലയിലെ തിരുവട്ടിയൂർ താമസക്കാരനായ മനേഷിന്റെ നേതൃത്വത്തിൽ എട്ടു പേരാണ് ആ മോഷണം നടത്തിയത്. അവരെ അക്കാലത്തു തന്നെ പിടികൂടിയി രുന്നു. പിന്നീടവർ ജാമ്യത്തിലിറങ്ങി. തൃശ്ശൂരിൽ നിന്ന് കിട്ടിയ സി സി ടി വി ദൃശ്യവും ഹിൽ പാലസിൽ നിന്ന് കിട്ടിയ ഫോട്ടോയും തമ്മിൽ സാമ്യം ഉണ്ടെന്നു മനസിലായി. അവരുടെ മോഷണ രീതികളെ ക്കുറിച്ചു പഠിച്ചു. ഇവർ കേരളത്തിൽ പല ജില്ലകളിലും മോഷണം നടത്തിയിട്ടുണ്ടെന്നും ബൈക്കുകളും സ്കോർപിയോയും കവർച്ച യ്ക്കായി ഉപയോഗിക്കുന്നുണ്ടെന്നും അക്കാലത്തു തൃശൂരിൽ ലോഡ്ജു കളിൽ താമസിച്ചിട്ടുണ്ടെന്നും മനസിലായി.

ത്രീസ്റ്റാർ നിലവാരമെങ്കിലുമുള്ള ഹോട്ടലുകളിലാണ് ഇവർ താമ സിക്കുക പതിവ്. അന്വേഷണ സംഘം വ്യത്യസ്ത ഗ്രൂപ്പുകളായി തിരിഞ്ഞ് ജില്ലയിലെ ലോഡ്ജുകൾ പരിശോധിച്ചു. ഗുരുവായൂരിലെ ലോഡ്ജുകളിൽ നടത്തിയ പരിശോധനയിൽ നിന്നും ഒരു ലോഡ്ജിൽ മാർച്ച് 7ന് ആറു തമിഴ്നാട്ടുകാർ താമസിച്ചിരുന്നതായി കണ്ടു. അവരുടെ ഫോട്ടോകൾ ലോഡ്ജിലെ സുരക്ഷാ ക്യാമറയിൽ പതി ഞ്ഞിരുന്നു. അവയ്ക്കു തൃശൂരിൽ നിന്നും കിട്ടിയ ഫോട്ടോകളുമായി സാദൃശ്യമുണ്ട്. അവർ സഞ്ചരിച്ചിരുന്ന കാറിന്റെ ഫോട്ടോയും നമ്പറും ഗുരുവായൂരിൽ നിന്നും ലഭിച്ചു. കൂടാതെ മുറിയെടുക്കാനായി കൊടുത്ത ഫോൺ നമ്പറും കിട്ടി. സിൽവർ കളറിലുള്ള സ്വിഫ്റ്റ് ഡിസൈർ കാറിലാണ് അവർ വന്നത്. ഫോൺ നമ്പർ പരിശോധിച്ചപ്പോൾ തൃശൂരിലെ കളവ് നടന്ന സമയത്തും സ്ഥലത്തും അവരുടെ സാന്നിധ്യം ഉണ്ടായിരുന്നുവെന്നും മനസിലായി.

മോഷ്ടാക്കളെ പിടി കൂടുവാൻ അന്വേഷണ സംഘം രാപകൽ ഇല്ലാതെ പരിശ്രമിച്ചു കൊണ്ടിരുന്നു. കിട്ടിയ കാറിന്റെ നമ്പർ എല്ലാം ചെക്ക് പോസ്റ്റുകളിലും കൊടുക്കുകയും കാർ കാണുകയാണെങ്കിൽ അറിയിക്കുന്നതിന് നിർദ്ദേശം നൽകുകയും ചെയ്തു. സ്ക്വാഡ് അംഗങ്ങൾ ടൗണിൽ കറങ്ങുന്നതിനിടയിൽ സിൽവർ കളറിൽ ഉള്ള

ഒരു ഡിസയർ കാർ സ്ക്വാഡിൽ ഉണ്ടായിരുന്ന തൃശ്ശൂർ റാഫിയുടെ കണ്ണിൽ പെടുകയും പെട്ടെന്നു തന്നെ മറ്റു സ്ക്വാഡ് അംഗങ്ങളെ വിവരമറിയിക്കുകയും ചെയ്തു. ഒരു ബാങ്കിന് മുന്നിൽ നിർത്തി യിട്ടിരുന്ന കാറിനെ ഞങ്ങൾ അതിവേഗം വളഞ്ഞു. കാറിലുണ്ടായിരുന്ന 6 പേരെ പിടികൂടി. പോൾ രാജ്, രത്നകുമാർ, നരേഷ് ഗോപി, ഉദയകുമാർ എന്നിവരായിരുന്നു പ്രതികൾ. ഇവരുടെ കയ്യിൽ നിന്നും ഒരു ലക്ഷത്തിലേറെ രൂപയും 14 വില കൂടിയ മൊബൈൽ ഫോണുകളും ടയർ പഞ്ചറാക്കുന്നതിനുള്ള സാമഗ്രികളും കണ്ടെടുത്തു. കളവി നായി ഉപയോഗിക്കുന്ന ബൈക്കുകൾ കാസർഗോഡ് നിന്നും കണ്ടെ ടുത്തു.

ഇവരെ ചോദ്യം ചെയ്തപ്പോൾ കേരളത്തിൽ നടന്ന ധാരാളം മോഷണ കേസുകൾക്ക് തുമ്പുണ്ടാക്കാൻ സാധിച്ചു. ഇവരുടെ കളവ് രീതികൾ പഠിക്കുവാൻ സാധിച്ചതും പൊലീസിനു പ്രയോജനകര മായി. ചെസ്സിൽ കരുക്കൾ നീക്കും പോലെ വളരെ ശ്രദ്ധിച്ചായിരുന്നു കവർച്ച സംഘത്തിന്റെ ഓരോ നീക്കവും. പക്ഷേ ഒടുവിൽ നിഴൽ പൊലീസ് നടത്തിയ അപ്രതീക്ഷിത ചെക്ക് നീക്കത്തിൽ അവർക്കു കീഴടങ്ങേണ്ടി വന്നു. പുതുവർഷത്തിൽ ജില്ലയിൽ മോഷണ പരമ്പര നടത്തി തുടരെ തലവേദന സൃഷ്ടിച്ച സംഘത്തെ പിടികൂടാനായത് ഷാഡോ പൊലീസിന് ഒരു പൊൻതൂവൽ കൂടി സമ്മാനിച്ചു.

വർഷങ്ങൾക്ക് മുൻപ് ആന്ധ്രയിലെ ചിറ്റൂർ നഗരത്തിൽ നിന്നും ചെന്നൈക്കടുത്തുള്ള തിരുവട്ടിയൂരിലേക്ക് കുടിയേറി പാർത്തവരാ ണിവർ. മേസൺ, കൂലിപ്പണി എന്നിവയാണ് പുറത്ത് ഇവരുടെ തൊഴിൽ. എന്നാൽ മോഷണത്തിലൂടെയാണ് പണം സമ്പാദിക്കു ന്നതെന്നു വീട്ടിലുള്ളവർക്കറിയാം. മോഷ്ടാക്കളാണെന്ന വിവരം ഗ്രാമത്തലവൻ അറിഞ്ഞാൽ വിഹിതത്തിൽ ഒരു പങ്ക് കൊടുക്കേണ്ടി വരും. അതിനാൽ ഗ്രാമവാസികൾ അറിയാതെ രഹസ്യമായാണ് മോഷണത്തിന് കേരളത്തിൽ എത്തിയിരുന്നത്.

പകൽ തിരക്കുള്ള നഗരപ്രദേശങ്ങളാണ് ഇവർ മോഷണത്തിനു തിരഞ്ഞെടുക്കുക. ഒരു നഗരത്തിൽ ഒന്നോ രണ്ടോ മോഷണം നടത്തി അടുത്ത ജില്ലയിലേക്ക് കടക്കുകയാണ് രീതി. ബാങ്കുകൾ, ധനകാര്യ സ്ഥാപനങ്ങൾ എന്നിവയുടെ പരിസരത്തു പ്രതികളെത്തും. പണം, സ്വർണം എന്നിവയുമായി ആളുകൾ കാറിൽ കയറിയാൽ പിന്തുടരും. മറ്റെന്തെങ്കിലും ആവശ്യത്തിനായി കാർ പാർക്ക് ചെയ്തു ഇറങ്ങിപ്പോയാൽ മറ്റുള്ളവരുടെ ശ്രദ്ധയിൽ പെടാതെ കാറിന്റെ ചില്ല് പൊട്ടിച്ചു മോഷണം നടത്തും. പരിസരത്തു മറ്റാരെങ്കിലും നിൽക്കു ന്നുണ്ടെങ്കിൽ പ്രതികളിൽ കുറച്ച് പേർ അവരോട് സംശയങ്ങൾ

ചോദിച്ചു അവരുടെ ശ്രദ്ധയകറ്റും. തൃശൂരിൽ കാറിൽ നിന്ന് പണം എടുക്കുന്ന സമയത്ത് സ്ഥലത്തു പാർക്ക് ചെയ്യാനെത്തിയ കോളേജ് ബസിലെ ഡ്രൈവറോട് ഈ ബസ് പാലക്കാട്ടേക്ക് പോകുമോ എന്നു ചോദിച്ചാണ് ശ്രദ്ധയകറ്റിയത്. സെക്കന്റുകൾക്കുള്ളിൽ മോഷണവും നടന്നു.

സ്കൂട്ടറിന്റെ സീറ്റിനടിയിൽ പണമോ സ്വർണമോ സൂക്ഷിച്ച ശേഷം മറ്റെന്തെങ്കിലും ആവശ്യത്തിനായി പോയാൽ പ്രതികളിൽ രണ്ടു പേരെത്തും, ഒരാൾ സീറ്റ് ബലമായി പൊക്കും, മറ്റൊരാൾ പണമോ സ്വർണ്ണമോ അപഹരിക്കും. ഇരുപതു സെക്കന്റുകൾക്കുള്ളിൽ മോഷണം നടന്നിരിക്കും. സീറ്റ് പഴയപടി ലോക്കായ അവസ്ഥയിൽ തന്നെ ആയിരിക്കുകയും ചെയ്യും. ഉടമ വാഹനം പാർക്ക് ചെയ്തു പോയിട്ടും മോഷണം നടത്താൻ കഴിയാതെ വന്നാൽ ടയർ പഞ്ചറാക്കിയിടും. വാഹന ഉടമ വർക്ക് ഷോപ്പിലേക്ക് പോകുന്ന സമയത്ത് മോഷണം നടത്തും. ഒന്നിനും കഴിയാതെ വന്നാൽ വാഹന ഉടമ അറിയാതെ ദേഹത്തു നായ്ക്കുരണ പൊടി വിതറും. ഇതോടെ അദ്ദേഹത്തിന്റെ ശ്രദ്ധ മാറുകയും അപഹരണം നടത്തുകയും ചെയ്യും. നോട്ടുകൾ വിതറി കാറിനകത്തുള്ളവരുടെ ശ്രദ്ധയകറ്റി കാർ തുറന്ന് മോഷണം നടത്തുന്ന വിദ്യയും ഇവർക്കുണ്ട്. മറ്റു മോഷ്ടാക്കളിൽ നിന്നും തികച്ചും വ്യത്യസ്തമായ ഇത്തരം രീതികളാണ് 'റാംജി നഗർ സംഘം' എന്നറിയപ്പെടുന്ന ഇവർ പ്രയോഗിക്കുന്നത്.

നഗരത്തിലെ കാർ പാർക്കിങ് പ്രദേശങ്ങളും ഇവരുടെ മോഷണ കേന്ദ്രങ്ങളാണ്. പാർക്കിംഗ് സ്ഥലങ്ങളിൽ പ്രതികൾ മാറി മാറി നിൽക്കും. പാർക്ക് ചെയ്യുന്ന കാറിന്റെ അകത്തു ബാഗുകളോ മറ്റ് വിലപിടിപ്പുള്ള സാധനങ്ങളോ ഉണ്ടോ എന്ന് ഒരാൾ ഉറപ്പിക്കും. ഇയാൾ സിഗ്നൽ നൽകിയാൽ മറ്റൊരാൾ കാറിനു സമീപം വന്നു പത്തിന്റെയും അഞ്ചിന്റെയും നോട്ടുകൾ വിതറും. സ്വാഭാവികമായും ഡ്രൈവർ കാറിൽ നിന്ന് പുറത്തിറങ്ങി നോട്ടുകൾ പെറുക്കും. ഈ സമയം മറ്റൊരാൾ കാർ തുറന്ന് സ്യൂട്ട് കെയ്സോ ബാഗോ എടുത്തു കൈവശം ഉള്ള ബിഗ് ഷോപ്പറിലിടും. തിരക്കുള്ള സ്ഥലങ്ങളിൽ ബാഗുമായോ സ്യൂട്ട്കെയ്സുമായോ പോകുന്നവരുടെ ഷർട്ടിലേക്ക് ബിസ്ക്കറ്റും പഴവും നനച്ചോ ചവച്ചോ എറിയും. പിന്നിൽ വരുന്ന മറ്റൊരാൾ അഴുക്ക് കഴുകുവാൻ അടുത്തുള്ള ഹോട്ടലോ പൊതു ടാപ്പോ കാണിച്ചു കൊടുക്കും. രണ്ടുപേർ ഈ നേരം ഹോട്ടലിലെ കൈ കഴുകുന്ന ഭാഗത്ത് എത്തും. വാഷ് ബേസിനു സമീപം ബാഗ് വച്ചു കഴുകുന്ന നേരം ഒരാൾ മറ നിന്ന് മറ്റെയാൾ ബാഗുമായി കടക്കും. ഒന്നോ രണ്ടോ പേർ വന്ന് ബാങ്കിലെ മുഴുവൻ സ്റ്റാഫിനെയും

നിരീക്ഷിക്കും. പിന്നീട് എട്ടോ പത്തോ പേർ ഒരേ സമയം വന്ന് ക്യാഷ് കൗണ്ടറിലേക്ക് കണ്ണെത്തുന്ന ഒരോ സ്റ്റാഫിന്റേയും അടുത്ത് ചെന്ന് സംശയങ്ങൾ ചോദിക്കും. മറ്റൊരാൾ ക്യാഷ് കൗണ്ടറിൽ നിന്ന് പണവുമായി കടക്കും. ബാങ്കിൽ നിന്ന് പണം എടുത്ത് എണ്ണി തിട്ടപ്പെടുത്തുന്നതിന് മേശയിൽ വയ്ക്കുന്ന സമയം മോഷ്ടാക്കളുടെ കയ്യിലുള്ള നോട്ട് വിതറിയിട്ട് ശ്രദ്ധ മാറ്റി മോഷണം നടത്തുന്നത് ഇവരുടെ രീതിയാണ്.

മോഷണം പിടിക്കപ്പെടാതിരിക്കാനുള്ള പൂജയും വഴിപാടുമൊക്കെ കഴിച്ചാണ് ഇവരും മോഷണത്തിനിറങ്ങുന്നത്. തൃശ്ശൂരിൽ നിന്ന് പിടികൂടിയ മോഷ്ടാക്കളുടെ ശരീരത്തിൽ ഒട്ടനവധി ഏലസുകളും മന്ത്രച്ചരടുകളും ഉണ്ടായിരുന്നു. ഇത്തരം 15 ഓളം ഗ്രൂപ്പുകൾ റാംജി നഗറിലുണ്ടായിരുന്നു. 10 മുതൽ 60 വയസ്സ് വരെ ഉള്ളവർ ഇതിലുണ്ടാകും ഓരോ ഗ്രൂപ്പിലും 8, 10, 15 എന്നിങ്ങനെയാണ് ആൾ ബലം. സംഘാംഗങ്ങൾക്കു പ്രത്യേക പരിശീലനം നൽകും. മോഷണം നടത്തുന്ന ടൗണിൽ ഒരിക്കലും താമസിക്കില്ല. മറ്റ് ടൗണുകളിലോ അയൽസംസ്ഥാനങ്ങളിലോ താമസിച്ചു ബസിലോ സ്വന്തം വാഹനത്തിലോ മോഷണം നടത്താനുദ്ദേശിക്കുന്ന സ്ഥലത്തെത്തും. ത്രീ സ്റ്റാർ ഹോട്ടലുകളോടാണ് ഇവർക്കിഷ്ടം. ആഡംബര ജീവിതം നയിക്കാനിഷ്ടപ്പെടുന്ന ഇവർ ബിസിനസ്, ടൂർ ഏജൻസി തുടങ്ങിയ ആവശ്യങ്ങൾക്ക് താമസിക്കുന്നു എന്നു പറഞ്ഞാണു മുറിയെടുക്കുക.

ജില്ലയുടെ ഉറക്കം കെടുത്തിയ ഈ സംഘത്തെ അറസ്റ്റ് ചെയ്യുവാൻ കഴിഞ്ഞത് തൃശ്ശൂർ ഷാഡോ പൊലീസിന്റെ വലിയൊരു നേട്ടമായിരുന്നു. ■

തമ്പി കൊലക്കേസ്

2010 ഏപ്രിൽ 29ന് ചെന്ത്രാപ്പിന്നിയിലുള്ള ഒരു തിയേറ്ററിന് പുറകിലുള്ള പഞ്ചായത്ത് കുളത്തിൽ വികൃതമാക്കപ്പെട്ടതും ചീഞ്ഞളിഞ്ഞതുമായ ഒരു മൃതദേഹം കാണപ്പെട്ടു. പൊലീസ് സ്ഥലത്തെത്തി വിശദമായ പരിശോധന നടത്തി. തുടർന്ന് തൃശൂർ എസ് പി ആയിരുന്ന ശ്രീ ദിനേശ് ഐ പി എസ് രൂപം നൽകിയ പ്രത്യേക സംഘം അന്വേഷണമാരംഭിച്ചു. പലയാളുകളുമായി പണ സംബന്ധമായ ഇടപാടുകൾ നടത്തി ജ്വല്ലറി പൂട്ടേണ്ടി വന്ന തമ്പിയുടെ മൃതദേഹമാണതെന്ന് മനസ്സിലായി. തുടർന്ന് അയാൾ ഉപയോഗിച്ചിരുന്ന മൊബൈൽ നമ്പർ സൈബർ സെല്ലിന്റെ സഹായത്തോടെ പരിശോധിച്ചു.

അയാൾ സ്ഥിരമായി വിളിച്ചിരുന്ന ഒരു ശ്രീജേഷ് നാഗമാണിക്യം, റൈസ് പുള്ളർ എന്നിവ നല്കാമെന്നേറ്റ് ആളുകളിൽനിന്ന് പണം വാങ്ങി തട്ടിപ്പ് നടത്തുന്ന സംഘത്തിലെ അംഗമായിരുന്നു. ആളുകൾക്ക് ഐശ്വര്യം പ്രദാനം ചെയ്യുന്ന വസ്തുക്കളാണ് നാഗമാണിക്യവും റൈസ് പുള്ളറും എന്നാണു പ്രചാരണം. ഇതിനെക്കുറിച്ച് അവസാനം വിവരിക്കാം.

മൃതശരീരം കുളത്തിൽ കണ്ടതറിഞ്ഞു പൊലീസെത്തുമ്പോൾ ശ്രീജേഷും വന്നിരുന്നു. അന്വേഷണ സംഘത്തിലുള്ള സുനിൽ ശ്രീജേഷിനോട് ഈ കൊലപാതകം സംബന്ധിച്ച് എന്തെങ്കിലും അറിയുമോ എന്ന് ചോദിച്ചിരുന്നു. അവന്റെ പെരുമാറ്റത്തിൽ സംശയമുള്ളതായി സുനിൽ ഞങ്ങളോട് പറയുകയും ചെയ്തിരുന്നു. കൊടുങ്ങല്ലൂർ സി ഐ ആയിരുന്ന ദേവസ്യ സാറിനെ ഈ വിവരം അറിയിച്ചു. ഫോൺവിളികളുടെ വിശദാംശങ്ങൾ കിട്ടിയതോടെ കൊല്ലപ്പെട്ട ആൾ ഏറ്റവും കൂടുതൽ ബന്ധപ്പെട്ടിരുന്നയാൾ എന്ന പ്രാധാന്യവും ശ്രീജേഷിനുണ്ടായി. സുനിലിന്റെ അഭിപ്രായ പ്രകാരം ശ്രീജേഷിനെ കസ്റ്റഡിയിൽ എടുത്ത് ചോദ്യം ചെയ്യാൻ സി ഐ

ദേവസ്യാസാർ തീരുമാനിച്ചു. അതനുസരിച്ചു വീടു വളഞ്ഞ് ശ്രീജേഷിനെ പിടികൂടി ചോദ്യം ചെയ്തു.

ചോദ്യം ചെയ്യലിൽ ശ്രീജേഷിനു എല്ലാം പറയേണ്ടതായി വന്നു. ശ്രീജേഷിന്റെ കൂടെ കല്ലേറ്റുംകരയിലുള്ള സനീഷ്, ചൂലൂർ ഭാഗത്തുള്ള തയ്യിൽ രാജൻ എന്നിവർ കൂടിയുണ്ടെന്ന് അറിഞ്ഞതിനെ തുടർന്ന് രാത്രി ഞങ്ങൾ രണ്ടുപേരെയും തന്ത്രപരമായി പിടികൂടി. കൊല്ലപ്പെട്ട തമ്പിയും പ്രതികളും നാഗമാണിക്യം - റൈസ് പുള്ളർ എന്ന തട്ടിപ്പ് ബിസിനസിൽ പങ്കാളികൾ ആയിരുന്നു. പ്രതികൾ പലരിൽ നിന്നും പണം കടം വാങ്ങി 28 ലക്ഷത്തോളം രൂപ കൊല്ലപ്പെട്ട തമ്പിയുടെ കയ്യിൽ ഏൽപ്പിച്ചിരുന്നത്രെ.

തമ്പി വിവിധ സംസ്ഥാനങ്ങളിൽ നാഗമാണിക്യത്തിനും റൈസ് പുള്ളറിനുമായി നടന്നു. ഒന്നര വർഷം കഴിഞ്ഞിട്ടും നാഗമാണിക്യമോ റൈസ് പുള്ളറോ ലഭിക്കാത്തതിനെ തുടർന്ന് കൊടുത്ത പണം തിരികെ കിട്ടാനായി കൊല്ലപ്പെട്ട തമ്പിയും പ്രതികളുമായി തർക്കങ്ങൾ നടന്നിരുന്നു. നാഗമാണിക്യവും റൈസ്പുള്ളറും കിട്ടുമെന്ന പ്രതീക്ഷയിലായിരുന്നു പ്രതികൾ. തമ്പി പറ്റിക്കുകയാണെന്ന ധാരണയിൽ കൊലപ്പെടുത്താൻ പ്രതികൾ തീരുമാനിച്ചു. കൊല്ലപ്പെട്ട തമ്പി ഒളിവിൽ താമസിച്ചിരുന്നത് വടക്കാഞ്ചേരിയിലെ മംഗലം ഡാമിലായിരുന്നു. പ്രതികളായ ശ്രീജേഷും സനീഷും ബൈക്കിൽ വടക്കാഞ്ചേരിയിൽ എത്തുകയും കൊല്ലപ്പെട്ട തമ്പിയെ അവിടേക്ക് വിളിച്ചു വരുത്തുകയും ചെയ്തു. അവിടെ വച്ച് പ്രതികളും തമ്പിയുമായി തർക്കം നടന്നു. നേരത്തെ ഉറപ്പിച്ച പദ്ധതി പ്രകാരം ശ്രീജേഷും സനീഷും സുഹൃത്തായ ആനന്ദനോട് കാറുമായി വടക്കഞ്ചേരിയിൽ എത്തുവാൻ പറയുകയും ഉദ്ദേശം മൂന്നര മണിയോടുകൂടി ആനന്ദൻ കാറുമായി എത്തുകയും ചെയ്തു. മൂന്നു പേരും കൂടെ തമ്പിയെ കാറിൽ കയറ്റി. സനീഷും ആനന്ദനും തമ്പിയെ കാറിൽ കൊണ്ട് പോകുക, ശ്രീജേഷ് ഫോണിലൂടെ നിർദ്ദേശങ്ങൾ നൽകുക എന്നതായിരുന്നു പദ്ധതി. ശ്രീജേഷിന്റെ നിർദ്ദേശ പ്രകാരം അവർ കൊടകരയിലും കൊടകര വഴി മൂന്നുപീടികയിലും എത്തി. മൂന്നുപീടികയിൽ ശ്രീജേഷ് കാത്തു നിന്നിരുന്നു. അവിടെ വച്ചു ശ്രീജേഷും കൂടി കാറിൽ കയറുകയും മൂന്നുപേരും തമ്പിയെയും കൊണ്ട് ആനന്ദന്റെ വീട്ടിൽ എത്തുകയും ചെയ്തു. ആ വീട്ടിൽ ആളുണ്ടായിരുന്നില്ല. മുൻകൂട്ടി കരുതിയിരുന്ന തോർത്ത് ഉപയോഗിച്ച് തമ്പിയെ അവർ ശ്വാസംമുട്ടിച്ചു കൊലപ്പെടുത്തി.

മൃതദേഹം ആനന്ദന്റെ വീടിന്റെ അടുത്തുള്ള ആളൊഴിഞ്ഞ പറമ്പിൽ കുഴിച്ചു മൂടാനായിരുന്നു പദ്ധതി. എന്നാൽ കുഴിയെടുത്തപ്പോൾ

വെള്ളത്തിന്റെ പൈപ്പ് കണ്ടതിനാൽ ആ ശ്രമം ഉപേക്ഷിച്ചു. തുടർന്ന് ശ്രീജേഷും സനീഷും കൂടെ ബൈക്കിൽ തമ്പിയുടെ മൃതദേഹം ഒഴിവാക്കുന്നതിനുള്ള സ്ഥലം അന്വേഷിച്ചു കറങ്ങി. ആ കറക്കത്തി നിടയിലാണ് ചെന്ത്രാപ്പിന്നിയിലെ തിയറ്ററിനു പുറകു വശത്തുള്ള പഞ്ചായത്ത് കുളം തിരഞ്ഞെടുക്കുന്നത്. അവിടെ മൃതദേഹം തള്ളു ന്നതിനുള്ള പ്ലാനുകൾ തയ്യാറാക്കി അവർ വീണ്ടും ആനന്ദന്റെ വീട്ടിലെത്തി. വീട്ടിൽ ഉണ്ടായിരുന്ന കയറും ഒരു ചെറിയ കത്തിയും എടുത്ത് ശ്രീജേഷും സനീഷും ബൈക്കിലും ആനന്ദൻ തമ്പിയുടെ മൃതദേഹവുമായി കാറിലും തിയറ്ററിന്റെ അടുത്തെത്തി. മതിലിന്റെ അടുത്ത് കാർ നിർത്തി മൂന്നുപേരും കൂടി മൃതദേഹമെടുത്ത് മതിലിനു മുകളിലൂടെ തിയറ്ററിന്റെ കോമ്പൗണ്ടിലേക്ക് എടുത്തിട്ടു.

പഴയ കാലത്ത് തിയറ്ററായിരുന്നെങ്കിലും സംഭവം നടക്കുമ്പോൾ തിയേറ്റർ പ്രവർത്തിച്ചിരുന്നില്ല. ആനന്ദൻ കാർ വീട്ടിൽ കൊണ്ടിട്ട ശേഷം ബൈക്കിൽ വീണ്ടുമെത്തി. അതിനു ശേഷം മൂവരും മതിൽ ചാടി തിയറ്റർ കോമ്പൗണ്ടിൽ എത്തി തമ്പിയുടെ മൃതദേഹമെടുത്തു കുളത്തിനരികെ വെച്ചു. മുണ്ട് അഴിച്ചെടുത്തു തലയിലൂടെ ഇട്ടു. സനീഷ് ഒരു കരിങ്കല്ല് എടുത്തു കൊണ്ടുവന്ന് മൂന്നുപ്രാവശ്യം തല യ്ക്കു മുകളിലൂടെ ഇട്ടു. തല വികൃതമാക്കാനും ആളെ തിരിച്ചറിയാതെ ഇരിക്കാനുമാണ് ഇങ്ങനെ ചെയ്തത്. യഥാർത്ഥത്തിൽ ആ സമയം വരെ തമ്പി മരിച്ചിരുന്നില്ല. കാരണം കല്ല് ഇട്ടപ്പോൾ തമ്പിയുടെ ഞെരക്കം പ്രതികൾ കേട്ടു. ഇതവർ ചോദ്യം ചെയ്യലിൽ വെളിപ്പെ ടുത്തിയിരുന്നു. കൈവശം കരുതിയിരുന്ന കത്തികൊണ്ട് തമ്പിയുടെ വയറു കീറിയ ശേഷം മൂന്നുപേരും കൂടി ഒരു വലിയ കല്ലെടുത്തു കൊണ്ടുവന്ന് തമ്പിയുടെ ദേഹത്തു വച്ച് കയർ കൊണ്ട് വരിഞ്ഞു കെട്ടി. മൃതദേഹം വെള്ളത്തിൽ പൊങ്ങി വരാതിരിക്കാനാണു കല്ലു ചേർത്തു കെട്ടിയത്. അതിനു ശേഷം മൃതദേഹം താങ്ങിയെടുത്ത് കുളത്തിലേക്ക് തള്ളിയിറക്കിയിട്ടു.

തുടർന്ന് മൂന്നുപേരും തിരികെ മതിൽ ചാടി ബൈക്കുകളിൽ ആനന്ദന്റെ വീട്ടിലെത്തി. അവിടെ അവർ എടുത്തു വച്ചിരുന്ന കൊല്ലപ്പെട്ട തമ്പിയുടെ ഷർട്ട്, കൊലപ്പെടുത്തുവാൻ ഉപയോഗിച്ച തോർത്തുകൾ, ചെരുപ്പ്, തമ്പിയുടെ മൊബൈൽ ഫോൺ എന്നിവ കാറിൽ വച്ചു. മൂവരും കുളിച്ചു. വയർ കീറാനുപയോഗിച്ച കത്തി കാക്കാത്തുരുത്തി പാലത്തിനടുത്തുള്ള കുറ്റിക്കാട്ടിലും തോർത്തുകളും ഷർട്ടും ചെരുപ്പും പഴുവിൽ പാടത്തേക്കും ബൈക്കിൽ പോയി വലി ച്ചെറിഞ്ഞു. മൊബൈൽ ഫോൺ ആനന്ദൻ കൈവശം വച്ചു. എല്ലാ വരും അവരവരുടെ വീടുകളിലേക്ക് പോയി.

പിറ്റേ ദിവസം ചെന്ത്രാപ്പിന്നിയിൽ ഇവർ ഒന്നിച്ചു കൂടി. കൊല്ലപ്പെട്ട തമ്പിയുടെ സഹോദരന്റെ മൊബൈൽ ഫോണിലേക്ക് കൊല്ലത്തു നിന്ന് മെസ്സേജ് അയക്കാൻ ആനന്ദനെ ചുമതല പെടുത്തി. അതനുസരിച്ച് ആനന്ദൻ കൊല്ലത്ത് എത്തിയ ശേഷം, തമ്പിയുടെ ഫോണിൽ നിന്നു, ''മദ്രാസിൽ പോവുകയാണ്'' എന്ന സന്ദേശം തമ്പിയുടെ സഹോദരനു അയച്ചു കൊടുത്തു. അതിനു ശേഷം മൊബൈൽ ഫോൺ കൊല്ലത്ത് ഉപേക്ഷിച്ചു, മടങ്ങി പോന്നു. അന്വേഷണം വഴി തിരിച്ച് വിടുന്നതിനാണ് ഇപ്രകാരം ചെയ്തത്. തമ്പിയുടെ സഹോദരന്റെ മൊബൈൽ ഫോണിലേക്കു ശ്രീജേഷ് വിളിച്ചതും ജീവിതത്തിൽ ഒരിക്കൽ പോലും മെസ്സേജ് അയയ്ക്കാത്ത തമ്പിയുടെ ഫോണിൽ നിന്ന് സഹോദരന്റെ ഫോണിലേക്ക് മെസ്സേജ് വന്നതും ഞങ്ങൾക്ക് വഴിത്തിരിവായി.

വയർ കീറി കഴിഞ്ഞാൽ മൃതശരീരം വെള്ളത്തിൽ പൊന്തി വരില്ല എന്ന അറിവ് കിട്ടിയത് ഉത്തമൻ എന്ന സിനിമയിൽ നിന്നാണെന്നു പ്രതികൾ പറഞ്ഞു. ഏപ്രിൽ 29-നു മൃതദേഹം കുളത്തിൽ പൊങ്ങിയപ്പോൾ പൊലീസിനെ സഹായിക്കുന്നതിനു പ്രതികളും ഉണ്ടായിരുന്നു. മൃതശരീരം അഴുകുന്നതിന്റെ ദുർഗന്ധം കുളത്തിൽ നിന്നു വന്നാൽ തെറ്റിദ്ധരിപ്പിക്കാൻ വേണ്ടി ആനന്ദൻ ചൂലൂരിലെ കോഴിക്കടയിൽ നിന്നും കോഴിയുടെ അവശിഷ്ടം വാങ്ങി, ചാക്കിലാക്കി കുളത്തിൽ ഇട്ടിരുന്നു. പ്രതികൾ ചൂണ്ടി കാണിച്ചതനുസരിച്ച് തമ്പിയുടെ മൃതദേഹത്തിന്റെ വയർ കീറുവാൻ ഉപയോഗിച്ച കത്തിയും, തമ്പിയുടെ ഷർട്ടും തോർത്തും കണ്ടെത്തുവാൻ കഴിഞ്ഞു. ക്രൂരമായ ഒരു കൊലപാതകക്കേസിലെ പ്രതികളെ വളരെ ചുരുങ്ങിയ ദിവസത്തിനുള്ളിൽ തന്നെ തിരിച്ചറിയാനും എല്ലാവരേയും ഉടൻ പിടികൂടി തെളിവുകൾ ശേഖരിക്കാനും കഴിഞ്ഞതുകൊണ്ട് ജനങ്ങളിൽ പൊലീസിനെക്കുറിച്ചു മതിപ്പു വർദ്ധിപ്പിച്ച ഒരു കേസന്വേഷണമായിരുന്നു ഇത്.

കേരളത്തിലും പുറത്തും ആർ പി (റൈസ് പുള്ളർ), എൻ എം (നാഗമാണിക്യം) എന്ന പേരിൽ അറിയപ്പെടുന്ന തട്ടിപ്പുകളിൽ പെട്ട് ധാരാളം കൊലപാതകങ്ങൾ റിപ്പോർട്ട് ചെയ്തിട്ടുണ്ട്. ഇതേവരെയും ആരും കണ്ടിട്ടില്ലാത്ത സംഗതികളുടെ പേരു പറഞ്ഞു പണം വാങ്ങുന്ന തട്ടിപ്പുസംഘങ്ങൾക്ക് ഇവിടെ വിലസാൻ കഴിയുന്നതു ദൗർഭാഗ്യകരമാണ്. സംസ്ഥാനത്തിനു പുറത്തോ മറ്റോ കോടിക്കണക്കിനു രൂപ ഈ വസ്തുക്കൾക്ക് വിലയുണ്ടെന്നു പറഞ്ഞു തെറ്റിദ്ധരിപ്പിക്കുകയും പണത്തോട് ആർത്തിയുള്ള ആളുകളിൽ നിന്ന് ഇത് വാങ്ങിക്കൊടുക്കാമെന്നു പറഞ്ഞ് ലക്ഷക്കണക്കിന് രൂപ അഡ്വാൻസ്

വാങ്ങുകയുമാണു ചെയ്യുന്നത്. ഈ രണ്ടു സാധനങ്ങളും കൃത്രിമമായി നിർമ്മിക്കുകയും ആവശ്യമായ സാങ്കേതിക വിദ്യ ഉപയോഗിച്ച് ആളു കളെ പ്രവർത്തിപ്പിച്ചു കാണിക്കുകയും ചെയ്തുകൊണ്ടാണ് തട്ടിപ്പു വ്യാപകമാക്കുന്നത്. അരിയിട്ടാൽ റൈസ് പുള്ളർ പെട്ടെന്നു കയറി പിടിക്കുന്നതൊക്കെ കാണിച്ചു കൊടുത്ത് ലക്ഷക്കണക്കിനു രൂപ തട്ടിപ്പുകാർ കേരളത്തിൽ നിന്നു കൊണ്ടു പോയിട്ടുണ്ട്. പലരും പരാതിപ്പെടുകയോ പുറത്തു പറയുകയോ ചെയ്തിട്ടില്ലെന്നു മാത്രം.

ധാരാളം വാർത്തകളും ബോധവത്കരണങ്ങളും ഈ തട്ടിപ്പു കളെക്കുറിച്ചു ഉണ്ടായിട്ടുള്ളതാണ്. എന്നിട്ടും ധാരാളം പേർ പുതു തായി ഈ തട്ടിപ്പുകാരുടെ വലയിൽ വീഴുകയും ലക്ഷങ്ങൾ തുല യ്ക്കുകയും ചെയ്യുന്നുണ്ട്. പല പണക്കൈമാറ്റങ്ങളും വഴക്കുകളിലും കൊലപാതകങ്ങളിലും കലാശിക്കുന്നു. പണത്തോടുള്ള ആർത്തി മൂത്ത് കൈയിൽ ഉള്ള പണവും ഒടുവിൽ ജീവൻ തന്നെയും നഷ്ട പ്പെടുത്തുകയാണ് പലരും എന്ന് ഇത്തരം കേസുകൾ തെളിയിക്കുന്നു.

■

വയറ്റിൽ കുത്തിയ കള്ളനും മൈസൂരിലെ കരിമ്പുകച്ചവടവും

വിവിധ തൊഴിലുകളുമായി കവലകളിലും മറ്റും സ്ഥിരമായി സമയം ചിലവിടുന്ന ഓട്ടോറിക്ഷക്കാർ, കച്ചവടക്കാർ തുടങ്ങിയവർ വിവരങ്ങൾക്കായി പൊലീസുകാർക്ക് ആശ്രയിക്കാവുന്നവരാണ്. എന്നും കാണുന്നവരെയും വല്ലപ്പോഴും വരുന്നവരെയും അവർക്കു മനസ്സിലാവും. പതിവില്ലാത്ത ആളുകളെയും നീക്കങ്ങളെയും അവർ ശ്രദ്ധിക്കും. വിശ്വസ്തരും സമീപിക്കാവുന്നവരുമാണെന്ന് തോന്നിയാൽ അവർ വിവരങ്ങളെല്ലാം യഥാസമയം പൊലീസിനെ അറിയിക്കാൻ സന്നദ്ധരാകും. പൊലീസുമായി അങ്ങനെ പ്രത്യേകിച്ചൊരു സൗഹൃദ ബന്ധം ഇല്ലെങ്കിൽ എന്തിനു വെറുതെ പോയി പുലിവാൽ പിടിക്കണമെന്ന് ആരായാലും വിചാരിക്കും. അതുകൊണ്ട് എല്ലാത്തരം മനുഷ്യരുമായി നല്ല രീതിയിൽ ഇടപെടാനും ബന്ധങ്ങൾ സ്ഥാപിക്കാനും സാധിക്കുന്ന വിധത്തിൽ എല്ലാവരേയും സഹായിക്കാനും പൊലീസ് ജീവിതത്തിൽ ഞാൻ ശ്രമിച്ചു പോന്നിട്ടുണ്ട്. ഇതുകൊണ്ട് കേസന്വേഷണങ്ങളിലും കുറ്റവാളികളെ കണ്ടെത്തുന്നതിലും ധാരാളം പ്രയോജനങ്ങളും ഉണ്ടായിട്ടുണ്ട്.

ഒരു ദിവസം ഞാൻ ഇരിങ്ങാലക്കുട പുല്ലൂർ കൊല്ലാട്ടി അമ്പലത്തിനടുത്ത് സമൻസ് കൊടുത്തു കൊണ്ടിരുന്നപ്പോൾ ഒരു ഫോൺ കോൾ വന്നു. പൊലീസിനോടുള്ള അടുപ്പത്തിന്റെ പേരിൽ ഒരാൾ വിളിച്ചു പറയുകയായിരുന്നു. മുരിയാട് ഭാഗത്ത് ജനങ്ങൾ രണ്ടു കള്ളന്മാരെ ഓടിക്കുന്നു എന്നായിരുന്നു വിവരം. ഞാൻ ഉടനെ തന്നെ സ്കൂട്ടർ അങ്ങോട്ട് വിട്ടു. കള്ളനെ എങ്ങനെയെങ്കിലും പിടിക്കണമെന്ന ചിന്തയായിരുന്നുപിന്നെ മനസ്സു നിറയെ. മുരിയാട് ബണ്ട് റോഡിൽ എത്തിയപ്പോൾ കാണാം, ആളുകൾ ഒരാളുടെ പിന്നാലെ ഓടുന്നു. സ്കൂട്ടർ അവിടെ വച്ച് ഞാനും അവരുടെ പിന്നാലെ ഓടി. ഓടി അടുത്തെത്താറാകുമ്പോൾ അയാൾ വടിയെടുത്ത് ഞങ്ങളെ ആക്രമിക്കാൻ നോക്കും. ഞങ്ങൾ ചെറുക്കാൻ നോക്കുമ്പോൾ അയാൾ

വീണ്ടും ഓടും. ഇതു പലവട്ടം ആവർത്തിച്ചു. ഈ നെട്ടോട്ടത്തിനിടയിൽ ആരോ വിളിച്ചു പറയുന്നുണ്ട്, അത് കള്ളൻ സണ്ണി ആണെന്ന്. കള്ളൻ സണ്ണിയെക്കുറിച്ച് ധാരാളം കേട്ടിട്ടുണ്ട്. ധാരാളം കളവുകൾ നടത്തി, പൊലീസിനു പിടി തരാതെ ഒളിവിൽ കഴിയുന്ന ആളാണ്. ആളുകളെ വെട്ടിച്ചുള്ള ഓട്ടത്തിനിടയിൽ പെട്ടെന്നു അവൻ പാടത്തുള്ള വെള്ളത്തിലേക്ക് എടുത്തു ചാടി. ഒട്ടും സംശയിക്കാതെ ഞാനും എടുത്തു ചാടി. എനിക്കൊപ്പം നാട്ടുകാരിൽ ചിലരും വെള്ളത്തി ലേക്കു ചാടി. ഞാൻ പൊലീസാണെന്ന് അവർക്കറിയാം.

കള്ളൻ കത്തിയെടുത്ത് ഉയർത്തി വീശി ഞങ്ങളെ ഭീഷണിപ്പെടുത്തി കൊണ്ടിരുന്നു എന്റെ കയ്യിൽ ഒരു വടി ഉണ്ടായിരുന്നു. ഞങ്ങൾ ഭയന്നു പിന്മാറിയില്ല. ഞാനും കൂടെയുള്ളവരും മുന്നോട്ട് തന്നെ ചെന്നുകൊണ്ടിരുന്നു. ഞങ്ങൾ പിന്മാറുന്നില്ലെന്നു കണ്ട അവൻ ഉടനെ അടവു മാറ്റി. കത്തിയെടുത്ത് സ്വന്തം വയറ്റിൽ ഒറ്റ കുത്ത്. വയറിൽ നിന്നു ചോര ചാടി. ആൾ അവിടെ കുഴഞ്ഞു വീണു. അപ്പോഴേക്കും വിവരമറിഞ്ഞ് സ്റ്റേഷനിൽ നിന്നു ഹെഡ് കോൺസ്റ്റ ബിൾ വേലായുധനും അവിടേക്ക് എത്തിയിരുന്നു. ഞങ്ങൾ അടു ത്തേക്കു ചെല്ലുമ്പോൾ അവൻ ബോധം കെട്ട അവസ്ഥയിലായി രുന്നു. എല്ലാവരും കൂടി പൊക്കിയെടുത്തു അവനെ വണ്ടിയിൽ കയറ്റി, നേരെ ആശുപത്രിയിലേക്കു വിട്ടു.

ഹോസ്പിറ്റലിലേക്ക് വേലായുധൻ സാറാണു കൂടെ പോയത്. ഞാൻ സ്കൂട്ടർ എടുക്കാൻ ചെന്നപ്പോൾ അവിടെ ഉണ്ടായിരുന്നവർ മറ്റൊരു വിവരം തന്നു. പിടിക്കപ്പെട്ടവന്റെ കൂടെ ഉണ്ടായിരുന്ന ഒരാൾ അടുത്ത പറമ്പിൽ ഒളിച്ചിട്ടുണ്ട്. അവർ തിരയാൻ പേടിച്ചിരിക്കുക യായിരുന്നു. ഞാൻ അവരെയും കൂട്ടി നേരെ ആ പറമ്പിലേക്കു ചെന്നു. ഞങ്ങൾ ചെല്ലുന്നതു കണ്ട പാടേ ഒരാൾ ഒളിച്ചിരുന്നിടത്തു നിന്ന് ഇറങ്ങിയോടി. ഞങ്ങൾ വിട്ടില്ല. പിന്നാലെ ഓടി. ഓടിച്ചിട്ടു പിടിക്കുകയും ചെയ്തു. പിടികൂടി കൈകൾ കെട്ടി. ചിലർക്ക് അവനെ തല്ലിയാൽ കൊള്ളാമെന്നുണ്ടായിരുന്നു. അത് അനുവദിക്കാതെ അവനെ നേരെ പൊലീസ് സ്റ്റേഷനിൽ എത്തിച്ചു. മുനിപ്പാറ സാബു എന്ന കള്ളനായിരുന്നു അത്.

എസ് ഐ സുദർശനൻ സാറിന്റെ നേതൃത്വത്തിൽ അവനെ ചോദ്യം ചെയ്യാൻ തുടങ്ങി. പ്രതീക്ഷിച്ചതു പോലെ കുറെയധികം നേരം അവൻ പിടിച്ചു നിന്നു. ചെയ്ത കളവുകളൊന്നും പറയു ന്നില്ല. ഞങ്ങളും വിട്ടില്ല. ഒടുവിൽ ഒരു കേസ് അവൻ വെളിപ്പെടുത്തി. ചാലക്കുടി പരിയാരത്തുള്ള ഒരു ടീച്ചറുടെ വീട്ടിൽ കയറി 40 പവൻ സ്വർണ്ണം മോഷ്ടിച്ചതാണ് പറഞ്ഞ പ്രധാന കേസ്. സണ്ണിയും

സാബുവുമാണ് ഈ കളവു നടത്തിയത്. സ്വർണ്ണം സാബു മൈസൂർ കൊണ്ടുപോയി വിറ്റു എന്നും പറഞ്ഞു. അവിടെ കുറെ കാലം കരിമ്പിൻ ജ്യൂസ് കച്ചവടം നടത്തിയിരുന്നുവത്രെ അയാൾ.

വിറ്റ സ്വർണ്ണം വീണ്ടെടുക്കലാണ് അടുത്ത ഘട്ടം. എസ് ഐ സുദർശനൻ സാർ, വലപ്പാട് സി ഐ. ഉണ്ണിരാജൻ സാർ എന്നിവരൊന്നിച്ച് മുനിപ്പാറ സാബുവിനെയും കൂട്ടി ഞങ്ങൾ മൈസൂർക്ക് പുറപ്പെട്ടു. ഈ സമയത്തു സണ്ണി മെഡിക്കൽ കോളേജിൽ ചികിത്സയിലാണ്. മൈസൂരിൽ എത്തി ഞങ്ങൾ ഒരു ലോഡ്ജിൽ റൂമെടുത്തു. താൻ കരിമ്പിൻ ജ്യൂസ് കച്ചവടം നടത്തിയിരുന്ന സ്ഥലം പിറ്റേന്ന് അവൻ കാണിച്ചു തന്നു. അവിടെ തന്നെ കച്ചവടം നടത്തിയിരുന്ന മറ്റൊരാൾക്കാണ് സ്വർണ്ണം കൊടുത്തത് എന്നു സാബു പറഞ്ഞിരുന്നു. അയാളുടെ വീട് സാബുവിന് അറിയാമായിരുന്നു. നേരെ അങ്ങോട്ടു വിട്ടു. പോയ കൂട്ടത്തിൽ കുറേശ്ശേ കന്നട അറിയാമായിരുന്നത് എനിക്കാണ്. അതു വച്ച് വീട്ടിലുണ്ടായിരുന്നവരോടു വിവരങ്ങൾ തിരക്കി. സ്വർണ്ണം വാങ്ങിച്ചയാൾ നാട്ടിൽ ഇല്ല, എവിടെയാണെന്ന് അറിയുകയും ഇല്ല എന്നായിരുന്നു അവരുടെ നിലപാട്.

സ്വർണ്ണം വിറ്റ സ്ഥലം കൃത്യമായി കാണിച്ചു തരാതിരിക്കുക എന്നത് കള്ളന്മാരുടെ സ്ഥിരം അടവാണ്. പഠിച്ച കള്ളന്മാരായതു കൊണ്ട് അവരെ കൊണ്ട് പറയിപ്പിക്കുക ദുഷ്കരവുമാണ്. സാബു ഞങ്ങളെ കബളിപ്പിച്ചതല്ല എന്നുറപ്പിച്ചു പറയാൻ ഞങ്ങൾക്കിപ്പോഴും കഴിയുന്നില്ല. ഏതായാലും സ്വർണ്ണം കിട്ടാതെ ഞങ്ങൾക്കു മൈസൂരിൽ നിന്നു മടങ്ങി പോരേണ്ടി വന്നു. തിരിച്ചു വരുന്ന വഴിക്കു മെഡിക്കൽ കോളേജിൽ കയറി കള്ളൻ സണ്ണിയെ കാണണം എന്നു ഞങ്ങൾ വിചാരിച്ചിരുന്നു. രണ്ടു പേരെയും കൂട്ടി നിറുത്തി ഒരു വട്ടം കൂടി നന്നായി ഒന്നു ചോദ്യം ചെയ്താൽ കളവുമുതൽ കണ്ടെത്താം എന്നായിരുന്നു ധാരണ. എന്നാൽ സമയം വൈകിയതിനാൽ കയറിയില്ല. പിറ്റേന്നു രാവിലത്തെ പത്രത്തിലെ വാർത്ത ഇതായിരുന്നു: കള്ളൻ സണ്ണി പൊലീസിനെ വെട്ടിച്ച് മെഡിക്കൽ കോളേജിൽ നിന്ന് ചാടി രക്ഷപ്പെട്ടു! കേസുകൾ തെളിയിക്കാമെന്ന ഞങ്ങളുടെ പ്രതീക്ഷ അതോടെ അസ്തമിച്ചു. സാബുവിനെ കോടതിയിൽ ഹാജരാക്കി റിമാൻഡ് ചെയ്തു. ഇവരുടെ കളവിന്റെ രീതി മറ്റൊരദ്ധ്യായത്തിൽ വിവരിക്കുന്നുണ്ട്. ■

ആളുള്ള വീടുകൾ ആക്രമിച്ചു കൊള്ളയടിക്കുന്നവർ

2009 മെയ് 2 നു പുലർച്ചെ മൂന്നു മണിക്ക് മതിലകത്തുണ്ടായ ഒരു കവർച്ച നാടിനെ ഞെട്ടിച്ചു. മുഖം മൂടി ധരിച്ച മോഷ്ടാക്കൾ വീടിന്റെ മുൻവശത്തെ വാതിൽ ചവിട്ടിപ്പൊളിച്ച് അകത്തു കടന്ന് വീട്ടിലെ സ്ത്രീകളെ കത്തി കാണിച്ചു ഭീഷണിപ്പെടുത്തി സ്വർണവും മറ്റും കവരുകയായിരുന്നു. കോട്ടയം ജില്ലയിലെ സാബു താമസിക്കുന്ന മതിലകം പള്ളിനടയിലുള്ള വീട്ടിലായിരുന്നു കവർച്ച. സാബുവിന്റെ ഭാര്യയുടെയും കുട്ടികളുടെയും കൂട്ടുകിടക്കുന്നതിനായി വന്ന സ്ത്രീയുടെയും ദേഹത്തുണ്ടായിരുന്ന ആഭരണങ്ങളും മൊബൈൽ ഫോണും അടക്കം മൊത്തം 87000 രൂപയുടെ സാധനങ്ങളാണ് സംഘം കൈക്കലാക്കിയത്.

ഇത്തരത്തിൽ, ആളുകളുള്ള വീട്ടിൽ രാത്രി സമയം ആരേയും ഭയക്കാതെ വാതിൽ ഇടിച്ചു തകർത്ത് മുഖം മൂടി വച്ച് കത്തി കാണിച്ച് ഭീഷണിപ്പെടുത്തിയും ചെറുക്കാൻ ശ്രമിച്ചാൽ ഉപദ്രവിച്ചും സ്വർണാഭരണങ്ങളും മറ്റും മോഷണം ചെയ്യുന്നത് ആളുകളെ വല്ലാതെ ഭയപ്പെടുത്തുന്നതും ഒരിക്കലും അനുവദിക്കാനാകാത്തതുമായ അതിക്രമമാണ്. അതുകൊണ്ട്, അന്നത്തെ എസ് പി ആയിരുന്ന എം പി ദിനേഷ് സാർ പ്രത്യേക അമ്പേഷണ സംഘത്തിനു രൂപം കൊടുത്തു. തമിഴ്നാട് സംഘമാണ് ഇത്തരത്തിൽ മോഷണം നടത്തുന്നതെന്ന് പ്രാഥമികാമ്പേഷണത്തിൽ നിന്നു തന്നെ മനസ്സിലായി.

തുടർന്ന് കവർച്ചാസംഘത്തെ പിടികൂടുന്നതിനുള്ള പ്രയത്നമാരംഭിച്ചു. വെളുപ്പിന് പോകുന്ന ബസ്സുകളും മറ്റു വാഹനങ്ങളും കർക്കശമായി പരിശോധിക്കാൻ തുടങ്ങി. ഒരു ദിവസം കൊടുങ്ങല്ലൂർ എ എസ് ഐ ജഗൽ ചന്ദ്രമോഹനനും ടീമംഗങ്ങളും അതിരാവിലെയുള്ള ബസ് പരിശോധന നടത്തുമ്പോൾ 8 പേർ ബസിൽ ഇരുന്നു ഉറങ്ങുന്നതായി കണ്ടു. തമിഴ്നാട് സ്വദേശികൾ ആണെന്ന്

മനസ്സിലായപ്പോൾ അവരെ ബസിൽ നിന്നിറക്കി ഇരിങ്ങാലക്കുട സ്റ്റേഷനിൽ കൊണ്ടു വന്നു ചോദ്യം ചെയ്തു. പേരും ഊരും പറയാൻ വിമുഖത കാണിച്ചപ്പോൾ ചോദ്യം ചെയ്യൽ ശക്തമാക്കി. വിടില്ലെന്നു കണ്ടപ്പോൾ പതിയെ അവർ വിവരങ്ങൾ ഓരോന്നായി വെളിപ്പെടുത്താൻ തുടങ്ങി. ജില്ല മധുറയാണ്. ഒരാൾ കാർത്തി, മറ്റൊരാൾ ഷൺമുഖൻ, മൂന്നാമൻ മുക്കാണ്ടി എന്നു വിളിക്കുന്ന മുരുകേശൻ. ചോദ്യം ചെയ്യൽ തുടർന്നു. തൃശൂർ, എറണാകുളം, കോട്ടയം ജില്ലകളിലായി 18ൽ പരം കളവുകൾ ഇത്തരത്തിൽ നടത്തിയിട്ടുള്ളതായി ഇവർ സമ്മതിച്ചു.

തമിഴ്നാട് മധുരയിലെ ഒട്ടുനായ്ക്കർ സമുദായത്തിൽ പെട്ടവരാണിവർ. കേരളത്തിൽ ഉടനീളം ടെന്റ് കെട്ടി നാടോടികളാണെന്ന വ്യാജേന താമസിക്കുന്നു. കല്ലുകൊത്തലും ആമ പിടുത്തവുമാണ് പകൽ തൊഴിലായി കൊണ്ടുനടക്കുന്നത്. രാത്രി കാലങ്ങളിൽ നന്നായി മദ്യപിച്ചു മാരിയമ്മയ്ക്ക് കോഴി പൂജ നടത്തി ഭസ്മം കൈയിൽ വച്ച് സെക്കന്റ് ഷോ കഴിഞ്ഞ ശേഷം റോഡിലൂടെയും പറമ്പിലൂടെയും നടന്ന് ഉദ്ദേശിക്കുന്ന വീടിന്റെ അടുത്തെത്തി പ്രാർത്ഥിക്കുന്നു. തുടർന്ന് ഒരാൾ പുറത്തു കാവൽ നിൽക്കും. രണ്ടു പേർ മുൻവശത്തെയോ പിൻവശത്തെയോ വാതിൽ ചവിട്ടി പൊളിച്ച് അകത്തു കടന്ന് ആയുധങ്ങൾ കാണിച്ചു ഭീഷണിപ്പെടുത്തി മാലയും മറ്റു ആഭരണങ്ങളും ഊരി എടുക്കും. പുറമെ നിന്ന് ആരെങ്കിലും വരികയാണെങ്കിൽ പുറത്തു കാവൽ നിൽക്കുന്നയാൾ പ്രത്യേക തരത്തിലുള്ള ശബ്ദം പുറപ്പെടുവിക്കും.

ആരെങ്കിലും എതിർക്കാൻ ശ്രമിച്ചാൽ കിട്ടിയ ആയുധം കൊണ്ട്, തലയ്ക്കടിച്ചു പരിക്കേൽപ്പിച്ചു രക്ഷപ്പെടാൻ മടിക്കില്ല. വസ്ത്രങ്ങൾ അഴിച്ചു വച്ച് അടിവസ്ത്രം മാത്രം ധരിച്ച് ദേഹമാകെ എണ്ണ പുരട്ടിയാണ് ഇവർ വീടുകളിൽ കയറുക. മോഷണം കഴിഞ്ഞതിനു ശേഷം വസ്ത്രം ധരിച്ച് അടുത്തുള്ള പറമ്പിൽ നേരം വെളുക്കുന്നത് വരെ പതുങ്ങിയിരിക്കും. നേരം വെളുക്കുമ്പോൾ ആദ്യ ബസിനു കയറി രക്ഷപ്പെടും. സ്വർണം കിട്ടുകയാണെങ്കിൽ അതുമായി ഇവർ നേരെ മധുരയിലേക്ക് പോകും. കുറച്ചു ദിവസത്തിനു ശേഷം സ്വർണവുമായിതന്നെ തിരികെ പോരും. എറണാകുളം, കോട്ടയം, കായംകുളം എന്നീ സ്ഥലങ്ങളിലാണ് സ്വർണം വിൽക്കുക. ഇവരിൽ നിന്ന് സ്വർണം വിലയ്ക്ക് വാങ്ങുന്ന ചില സംഘങ്ങളുണ്ട്. അവർക്കാണു വിൽപന നടത്തുക. ഇപ്രകാരം ഇവർ വിറ്റ സ്വർണം കണ്ടെടുക്കാൻ കഴിഞ്ഞത് അന്വേഷണസംഘത്തിന്റെ വിജയമായി. ഇവരിൽ ഷൺമുഖനെയും കാർത്തിയെയും 2003ൽ കുന്നത്തുനാട് പൊലീസ് പിടികൂടിയിരുന്നു.

അന്ന് 25ൽ പരം വീട് മോഷണക്കേസുകളിലാണ് അവർ പ്രതികളായിരുന്നത്.

ഈ കേസിൽ പിടികൂടിയത് മധുര ടീമിനെയാണെങ്കിലും മധുരയിൽ നിന്നുള്ളവർ മാത്രമല്ല കേരളത്തിൽ വന്ന് ഇത്തരത്തിൽ മോഷണം നടത്തുന്നത്. കമ്പം, തേനി ഭാഗങ്ങളിൽ നിന്നുള്ള ചില സംഘങ്ങളും ഇതേ രീതിയിൽ മോഷണം നടത്താൻ കേരളത്തിൽ വരുന്നുണ്ട്.

ഒരിക്കൽ, എടമുട്ടത്തും ചെന്ത്രാപ്പിന്നിയിലും രാത്രി ആളുള്ള വീടുകളിൽ വാതിൽ ചവിട്ടി പൊളിച്ച് അകത്തു കടന്ന് സ്ത്രീകളെ ആയുധം കാണിച്ചു ഭീഷണിപ്പെടുത്തിയും ചിലപ്പോൾ ആക്രമിച്ചും സ്വർണം കവർച്ച ചെയ്ത ചില കേസുകളുണ്ടായി. അന്നു വലപ്പാട് സി ഐ ആയിരുന്നത് ഷാഹുൽ ഹമീദ് സാർ ആണ്. ഞാനും സുനിലും അദ്ദേഹത്തിന്റെ അന്വേഷണസംഘത്തിലുണ്ട്. ഈ കേസുകളിലെ പ്രതികളെ കണ്ടെത്തുവാൻ പൊലീസ് കിണഞ്ഞു ശ്രമിച്ചുകൊണ്ടിരിക്കുകയാണ്. ആ ദിവസങ്ങളിൽ ഞങ്ങൾ പഴയൊരു കേസിൽ പ്രതിയായിരുന്ന ഒരാളെ ചാമക്കാലയിൽ വെച്ച് കണ്ടുമുട്ടി. അവനോട് ഈ കേസിനെക്കുറിച്ചു പറഞ്ഞു. ബാറിൽ കുറച്ചു ദിവസമായി ചില തമിഴന്മാർ വലിയ തുകയുടെ നോട്ടുകൾ മാറി മദ്യം കഴിക്കുന്നതു ശ്രദ്ധിച്ചിട്ടുണ്ടെന്ന് അവൻ ഒരു സൂചന നൽകി. ഞങ്ങൾ നേരെ ബാറുകളിലേക്കു പോയി. അന്വേഷിച്ചപ്പോൾ കാര്യം ശരിയാണ്.

തുടർന്നു ഞങ്ങൾ ചെന്ത്രാപ്പിന്നിയിൽ പഴയ ഇരുമ്പ് വിൽക്കുന്ന ഒരു തമിഴ്നാട്ടുകാരനെ പോയി കണ്ടു. അവൻ പണ്ട് പനവടലി തിരുട്ട് ഗ്രാമത്തിലെ പ്രതികളെ പിടിക്കുവാൻ ഞങ്ങളെ സഹായിച്ചിട്ടുള്ളയാളാണ്. അയാളോട് കാര്യങ്ങൾ വിശദീകരിച്ചു. മൂന്നുപീടികയിലുള്ള ഒരു വലിയ പറമ്പിൽ ഒരു സംഘം ടെന്റുകൾ കെട്ടി താമസിക്കുന്നത് ഞങ്ങൾ നേരത്തെ ശ്രദ്ധിച്ചിരുന്നു. കമ്പം, തേനി സംഘങ്ങളാണ് ഇപ്പോൾ മൂന്നുപീടികയിൽ താമസിക്കുന്നതെന്നും കളവുകൾ നടത്തിയത് അവരാകാൻ ഇടയുണ്ടെന്നും ഇരിമ്പുകച്ചവടക്കാരനായ തമിഴ്നാട്ടുകാരൻ പറഞ്ഞു.

വിവരം ഞങ്ങൾ സി ഐ ഷാഹുൽ ഹമീദ് സാറിന്റെയും എസ് ഐ സലീഷ് സാറിനെയും മറ്റ് ഉദ്യോഗസ്ഥരെയും അറിയിച്ചു. താമസസ്ഥലത്തു പോയി ഈ സംഘത്തെ പിടിക്കുന്നത് എളുപ്പമല്ല. ആണുങ്ങളെ പിടിച്ചാൽ അവരുടെ കൂടെയുള്ള പെണ്ണുങ്ങളും കുട്ടികളും നമ്മളെ വളയുകയും അവരെ രക്ഷപ്പെടുത്തുന്നതിനു എന്ത് മാർഗവും പ്രയോഗിക്കുകയും ചെയ്യും. കുട്ടികൾ മൂക്കു

ചീറ്റിയെറിയുക, പരസ്യമായി മലവിസർജനം നടത്തുക എന്നിവ യൊക്കെ അവരുടെ പ്രതിരോധ തന്ത്രങ്ങളാണ്. അതുകൊണ്ട് സി ഐ യുടെ നേതൃത്വത്തിൽ ഞങ്ങൾ എ ആർ ക്യാമ്പിൽ നിന്ന് ഒരു ബസ് വരുത്തി നിരവധി പൊലീസുകാരുമായി നല്ല തയ്യാറെ ടുപ്പുകളോടെ മൂന്നുപീടികയിലെ ആ പറമ്പിലേക്കു ചെന്നു. അവർ താമസിച്ചിരുന്ന സ്ഥലം വളഞ്ഞ്, ടെന്റുകളിൽ കയറി ഭാണ്ഡങ്ങളെല്ലാം പരിശോധിച്ചു. ചെന്ത്രാപ്പിന്നിയിൽ നിന്നും മറ്റും കളവുപോയ സാധങ്ങൾ അവിടെ കണ്ടെത്തുവാൻ കഴിഞ്ഞു. തുടർന്ന് അവരെ ചോദ്യം ചെയ്തു. അവരുടെ കൂട്ടത്തിലുള്ള വേറെ കുറെയാളുകൾ മലപ്പുറം, പരപ്പനങ്ങാടിയിൽ തമ്പടിച്ചിട്ടുണ്ടെന്നു മനസ്സിലായി.

എസ് ഐ സലീഷ് സാറിന്റെ നേതൃത്വത്തിൽ ഒരു സംഘം പൊലീസ് നേരെ പരപ്പനങ്ങാടിക്കു പോയി. കാര്യമായ ഒരു ബല പ്രയോഗത്തിലൂടെ തന്നെ അവരെ കീഴടക്കി. ഇത്തരത്തിലുള്ള 15ൽ അധികം മോഷ്ടാക്കളെയാണ് അന്നു പിടികൂടിയത്. മോഷണ വസ്തു ക്കൾ കണ്ടെത്തുവാനും കഴിഞ്ഞു. ഇവരുടെ ജന്മ സ്ഥലമായ കമ്പം, തേനി എന്നിവിടങ്ങളിൽ പോയി അവർ താമസിക്കുന്ന കോളനി കളിൽ ഞങ്ങൾ അന്നു പരിശോധന നടത്തുകയും ചെയ്തു.

കല്ലുകൊത്ത്, ആമ പിടിത്തം, ചൂല് നിർമ്മാണം തുടങ്ങിയ തൊഴി ലുകളുമായി കേരളത്തിൽ തമ്പടിച്ചിട്ടുള്ള തമിഴ് നാടോടി സംഘ ങ്ങളെ വളരെ ശ്രദ്ധിക്കേണ്ടതുണ്ട് എന്നതിൽ തർക്കമില്ല. ആമ ഗോഷ്ടികൾ എന്നും ഇവർ അറിയപ്പെടുന്നു. ആളില്ലാത്ത വീടുകളിൽ ഇവർ കളവു നടത്താറില്ല. ആളുകൾ താമസിക്കുന്ന വീടുകൾ തന്നെ യാണ് കളവിനായി ഇവർ തിരഞ്ഞെടുക്കുക. പകൽ സമയങ്ങളിൽ വീടുകൾ കണ്ടു വക്കുകയും രാത്രി മോഷണത്തിനിറങ്ങുകയുമാണ് ഇവരുടെ രീതി. നന്നായി മദ്യപിക്കുന്നവരും മറ്റു മയക്കുമരുന്നുകൾ ഉപയോഗിക്കുന്നവരുമാണിവർ.

കേരളത്തിൽ താമസമാക്കിയ ഈ സംഘങ്ങൾ നല്ല ഒഴുക്കോടെ മലയാളം സംസാരിക്കാൻ പഠിച്ചിട്ടുണ്ട്. അതുകൊണ്ട് രാത്രികളിലെ കളവിനിടയിലെ സംസാരം കേൾക്കുന്ന വീട്ടുകാർക്ക്, കള്ളന്മാർ മലയാളികളാണോ അന്യസംസ്ഥാനക്കാരാണോ എന്നു പോലും ഉറപ്പു പറയാൻ സാധിക്കില്ല.

കളവ് ചെയ്ത സ്വർണം ഇവരിൽ നിന്നു കണ്ടെത്തുക ഒട്ടും എളുപ്പമല്ല. ചോദ്യം ചെയ്യലും അതീവ ദുഷ്കരമാണ്. ഒരക്ഷരം മിണ്ടാതെ നിന്നു കളയും. കളവ് ചെയ്ത കാര്യം എത്ര ചോദിച്ചാലും പറയാതെ നിൽക്കാൻ പ്രത്യേക വിരുതാണ്. മൊബൈൽ ടവർ

നോക്കി തുമ്പുകൾ കണ്ടെത്തുന്നതും ഇവരുടെ കാര്യത്തിൽ നടക്കില്ല. മൊബൈലിന്റെ ഉപയോഗം തന്നെ ഇവർക്കിടയിൽ വളരെ കുറവാണ്. കളവിനിടെ കിട്ടുന്ന മൊബൈൽ ഫോണുകൾ ഇവർ നശിപ്പിക്കുകയാണ് പതിവ്.

ഇത്തരം പല സംഘങ്ങളെ പലപ്പോഴായി പൊലീസ് പിടികൂടിയതോടെ ഇത്തരത്തിലുള്ള കളവുകൾ കേരളത്തിൽ വളരെയധികം കുറഞ്ഞു. അവശേഷിക്കുന്നവർ താമസിക്കുന്ന സ്ഥലങ്ങളിൽ നിന്നു വളരെ ദൂരേയ്ക്കു പോയാണ് കളവു നടത്തുന്നത്. അതുകൊണ്ട് എവിടെയെങ്കിലും ഇത്തരം സംഘങ്ങൾ വന്നു തമ്പടിച്ചു താമസിക്കുന്നത് പ്രോത്സാഹിപ്പിക്കാവുന്ന ഒരു കാര്യമല്ല.

■

ഷീല കൊലക്കേസ്

2012 ജൂൺ മാസത്തിൽ അരണാട്ടുകരയിൽ ഒരു സ്ത്രീയെ കൊല പ്പെടുത്തുകയും സഹോദരിയെ വീടിനകത്തു കെട്ടിയിട്ട് മയക്കുമരുന്ന് നൽകിയ ശേഷം ആഭരണങ്ങൾ കവരുകയും ചെയ്ത ഒരു സംഭവ മുണ്ടായി. ഇവരുടെ മക്കളെല്ലാം വിദേശത്തായിരുന്നു. പി വിജയൻ ഐപിഎസ് സാറായിരുന്നു അന്നു തൃശൂർ പൊലീസ് കമ്മീഷണർ. ഞങ്ങൾ അദ്ദേഹത്തിന്റെ ഷാഡോ ടീമിൽ അംഗങ്ങളായിരുന്നു. സംഭവമറിഞ്ഞയുടൻ ഷാഡോ ടീമിനെ അവിടേയ്ക്കു വിളിച്ചു. ഫിലിപ്പ് വർഗീസ് സാറിന്റെ നേതൃത്വത്തിൽ ഞങ്ങൾ അവിടെയെത്തി.

ആ വീട്ടിൽ കോമളം എന്ന് പേരുള്ള ഒരു വേലക്കാരി ഉണ്ടായിരുന്നു എന്നും ഇപ്പോൾ കാണുന്നില്ല എന്ന് മനസ്സിലാക്കി. കൊല്ലപ്പെട്ട സ്ത്രീയുടെ ബന്ധുക്കളോട് വിശദമായി സംസാരിച്ചു. താൻ വിവാഹം കഴിക്കാൻ പോകുന്ന വാടാനപ്പിള്ളിയിലെ കൃഷ്ണനെക്കുറിച്ച് കോമളം ഇടയ്ക്കിടെ പറയാറുണ്ടെന്നു ബന്ധുക്കളിൽ നിന്നു മനസ്സിലാക്കി. കൂടാതെ ഒരിക്കൽ കാമുകന് എന്തോ കേസിൽ ജാമ്യം എടുക്കുന്നതി നായി പണം ചോദിച്ചിരുന്നു എന്ന വിവരവും കിട്ടി. ഞങ്ങൾ വാടാന പ്പിള്ളി പൊലീസ് സ്റ്റേഷനുമായി ബന്ധപ്പെട്ടു. ആ പൊലീസ് സ്റ്റേഷൻ അതിർത്തിയിൽ കൃഷ്ണൻ എന്നു പേരുള്ള ആരെങ്കിലും ഉണ്ടോ എന്നറിയുകയായിരുന്നു ലക്ഷ്യം. ഒരു കൃഷ്ണന്റെ വിവരം കിട്ടിയെ ങ്കിലും അവിടെ ചെന്നു അയാളെ നേരിട്ടു കണ്ട് അന്വേഷിച്ചപ്പോൾ ഞങ്ങൾ ഉദ്ദേശിക്കുന്ന കൃഷ്ണൻ അയാളല്ല എന്നു മനസ്സിലായി. എങ്കിലും ഈ കൃഷ്ണനോട് നമ്മൾ ഉദ്ദേശിക്കുന്ന ആളുടെ രൂപം പറഞ്ഞപ്പോൾ, കൃഷ്ണൻ എന്ന് വിളിക്കുന്ന പ്രസാദ് എന്നയാളെ കുറിച്ചു ചില സൂചനകൾ അയാൾ നൽകി.

കൊല്ലപ്പെട്ട സ്ത്രീ, കുറ്റകൃത്യം നടന്ന വീട്ടിലെ കലണ്ടറിൽ കോമ ളയുടെ മൊബൈൽ നമ്പർ കുറിച്ചിട്ടിരുന്നു. അതു ഞങ്ങൾ അന്വേ ഷിച്ചു. പ്രസാദിന്റെ പേരിൽ കോമളയ്ക്ക് എടുത്തു കൊടുത്തിരുന്ന സിം കാർഡ് ആയിരുന്നു അത് വാടാനപ്പള്ളി ഏത്തായി ഭാഗത്താണ്

പ്രസാദ് അപ്പോൾ വാടകയ്ക്കു താമസിച്ചിരുന്നത്. വീട് കണ്ടുപിടിച്ച് അവിടെ എത്തിയെങ്കിലും പ്രസാദ് വീട്ടിലുണ്ടായിരുന്നില്ല. തീരദേശ വാസികളുടെ സഹായത്തോടെ ഞങ്ങൾ വീട് നിരീക്ഷണത്തിൽ വെച്ചു. പുലർച്ചെ പ്രസാദ് വീട്ടിലേക്ക് വന്നു. ഉടൻ തന്നെ വീട് വളഞ്ഞു ഞങ്ങൾ പ്രസാദിനെ പിടികൂടി.

ആളെ വിശദമായി ചോദ്യം ചെയ്തു. വിവരങ്ങൾ കിട്ടാൻ വലിയ പ്രയാസമുണ്ടായില്ല. പ്രസാദ് മൂന്നു കേസുകളിൽ പിടികിട്ടാപ്പുള്ളിയാണ്. 2003 ജൂൺ അഞ്ചിന് കാഞ്ഞങ്ങാട് വ്യാജമദ്യം കഴിച്ച് രണ്ടു പേർ മരിച്ച സംഭവമാണ് ആദ്യത്തേത്. 2006ൽ ഈ കേസിൽ ഹോസ്ദുർഗ് കോടതി ഇയാളെ പിടികിട്ടാപ്പുള്ളി ആയി പ്രഖ്യാപിച്ചു. അതിനു മുമ്പ് 2001ൽ ഇടുക്കി ജില്ലയിൽ യുവതിയെ തട്ടിക്കൊണ്ടു പോയി ബലാത്സംഗം ചെയ്ത ശേഷം കവർച്ച നടത്തിയ കേസുണ്ടായി. 2008ൽ ഈ കേസിൽ തൊടുപുഴ സെഷൻസ് കോടതിയും ഇയാളെ പിടികിട്ടാപ്പുള്ളിയായി പ്രഖ്യാപിച്ചിട്ടുണ്ട്. മതിലകം പൊലീസ് സ്റ്റേഷൻ പരിധിയിൽ ഒരു വീട് ആക്രമണ കേസിൽ പ്രതിയാണ്. ഗുരുവായൂരിലും ഇയാൾക്കെതിരെ കേസുണ്ട്.

മതിലകത്തു താമസിക്കുമ്പോഴാണ് അടുത്ത വീട്ടിൽ ജോലി ചെയ്തിരുന്ന കോമളയെ പരിചയപ്പെടുന്നത്. ഇതിനിടെ പാവറട്ടി സ്വദേശിയായ പ്രവാസിയുടെ രണ്ടു മക്കളുള്ള ഭാര്യയെ പരിചയപ്പെട്ടു വിവാഹവും കഴിച്ചു. മുംബൈ, ഗുജറാത്ത്, ചെന്നൈ, സത്യമംഗലം, കാഞ്ഞങ്ങാട്, മൂന്നാർ, എറണാകുളം തുടങ്ങിയ സ്ഥലങ്ങളിൽ ഓട്ടോ ഡ്രൈവറായും ടൂറിസ്റ്റ് ടാക്സി ഡ്രൈവറായും പ്രസാദ് ജോലി ചെയ്തിട്ടുണ്ട്. കാമുകിയായ കോമളയുമൊന്നിച്ച് മുന്നാറിൽ പ്രസാദ് താമസിച്ചിട്ടുണ്ട്. സാജു, വിനിഷ് എന്നിവരുമായും അവിടെ വച്ചു സൗഹൃദം സ്ഥാപിച്ചിരുന്നു.

ഇതിനിടയ്ക്കുണ്ടായ സാമ്പത്തിക ബാധ്യത മൂലം പ്രസാദ് തന്റെ വാഹനം പണയം വച്ചിരുന്നു. മതിലകം പൊലീസ് സ്റ്റേഷനിൽ വീട് ആക്രമണക്കേസിൽ പെട്ടതോടെ, താമസിച്ചിരുന്ന വീട്ടിൽ നിന്ന് ഭാര്യയും കുട്ടികളുമായി ഇറങ്ങേണ്ടിയും വന്നു. കൂട്ടുപ്രതികൾ ജാമ്യം എടുത്തെങ്കിലും സാമ്പത്തിക ബാധ്യത കാരണം ഇയാൾക്കു ജാമ്യം എടുക്കാൻ സാധിച്ചില്ല. തുടർന്നാണു വാടാനപ്പിള്ളി ഏത്തായി എന്ന സ്ഥലത്ത് വാടക വീടെടുത്ത് താമസം ആരംഭിച്ചത്. സാമ്പത്തിക ബാധ്യത മറികടക്കാൻ കാമുകിയെ ഉപയോഗിക്കാൻ കരുക്കൾ നീക്കിയ പ്രസാദ് സുഹൃത്തുക്കളായ സാജുവിനെയും വിനീഷിനെയും കൂട്ടു പിടിച്ചു. അങ്ങനെയാണു കോമളം ജോലിക്കു നിൽക്കുന്ന സ്ത്രീയുടെ വീട്ടിൽ നിന്ന് പണവും സ്വർണവും അപഹരിക്കുവാനുള്ള തീരുമാനത്തിലെത്തുന്നത്. ആസൂത്രണം ചെയ്തതനുസരിച്ച്

2012 ജൂൺ 13ന് സാജുവും വിനിഷും പ്രസാദിന്റെ വാടകവീട്ടിൽ എത്തി. വയനാട്ടിൽ നിന്ന് പരിചയപ്പെട്ട ലിന്റോയോട് കാറുമായി എത്താൻ പ്രസാദ് പറഞ്ഞിരുന്നു. പതിനാലാം തീയതി ലിന്റോ തന്റെ അമ്മാവന്റെ പേരിലുള്ള കാറുമായി പ്രസാദിന്റെ വീട്ടിൽ എത്തി.

അന്ന് വൈകിട്ട് ഏഴോടെ സംഘം അരണാട്ടുകരയിലെത്തി. നേരത്തെ പറഞ്ഞുറപ്പിച്ചതനുസരിച്ച് മയക്കുഗുളികകൾ വാങ്ങി പ്രസാദ് കൈവശം വച്ചിരുന്നു. ആ ഗുളികകൾ കോമളയെ രഹസ്യമായി കണ്ട് ഏൽപിക്കുകയും രാത്രി കൊല്ലപ്പെട്ട സ്ത്രീക്ക് ആഹാരത്തിൽ ചേർത്തു കൊടുക്കാൻ നിർദ്ദേശിക്കുകയും ചെയ്തു. കോമളയെയെ കണ്ടശേഷം പ്രസാദ് സംഘത്തോടൊപ്പം ചേർന്നു ബാറിൽ പോയി മദ്യപിച്ചു കാത്തിരുന്നു. രാത്രി വൈകിയതിനു ശേഷം വീണ്ടും എല്ലാവരും കൂടി അരണാട്ടുകരയിലെ വീട്ടിൽ എത്തി. കോമളം വാതിൽ തുറന്നു കൊടുത്തു. അകത്തു മുറിയിൽ കയറിയ പ്രതികൾ കൊല്ലപ്പെട്ട സ്ത്രീയുടെ മുഖം പൊത്തുകയും കഴുത്ത് ഞെരിക്കുകയുമായിരുന്നു. ശബ്ദം കേട്ട് മുകളിലെ മുറിയിൽ നിന്ന് ഇറങ്ങി വന്ന സഹോദരിയുടെ കയ്യും കാലും കെട്ടിയിട്ടു. കവർച്ച നടത്തി രണ്ടു കാറുകളിലായി സംഘം സ്ഥലം വിട്ടു. കോമളവും അവർക്കൊപ്പം പോയി.

കാര്യം നടന്നു കഴിഞ്ഞപ്പോൾ കോമളത്തെ ഒഴിവാക്കാനായിരുന്നു പ്രസാദിന്റെ പദ്ധതി. അതനുസരിച്ചു കോമളയെ അയാൾ വിനീഷിനെ കൂട്ടി ഗുണ്ടൽ പേട്ടിലേക്ക് അയച്ചു. പക്ഷേ അവരുടെ കൈയിൽ മൊബൈൽ ഫോൺ ഉണ്ടായിരുന്നതിനാൽ കണ്ടെത്താൻ കഴിഞ്ഞു. മലപ്പുറം ജില്ലാ സ്ക്വാഡിലുള്ള ഹസൈനാരുടെ മറ്റും സഹായത്താലാണ് ഗുണ്ടൽ പേട്ടിൽ നിന്നും കോമളത്തെ അറസ്റ്റ് ചെയ്തത്.

പിന്നാമ്പുറം

പാവപ്പെട്ട ഒരു വീട്ടുവേലക്കാരിയായിരുന്ന കോമളം ഈ കൊലക്കേസിൽ പ്രതിയായി. വാസ്തവത്തിൽ ആ സ്ത്രീ ഒരു കൊലപാതകിയാകാനോ അതിനു കൂട്ടു നിൽക്കാനോ ഉദ്ദേശിച്ചു കാണില്ല. പ്രസാദിന്റെ കെണിയിൽ അവർ പെട്ടു പോകുകയായിരുന്നു. പാവപ്പെട്ട സ്ത്രീകളെ പ്രണയം നടിച്ചു മയക്കി എടുത്തു കളവിനും കൊലപാതകത്തിനുംവരെ പ്രേരിപ്പിക്കുന്ന ഇത്തരം നിരവധി കേസുകൾ ഉണ്ടായിട്ടുണ്ട്. തന്റെ ആവശ്യം കഴിഞ്ഞാൽ ഈ സ്ത്രീകളെ ഇല്ലാതാക്കാൻ പോലും മടിക്കാത്തവരാണു കുറ്റവാളികൾ. ഇത്തരം ആളുകളുടെ കെണികളിൽ വീഴാതിരിക്കാനുള്ള ജാഗ്രത എല്ലാവർക്കും ആവശ്യമാണ്. ■

സുശീല കൊലക്കേസ്

മതിലകത്ത് തലയ്ക്ക് അടിയേറ്റ് വീടിനകത്തെ കിടപ്പുമുറിയുടെ ചേർന്നുള്ള കുളിമുറിയിൽ വീണു കിടക്കുന്നു ഒരു സ്ത്രീ. ഇവരുടെ കയ്യിലുണ്ടായിരുന്ന മൂന്നു വളകളും നഷ്ടപ്പെട്ടിരുന്നു. 2016 ജനുവരി 26നാണ് നാടിനെ നടുക്കിയ ഈ കൊലപാതകം നടന്നത്. ഞാൻ അന്ന് ഇരിങ്ങാലക്കുട സബ്ഡിവിഷൻ ക്രൈം സ്ക്വാഡ് സബ് ഇൻസ്പെക്ടർ ആയിരുന്നു. ഡിവൈഎസ്പി വർഗീസ് സാർ നിർദേശിച്ചതനുസരിച്ച് ഞാനും ടീമംഗങ്ങളും സംഭവസ്ഥലത്തെത്തി. കൊല നടന്നതിന് അല്പം മുമ്പായി സമീപത്ത് താമസിച്ചിരുന്ന ബന്ധുവായ 16 വയസ്സുകാരനെ അമ്മൂമ്മ റസ്ക്ക് വാങ്ങാൻ പറഞ്ഞയച്ചിരുന്നു. റസ്ക് വാങ്ങാൻ പോകുമ്പോൾ തമിഴ്നാട്ടുകാരനെ പോലിരിക്കുന്ന ഒരാളെ അമ്മൂമ്മയുടെ വീടിന്റെ കാർപോർച്ചിൽ കണ്ടതായി ആ ബാലൻ പറഞ്ഞു. ബാലൻ നൽകിയ വിവരങ്ങൾ വച്ച് ഒരു തമിഴ് നാട്ടുകാരന്റെ രേഖാചിത്രം തയ്യാറാക്കി. ചിത്രവുമായി സാമ്യമുള്ള ആളുകളെ കണ്ടെത്തി ചോദ്യം ചെയ്യുകയും അവരെ ബാലനെ കാണിക്കുകയും ചെയ്തു. എന്നാൽ അവൻ ആരെയും തിരിച്ചറിഞ്ഞില്ല.

കൊലപാതകം നടന്ന വീടിന്റെ സമീപത്തുള്ള ആളുകളെ ചോദ്യം ചെയ്യുകയും നിരീക്ഷണത്തിൽ വയ്ക്കുകയും ചെയ്തിരുന്നു. കൊലപാതകം നടന്ന വീടിനടുത്തുള്ള കുളങ്ങൾ വറ്റിച്ച് ആയുധങ്ങൾക്കായി പരിശോധന നടത്തിയെങ്കിലും ഒന്നും കിട്ടിയില്ല. ഇതോടെ ഞങ്ങൾ അന്വേഷണത്തിന്റെ ദിശ മാറ്റി. ബാലൻ പറഞ്ഞ പ്രകാരം ഉള്ള തമിഴനെ മറ്റു നാട്ടുകാർ ആരും ആ ദിവസം കണ്ടിട്ടില്ലെന്ന് ബോധ്യമായതോടെ ഞങ്ങളുടെ സംശയം ബാലനിലേക്കു തന്നെ നീണ്ടു. കൃത്യം നടന്ന ദിവസം ഈ ബാലൻ പോയ സ്ഥലങ്ങൾ, ചെയ്ത പ്രവൃത്തികൾ എന്നിവ വിശകലനം ചെയ്യുകയും കൂട്ടുകാരെ ചോദ്യം ചെയ്യുകയും ചെയ്തതോടെ സംശയം ബലപ്പെട്ടു. ഒരു പാക്കറ്റ് റസ്ക്ക്

അവിടെയുള്ളതായി ഞങ്ങളുടെ ശ്രദ്ധയിൽ പെട്ടു. നിറയെ വീടുകളുള്ള ഒരിടത്ത് പുറത്തു നിന്നെത്തി, ഒരാൾക്ക് കുറഞ്ഞ സമയത്തിനുള്ളിൽ കൊല നടത്തി വളകൾ കവർന്നു രക്ഷപ്പെടാൻ കഴിയില്ലെന്നും ഞങ്ങൾ മനസ്സിലാക്കി. ഞാനും സുനിലും ചേർന്നു ആ ബാലനെ ഒരു മുറിയിലേക്ക് കൂട്ടിക്കൊണ്ടുപോയി വളരെ സ്നേഹത്തോടെ കാര്യങ്ങൾ ചോദിച്ചു. ആദ്യമെല്ലാം ചോദ്യങ്ങളോട് അവൻ നിഷേധ ഭാവത്തിൽ പ്രതികരിച്ചുകൊണ്ടിരുന്നു. പക്ഷേ, ഞങ്ങൾ മാറി മാറി ചോദിക്കാൻ തുടങ്ങിയതോടെ അവനു പിടിച്ചുനിൽക്കാൻ കഴിഞ്ഞില്ല. ഒരു പൊട്ടിക്കരച്ചിലായിരുന്നു പിന്നെ. ഞങ്ങൾ അവനെ സമാധാനിപ്പിച്ച്, ഒരു ഗ്ലാസ് വെള്ളം കൊടുത്തു. നടന്ന സംഭവം അവൻ വിവരിച്ചു.

സംഭവം നടന്ന ദിവസം അമ്മൂമ്മയുടെ വീടിനു മുന്നിലൂടെ സൈക്കിളിൽ വരികയായിരുന്ന ബാലനോട് അവർ തന്റെ കാണാതായ 5000 രൂപ മോഷ്ടിച്ചത് അവനാണെന്നു പറയുകയും ഇതു സംബന്ധമായി ഇരുവരും തമ്മിൽ വഴക്കുണ്ടാവുകയും ചെയ്തു. അതു കഴിഞ്ഞു പോയ ബാലൻ അൽപസമയം കഴിഞ്ഞ് വീണ്ടും ഇവരുടെ വീട്ടിലേക്ക് തന്നെ തിരിച്ചെത്തി. അപ്പോൾ അവർ കുളികഴിഞ്ഞ് നിൽക്കുകയായിരുന്നു. വീണ്ടും തർക്കം ഉണ്ടായതോടെ അമ്മൂമ്മ ബാലനെ തല്ലി. ബാലൻ പിടിച്ചു തള്ളിയപ്പോൾ നിയന്ത്രണം തെറ്റിയ അമ്മൂമ്മ കുളിമുറിയിലെ അലക്കുകല്ലിൽ തലയടിച്ചു വീണു. ഇവർ ശ്വാസം കിട്ടാതെ പിടയുന്നത് കണ്ടപ്പോൾ ഇക്കാര്യം അമ്മൂമ്മ ആരോടെങ്കിലും പറയും എന്നു ഭയന്ന ബാലൻ കുളിമുറിയിലെ മറ്റൊരു കരിങ്കൽ കഷ്ണം എടുത്തു വീണ്ടും അമ്മൂമ്മയുടെ തലയ്ക്ക് അടിച്ചു. മരിച്ചെന്നു ഉറപ്പായപ്പോൾ അത് കവർച്ചയ്ക്കായി നടത്തിയ കൊലപാതകം ആണെന്ന് വരുത്തി തീർക്കുവാൻ അമ്മൂമ്മയുടെ കയ്യിൽ ഉണ്ടായിരുന്ന വളകൾ ഊരിയെടുത്ത് റസ്ക്ക് വാങ്ങാൻ പോയി. റസ്ക് വാങ്ങി വന്ന ശേഷം വളകൾ സ്വന്തം വീട്ടിലെ വിറകുപുരയിൽ ഒളിപ്പിച്ചു. പിന്നീട് കൂട്ടുകാരനെ വിളിച്ചു കൊണ്ടുവന്നു അമ്മൂമ്മ മരിച്ചത് കാണിച്ചു കൊടുക്കുകയും അവന്റെ കൂടി സഹായത്തോടെ തമിഴനെ കണ്ടുവെന്നുള്ള കഥ മെനയുകയും ചെയ്തു. സംഭവം വിവരിച്ചു കഴിഞ്ഞ് ആ ബാലൻ തന്നെ വളകൾ വിറകുപുരയിൽ നിന്നും എടുത്തു തരികയും ചെയ്തു. ഈ കേസ് അന്വേഷണം കൊടുങ്ങല്ലൂർ സി ഐ ആയിരുന്ന സലീഷ് സാറിന്റെ നേതൃത്വത്തിൽ എസ് ഐ കൈലാസ്നാഥ്, സൂരജ്, ലിജു, അഷറഫ്, പ്രദീപ്, ഷാജു, ഫ്രാൻസീസ് എന്നിവരായിരുന്നു കൂടെ ഉണ്ടായിരുന്നത്.

പിന്നാമ്പുറം

ഈ കുട്ടിയുടെ കുടുംബപശ്ചാത്തലവും സ്വഭാവശീലങ്ങളും വിശകലനം ചെയ്യുമ്പോൾ ഇതു തികച്ചും യാദൃച്ഛികമായി ഉണ്ടായ ഒരു സംഭവമാണോ എന്ന സംശയം നമുക്കുണ്ടാകും. കാരണം, ഇത്ര ചെറിയ പ്രായത്തിൽ തന്നെ ഇവൻ കൂട്ടുകാരുമൊത്തു മദ്യ പിക്കുകയും മയക്കുമരുന്നുകൾ ഉപയോഗിക്കുകയും ചെയ്യുമായി രുന്നു. മാതാപിതാക്കളുടെ ശ്രദ്ധയില്ലായ്മയും അവർ നൽകിയ സ്വാതന്ത്ര്യവും പരിധി വിട്ടുള്ളതായിരുന്നു. മൊബൈൽ ഫോൺ വാങ്ങി സമ്മാനിച്ചിരുന്നത് മാതാപിതാക്കൾ തന്നെയാണ്. എന്നാൽ അത് എങ്ങനെ ഉപയോഗിക്കുന്നു എന്ന് ആരും ശ്രദ്ധിച്ചിരുന്നില്ല. മൊബൈൽ ഫോണിൽ കൂട്ടുകാരുമൊത്ത് അശ്ലീല ചിത്രങ്ങൾ കാണുന്ന സ്വഭാവവും ഈ കുട്ടിക്ക് ഉണ്ടായിരുന്നു. കരാട്ടെ പഠന ത്തിനു പോകുന്നതിന്റെ മറവിലായിരുന്നു കൂട്ടുകാരുമൊത്തുള്ള ഇടപാടുകൾ. മയക്കുമരുന്നും മൊബൈൽ ഫോൺ ഉപയോഗവും തന്നിൽ ഒരു ക്രിമിനൽ ചിന്താഗതി വളർത്തിയിരുന്നുവെന്ന് ഈ കുട്ടി തന്നെ ഞങ്ങളോട് സമ്മതിക്കുകയും ചെയ്തു. ■

മതിലകം ബിജിത്ത് കൊലക്കേസ്

മതിലകം പടിഞ്ഞാറെ വെമ്പല്ലൂർ ഉള്ള കണ്ണൻ മകൻ ബിജിത്തിനെ കാണ്മാനില്ല എന്ന് കാണിച്ച് മതിലകം പൊലീസ് സ്റ്റേഷനിൽ ഒരു പരാതി കൊടുക്കുകയുണ്ടായി. പരാതി പ്രകാരം മതിലകം പൊലീസ് സ്റ്റേഷനിൽ എസ് ഐ മിഥുൻ 'മാൻ മിസ്സിംഗ്' കേസ് രജിസ്റ്റർ ചെയ്തു അന്വേഷണം ആരംഭിച്ചു. കേരളത്തിലെ എല്ലാ സ്റ്റേഷനുകളിലേക്കും മെസ്സേജുകൾ അയച്ച്, അന്വേഷണം നടത്തിക്കൊണ്ടിരിക്കുമ്പോൾ ബിജിത്തിന്റെ ബന്ധു കർണ്ണൻ എന്നയാൾ മതിലകം പൊലീസ്റ്റേഷനിലേക്ക് വിളിച്ച് ഒരു വിവരം അറിയിച്ചു. കണ്ണൻ ബസാർ വാട്ടർ ടാങ്കിനടുത്ത് കഴിയാർ എന്ന സ്ഥലത്ത് ആൾതാമസമില്ലാത്ത പറമ്പിലുള്ള ഒരു തെങ്ങിന്റെ തടത്തിൽ കുറ്റിച്ചെടികളുടെ മറവിൽ ബ്ലാങ്കറ്റിൽ പൊതിഞ്ഞ ഒരു കെട്ടു കിടപ്പുണ്ടെന്നും ബ്ലാങ്കറ്റിനിടയിലൂടെ ഒരാളുടെ കാൽമുട്ട് ഭാഗം പുറത്ത് കാണാമെന്നും കെട്ടിൽ ഈച്ചയാർക്കുകയും പുഴുവരിക്കുകയും ചെയ്യുന്നുണ്ടെന്നുമായിരുന്നു വിവരം. വിവരമറിഞ്ഞയുടൻ പൊലീസ് പാർട്ടി സ്ഥലത്തെത്തി.

ചെട്ടിപ്പറമ്പിൽ ഫൽഗുനൻ എന്നയാളുടെ ഉടമസ്ഥതയിലുള്ള പറമ്പിലായിരുന്നു ഈ പുതപ്പുകെട്ട്. കോഫി, ഓറഞ്ച്, വെള്ള, ഇളം പച്ചനിറങ്ങളോടുകൂടിയ ഒരു ബ്ലാങ്കറ്റുകൊണ്ട് പൊതിഞ്ഞ് മുറുക്കി കെട്ടിയിട്ടുണ്ട്. അതിന്റ മുകൾഭാഗത്തെ വിടവിലൂടെ ഒരു മനുഷ്യന്റെ കാൽമുട്ട് പുറത്ത് കാണാം. ഉണങ്ങിയ ഓലകൾ കൊണ്ട് ഭാഗികമായി മറച്ചിട്ടുണ്ട്. തൃശൂർ റൂറൽ എസ് പി വിജയകുമാർ സാറിന്റെ നിർദ്ദേശപ്രകാരം ഞങ്ങൾ സ്ഥലത്ത് എത്തി. പുതപ്പുകെട്ട് എടുത്ത് ഞങ്ങൾ നിലത്തു വിരിച്ച പ്ലാസ്റ്റിക് ഷീറ്റിൽ സ്ഥലവാസികളുടെ സഹായത്തോടെ കൊണ്ടുവച്ചു. തുറന്ന് നോക്കിയപ്പോൾ കണ്ട കാഴ്ച ഹൃദയഭേദകമായിരുന്നു. മുഖം കരുവാളിച്ച നിലയിലും ഇരുകണ്ണുകളും അഴുകിയ നിലയിലും വായ അൽപ്പം തുറന്നു നാക്ക് കടിച്ചു പിടിച്ചുപുറത്തേക്കു തള്ളിയ നിലയിലും ഇരുകൈകളും നെഞ്ചോടു ചേർത്തു വച്ച നിലയിലും ഇടതുകാൽ വലതുകാലിന്റെ

മുകളിൽ ചേർത്തു രണ്ടു കാൽവണ്ണകളും കാപ്പികളറിൽ വെള്ള ചെക്കുകളുള്ള തുണികൊണ്ട് കൂട്ടിക്കെട്ടി കഴുത്തുമായി ബന്ധിപ്പിച്ച നിലയിലും ഉള്ള ഒരു മൃതദേഹം. ചാരനിറത്തിൽ, എന്തോ കറ പുരണ്ട അരക്കയ്യുള്ള വട്ടക്കഴുത്ത് ബനിയനും അരയിൽ കാവിമുണ്ടു മാണ് ധരിച്ചിരുന്നത്. വസ്ത്രങ്ങളിൽ നിന്നും മൃതദേഹത്തിൽ കാണ പ്പെട്ടു പച്ചകുത്തിയ അടയാളങ്ങളിൽ നിന്നും മൃതദേഹം ബിജി ത്തിന്റേതാണെന്ന് ബന്ധുവായ കർണ്ണനും മറ്റുള്ളവരും കണ്ട് തിരിച്ച റിഞ്ഞു.

ബിജിത്തിനെ ആരോ കൊലപ്പെടുത്തിയതാണെന്നു വ്യക്തമായ നിലയ്ക്ക് ഞങ്ങൾ അന്വേഷണം ആരംഭിച്ചു. ആ സ്ഥലത്തു നിന്നും കുറച്ചു തെക്കുമാറി ഫൽഗുനന്റെ തന്നെ ഉടമസ്ഥതയിലുള്ള പറമ്പിൽ സ്ഥിതിചെയ്യുന്ന കോൺക്രീറ്റ് കെട്ടിടത്തിൽ താമസിക്കുന്ന ഹിന്ദി ക്കാരെക്കുറിച്ച് അന്വേഷിച്ചു. അവരെ ആരെയും അവിടെ കാണാ നുണ്ടായിരുന്നില്ല. മൃതദേഹത്തിൽ കാണപ്പെട്ട ബ്ലാങ്കറ്റ് ആ വീട്ടിൽ നിന്നും എടുത്തതാണെന്നു മനസ്സിലായി. ഹിന്ദിക്കാരുടെ അഡ്രസ്സ് കിട്ടുവാൻ അവരെ കൊണ്ടുവന്ന കോൺട്രാക്ടറെ ബന്ധപ്പെടുകയും കോൺട്രാക്ടറോട് സ്ഥലത്ത് എത്താൻ ആവശ്യപ്പെടുകയും ചെയ്തു. കോൺട്രാക്ടർ അവിടെ താമസിക്കുന്ന മൂന്നു പേരുടെ ഫോൺ നമ്പറുകൾ നൽകി. നാലു ദിവസമായി പണിയൊന്നും ഉണ്ടായി രുന്നില്ലെന്നും കോൺട്രാക്ടറെ വിളിച്ചിട്ടില്ലെന്നും അയാൾ പറഞ്ഞു.

മൂന്നു പേരുടെ ഫോൺ നമ്പർ സൈബർ സെല്ലിൽ കൊടു ത്തെങ്കിലും മൂന്നു നമ്പറുകളും ഓഫ് ആയിരുന്നു. ഇനിയെന്തു ചെയ്യും? ഏതായാലും ആ വീട് ഒന്നുകൂടി പരിശോധിക്കാമെന്നു വച്ചു. അവിടെ നിന്ന് കിട്ടിയ സിഗരറ്റ് പാക്കറ്റിന്റെ പുറത്ത് ഒരു നമ്പർ കുറിച്ചിരുന്നു. അതു ഞങ്ങളെടുത്തു. കോൺട്രാക്ടറോടു ചോദിച്ചെങ്കിലും ആ നമ്പർ അയാൾക്കറിയില്ലായിരുന്നു. ഞങ്ങളതു സൈബർസെല്ലിൽ കൊടുത്തപ്പോൾ ഒരു സന്തോഷ വാർത്തയാണ് കിട്ടിയത്. ആ നമ്പർ സംഭവസ്ഥലത്തുനിന്ന് തമിഴ്നാടു വഴി വട ക്കോട്ടു പോയി കൊണ്ടിരിക്കുകയാണ്. അങ്ങനെയെങ്കിൽ അവർ തന്നെയായിരിക്കാം പ്രതികളെന്ന നിഗമനത്തിൽ ഞങ്ങളെത്തി. ഒഡിഷ സ്വദേശികളാണ് അവർ. ഉടൻ തന്നെ ഞാൻ ഉൾപ്പെടുന്ന ഒരു ടീമിനെ ഒഡിഷയിലേക്കു അയയ്ക്കുവാൻ മേലുദ്യോഗസ്ഥർ തീരുമാനിച്ചു.

പ്രതികളെ പിടിക്കാൻ വേണ്ടിയുള്ള ദീർഘയാത്രകൾ നടത്തു വാൻ എനിക്കെപ്പോഴും താത്പര്യമായിരുന്നു. ഈ സമയത്തു വ്യക്തി പരമായ പല ബുദ്ധിമുട്ടുകളും ഉണ്ടെങ്കിലും യാത്രയ്ക്കു തയ്യാ റാണെന്നു ഞാൻ അറിയിച്ചു. മതിലകം പൊലീസ് സ്റ്റേഷനിലെ

എസ് ഐ സൂരജ്, സീനിയർ സിവിൽ പൊലീസ് ഓഫീസർമാരായ പി ജയകൃഷ്ണൻ, ജോബ്, ഗോപി, സൂരജ് വി ദേവ്, ജീവൻ എന്നിവരായിരുന്നു സംഘാംഗങ്ങൾ. ഒരു ട്രാവലറിൽ അന്നു രാത്രി തന്നെ ഞങ്ങൾ യാത്ര പുറപ്പെട്ടു. മൂന്ന് രാത്രിയും മൂന്നു പകലും നീണ്ട യാത്ര. നാലാമത്തെ ദിവസമാണ് ഞങ്ങൾ ഒഡിഷയിൽ എത്തിയത്. യാത്ര വളരെയധികം ബുദ്ധിമുട്ടുള്ളതായിരുന്നു. ഉറങ്ങുവാൻ ലോഡ്ജുകൾ കിട്ടാത്ത അവസ്ഥയായിരുന്നു. ഒയോ റൂംസ് പോലെയുള്ള ആപ്പുകൾ മുഖേനെ ഓൺലൈനിൽ ബുക്ക് ചെയ്തിട്ടും സ്ഥലത്തെത്തി കഴിയുമ്പോൾ റൂം ഇല്ലെന്നു പറയുന്ന സ്ഥിതി.

ഒടുവിൽ ഞങ്ങൾ ലക്ഷ്യസ്ഥാനത്തെത്തി. തൃശൂർ റൂറൽ എസ് പി വിജയകുമാർ സർ അവിടത്തെ എസ് പിയുമായി ബന്ധപ്പെട്ടു ഞങ്ങൾക്ക് എല്ലാ സഹായങ്ങളും ചെയ്തു തരാൻ ഏർപ്പാടാക്കിയിരുന്നു. ഞങ്ങൾ എസ് പിയെ പോയി കണ്ടു. അദ്ദേഹം സഹായങ്ങൾ വാഗ്ദാനം ചെയ്തു.

ടൗണിൽ നിന്നും 50 കിലോമീറ്റർ അകലെ, ഗംഗപൂർ പൊലീസ് സ്റ്റേഷൻ പരിധിയിൽ ലോട്ടാപ്പിള്ളി എന്ന സ്ഥലത്ത് ഒരു കാടിനോടടുത്താണു പ്രതികളെന്നു സംശയിക്കുന്നവരുടെ സ്ഥലം. ഞങ്ങൾ ഗംഗാപുരിൽ എത്തി അവിടത്തെ സിഐയോട് കാര്യങ്ങൾ വിശദീകരിച്ചു. അവിടത്തെ പൊലീസിന്റെ സഹായത്തോടെ ഞങ്ങൾ ബൈക്കിലാണ് യാത്ര ചെയ്തത്. പ്രതികളെക്കുറിച്ച് അന്വേഷിച്ചു. അവർ നാട്ടിൽ വന്നിട്ടുണ്ടെന്നും നാട്ടിൽ വന്നാൽ കാട്ടിൽ നായാട്ടിനു പോകുമെന്നും കൈയ്യിൽ തോക്കുണ്ടെന്നും മനസ്സിലായി. ഞങ്ങൾ അവിടെ ക്രൈം വർക്ക് ചെയ്യുന്ന പൊലീസിന്റെ സഹായത്തോടെ ഇവരുടെ വീടിനടുത്തുള്ള ഒരാളെ വിവരങ്ങളറിയിക്കാൻ പറഞ്ഞേല്പിച്ചു.

ഞങ്ങളെല്ലാം വേഷം മാറിയാണ് യാത്ര ചെയ്തിരുന്നത്. സ്ഥലം കൊടുംകാടിനോട് ചേർന്നായിരുന്നതിനാൽ വന്യമൃഗങ്ങളുടെ ശല്യം ഉണ്ടായിരുന്നു. വിഷമുള്ള പാമ്പുകളെയും ധാരാളം കണ്ടു. ആ ഗ്രാമത്തിൽ കാറിലോ മറ്റു വലിയ വാഹനങ്ങളിലോ പോയാൽ ആളുകൾ പെട്ടെന്നു സംശയിക്കും. അതുകൊണ്ടാണു യാത്രയ്ക്കു ബൈക്കുകൾ ഉപയോഗിച്ചത്. ഗംഗാപുർ പൊലീസ് സ്റ്റേഷനിലെ പൊലീസുകാരുടെ കയ്യിൽ സ്റ്റെൻഗൺ ഉണ്ടായിരുന്നു. ആ തോക്കുകളുടെ പിൻബലത്തിലാണു ഞങ്ങളുടെ യാത്ര. ഞങ്ങളുടെ കൈവശം മൂന്നു വിലങ്ങുകൾ മാത്രമാണ് ഉണ്ടായിരുന്നത്. തോക്കുമായി നടക്കുന്ന പ്രതികളെ നേരിടാൻ വിലങ്ങുകൾ മതിയാകില്ലല്ലോ.

24 മണിക്കൂർ അവിടെ ചുറ്റിത്തിരിഞ്ഞ ശേഷമാണ് പൊലീസിന്റെ ഇൻഫോർമറിൽ നിന്നു ഞങ്ങൾക്കു വിവരം ലഭിച്ചത്. ഞങ്ങൾ

അന്വേഷിക്കുന്ന ടൊഫാൻ മല്ലിക്ക് തോക്കുമായി വീട്ടിൽ എത്തിയിട്ടുണ്ട് എന്നായിരുന്നു വിവരം. ഞങ്ങൾ ഉടനെ തന്നെ ചെന്നു വീടു വളഞ്ഞു. ടൊഫാൻ മല്ലിക്കിനെ ഞങ്ങൾ പൊക്കിയെടുത്തു. അവനെ വിലങ്ങു വച്ചു സൂരജിന്റെയും ജീവന്റെയും നടുക്കു ബൈക്കിൽ ഇരുത്തി വേഗം പറഞ്ഞു വിട്ടു. ആളുകൾ കൂടിയാൽ എല്ലാവരും കൂടി വന്നു ആക്രമിച്ചേക്കാം എന്നുള്ളത് കൊണ്ടാണ് അവരെ പെട്ടെന്ന് അവിടെ നിന്നു നീക്കിയത്.

മല്ലിക്കിനെ സൂരജും ജീവനും കൂടി ചോദ്യം ചെയ്തു. അവൻ കുറ്റം സമ്മതിച്ചിട്ടുണ്ടെന്നും ബാക്കിയുള്ളവർ നയാപിള്ള പൊലീസ് സ്റ്റേഷൻ പരിധിയിൽ ക്രിമിനലുകൾ ഉള്ള ഒരു കോളനിയിൽ പോയിട്ടുണ്ടെന്നും സൂരജ് ഞങ്ങളെ വിളിച്ചു പറഞ്ഞു. അതിന്റെ അടിസ്ഥാനത്തിൽ ഗംഗപൂർ പൊലീസിനു നന്ദി പറഞ്ഞു ഞങ്ങൾ 200 കിലോമീറ്റർ അകലെയുള്ള നയാപിള്ള പൊലീസ് സ്റ്റേഷനിലേക്ക് പുറപ്പെട്ടു. ഇത് ഭുവനേശ്വർ ജില്ലയിലാണ്.

അവിടെ ക്രൈം സ്ക്വാഡിന്റെ എസ് ഐ ദീപക്ക് ലങ്ക ഞങ്ങളെ വളരെ സന്തോഷത്തോടെ സ്വീകരിച്ചു. കേരള ഡിജിപി ആയിരുന്ന ശ്രീ ലോകനാഥ് ബെഹ്റ ഐ പി എസ് ന്റെ നാടാണത്. ആ രാത്രി തന്നെ ഞങ്ങൾ ലക്ഷക്കണക്കിനു ജനങ്ങൾ തിങ്ങിപ്പാർക്കുന്ന സല്ല്യസാഹി കോളനിയിൽ മറ്റ് രണ്ടു പ്രതികൾക്കു വേണ്ടി തിരച്ചിൽ നടത്തി. ചുറ്റിപ്പിണഞ്ഞു കിടക്കുന്ന ഇടുങ്ങിയ വഴികളും ധാരാളം തെരുവ് നായ്ക്കളും ഉള്ള ഈ ചേരിയിൽ പൊലീസിന്റെ ചെറിയ നീക്കങ്ങൾ പോലും പെട്ടെന്നു ശ്രദ്ധയിൽ പെടും. അപരിചിതരായവർ എത്തിയാൽ ഏതു നിമിഷവും ആക്രമിക്കപ്പെടാവുന്ന സാഹചര്യമുണ്ട്. ഏതായാലും ഞങ്ങൾ രണ്ടും കൽപിച്ച് കോളനി മുഴുവൻ വിശദമായി പരിശോധിച്ചു. പ്രതികൾ അവിടെനിന്നും രക്ഷപ്പെട്ടതായി അറിയാൻ കഴിഞ്ഞു.

ടൊഫാൻ മല്ലിക്കിനെ ഞങ്ങൾ 2019 ഒക്ടോബർ 1 നാണ് അറസ്റ്റ് ചെയ്തത്. ഒക്ടോബർ 4ന് പ്രതിയെ കോടതിയിൽ ഹാജരാക്കി ട്രാൻസിറ്റ് വാറണ്ട് വാങ്ങി. ടൊഫാൻ മല്ലിക്കിന്റെ ആളുകൾ സംഘം ചേർന്നു ഗംഗാപുർ പൊലീസ് സ്റ്റേഷനിൽ ചെന്നിട്ടുണ്ടെന്നും അവിടെ തുടരുന്നതു പ്രശ്നങ്ങളുണ്ടാക്കുമെന്നും മുന്നറിയിപ്പ് കിട്ടിയതിനാൽ ഭുവനേശ്വറിൽ നിന്ന് അപ്പോൾ തന്നെ തിരിക്കേണ്ടതായി വന്നു. മറ്റു രണ്ടു പ്രതികൾക്കു വേണ്ടി കൂടുതൽ അന്വേഷണം അവിടെ നടത്താൻ സാധിച്ചില്ല. ഭുവനേശ്വറിൽ ഞങ്ങൾ താമസിച്ച പ്രിയ ലോഡ്ജിന്റെ ഉടമസ്ഥനായ കണ്ണൂർ സ്വദേശിയെയും ഇപ്പോൾ ഓർക്കുന്നു. ഒക്ടോബർ 4ന് തന്നെ അവിടെ നിന്നു തിരിക്കുകയും 7നു മതിലകത്ത് എത്തിച്ചേരുകയും ചെയ്തു.

ടൊഫാൻ മല്ലിക്ക് നടന്ന കാര്യങ്ങൾ വിശദീകരിച്ചു.

കൊല്ലപ്പെട്ട ബിജിത്ത് 2019 സെപ്തംബർ 26ന് വൈകിട്ട് ഇവർ താമസിക്കുന്ന വീട്ടിൽ എത്തുകയും ഒപ്പം ചേർന്നു മദ്യപിക്കുകയും ചെയ്തു. മദ്യപിച്ച് ലക്കുകെട്ട ബിജിത്തും പ്രതികളുമായി പണം സംബന്ധമായി വാക്കുതർക്കം ഉണ്ടാകുകയും ബിജിത്ത് ഇവരുടെ മുഖത്തടിക്കുകയും ചെയ്തു. അതിലുണ്ടായ വൈരാഗ്യത്തിൽ മൂന്ന് പ്രതികളും ചേർന്ന് ബിജിത്തിനെ കത്തികൊണ്ട് കുത്തിയും പലക കൊണ്ട് അടിച്ചും കൊലപ്പെടുത്തുകയായിരുന്നു. അതിനു ശേഷം കയറു കൊണ്ട് കെട്ടി പുതപ്പിൽ പൊതിഞ്ഞ് പറമ്പിൽ ഉപേക്ഷിച്ചു. പിടിക്കപ്പെട്ടേക്കാമെന്ന ഭീതിയിൽ സ്വദേശത്തേക്കു പോകുകയായിരുന്നു. ബിജിത്ത് കൊലപാതക കേസിലെ പ്രതിയെ ഒഡിഷ വരെ പിന്തുടർന്നു ചെന്നു പിടിച്ചത് ജനങ്ങൾക്ക് പൊലീസിലുള്ള മതിപ്പും വിശ്വാസവും വർദ്ധിപ്പിച്ച സംഭവമാണ്.

പിന്നാമ്പുറം

മദ്യപാനമാണ് ഈ കൊലപാതകത്തിന്റെ പ്രധാനകാരണമെന്നു കാണാൻ പ്രയാസമില്ല. കൊലപാതകികളാകട്ടെ മയക്കുമരുന്നും ഉപയോഗിക്കുന്നവരായിരുന്നു. അതിന്റെ കൂടി ലഹരിയിലാണ് ഇത്തരം കൊലപാതകങ്ങൾ നടത്താൻ അവർക്കു മനസ്സു വരുന്നത്. മദ്യവും മയക്കുമരുന്നും ഉപയോഗിക്കുന്നതും അത്തരക്കാരുമായി അടുത്ത ബന്ധങ്ങൾക്കു പോകുന്നതും ആത്മഹത്യാപരമാണ്. അന്യസംസ്ഥാനക്കാരാണെങ്കിലും, എത്ര വിദൂരസ്ഥമായ നാടുകളിലോ കാടുകളിലോ പോയി ഒളിച്ചാലും കുറ്റവാളികളെ കണ്ടെത്തി പിടികൂടി നിയമത്തിനു മുമ്പിൽ എത്തിക്കാൻ പൊലീസിനു കഴിയുമെന്ന സന്ദേശം സമൂഹത്തിനു നൽകുക എന്നതും പ്രധാനമാണ്. ഇത്തരം കേസുകളിൽ പൊലീസ് യാതൊരു വിമുഖതയും കാണിക്കാത്തതും അതുകൊണ്ടാണ്. ■

മൂന്നുപീടികയിലെ പെട്രോൾ പമ്പ് ഉടമയുടെ കൊലപാതകം

2019 ഒക്ടോബർ 15ന് കൈപ്പമംഗലം പൊലീസ് സ്റ്റേഷനിൽ കിട്ടിയ പരാതിയിൽ മൂന്നുപീടിക വഴിയമ്പലത്ത് മനോഹരൻ മൂന്നുപീടിക യിൽ പെട്രോൾപമ്പ് നടത്തുന്നുണ്ടെന്നും അത് പൂട്ടി വെളുപ്പിന് 1.15 മണിക്ക് മാരുതി സിയാസ് കാറിൽ വീട്ടിലേയ്ക്കു പോന്നെ ങ്കിലും വീട്ടിൽ എത്തിയിട്ടില്ല എന്നതായിരുന്നു. പൊലീസ് സ്റ്റേഷ നിൽ മനോഹരനെ കാണാതായതിനു കേസ് രജിസ്റ്റർ ചെയ്ത് അന്വേഷണം ആരംഭിച്ചു. രാവിലെ തന്നെ തൃശൂർ റൂറൽ എസ് പി വിജയകുമാർ ഐപിഎസ് സർ എന്നെ വിളിച്ചു. കൈപ്പമംഗലം ഭാഗത്ത് ഒരു ആളെ കാണാനില്ലെന്നും നിങ്ങളുടെ ടീമുമായി വന്നു അന്വേഷണം നടത്തണമെന്നും പറഞ്ഞു. ഇരിങ്ങാലക്കുട ഡിവൈ എസ്പി ഫേമസ് വർഗീസ് സാറും വിളിച്ച്, എത്രയും പെട്ടെന്ന് മൂന്നുപീടികയിൽ എത്താൻ പറഞ്ഞു.

ഒൻപതു മണിയോടെ ഞങ്ങൾ സ്ഥലത്തെത്തി. മനോഹരൻ നടത്തിയിരുന്ന പെട്രോൾ പമ്പിൽ എത്തി അന്വേഷണം ആരംഭി ച്ചപ്പോഴേക്കും ഗുരുവായൂരിൽ നിന്നു ഞങ്ങൾക്കൊരു സന്ദേശ മെത്തി. അന്നുരാവിലെ ഗുരുവായൂർ നഗരസഭ വൈസ് ചെയർമാനും ഗുരുവായൂർ നഗരസഭ മുപ്പത്തിയേഴാം വാർഡ് കൗൺസിലറുമായ കെ പി വിനോദ് ഗുരുവായൂർ ടെമ്പിൾ പൊലീസ് സ്റ്റേഷനിൽ ഹാജരായി ഒരു വിവരമറിയിച്ചിരിക്കുന്നു. പുത്തൻപള്ളി മമ്മിയൂർ രാജ പള്ളിയുടെ തെക്കുഭാഗത്തു മേൽക്കൂര തകർന്നു കിടക്കുന്ന കെട്ടിടത്തോടു ചേർന്നു സുമാർ 65 വയസ്സ് പ്രായം തോന്നിക്കുന്ന അജ്ഞാതനായ ഒരാൾ മരിച്ചു കിടക്കുന്നതായി രാവിലെ 7.10നു കാണപ്പെട്ടു എന്നതാണു വിവരം. ഇതിന്റെ അടിസ്ഥാനത്തിൽ ഗുരുവായൂർ ടെമ്പിൾ പൊലീസ് സ്റ്റേഷനിൽ കേസ് രജിസ്റ്റർ ചെയ്ത്, ഗുരുവായൂർ ടെമ്പിൾ പൊലീസ് സ്റ്റേഷൻ എസ് എച്ച് ഒ പ്രേമാനന്ദ

കൃഷ്ണൻ അന്വേഷണമാരംഭിച്ചിരിക്കുന്നു. ഈ വിവരത്തിന്റെ അടിസ്ഥാനത്തിൽ, കാണാതായിരിക്കുന്ന മനോഹരന്റെ ബന്ധുക്കളായ ഷാജുവുംനാഥനും കൈപ്പമംഗലം എസ് ഐ ജയേഷ് ബാലനുമൊത്ത് നേരെ പുത്തൻപള്ളി മമ്മിയൂരിൽ എത്തി മൃതദേഹം കണ്ടു. അതു മനോഹരന്റെ മൃതദേഹം തന്നെയാണെന്നു തിരിച്ചറിഞ്ഞു.

മൃതദേഹം ഗുരുവായൂർ ടെമ്പിൾ പൊലീസ് സ്റ്റേഷൻ ഇൻസ്പെക്ടറുടെ നേതൃത്വത്തിൽ തൃശ്ശൂർ സിറ്റി പൊലീസിലെ സയന്റിഫിക് ഓഫീസേഴ്സ്, ഫിങ്ഗർ പ്രിന്റ് ഓഫീസർമാർ, ഡോഗ് സ്ക്വാഡ് തുടങ്ങിയവർ പരിശോധിച്ചു. ലഭ്യമായ ശാസ്ത്രീയ തെളിവുകളെല്ലാം ശേഖരിച്ചു. മൃതദേഹത്തിന് സമീപം കാണപ്പെട്ട മിനറൽ വാട്ടർ ബോട്ടിൽ, അരികിൽ നിന്ന് കിട്ടിയ സെല്ലോ ഫൈൻ ടേപ്പുകൾ തുടങ്ങിയവ ശ്രദ്ധാപൂർവം എടുത്തു വച്ചു. മൃതദേഹം തൃശൂർ മെഡിക്കൽ കോളേജിലെ ഫോറൻസിക് സർജൻ പോസ്റ്റ്മോർട്ടം പരിശോധനയ്ക്കു വിധേയമാക്കി. നെയിൽ ക്ലിപ്പിംഗ്, ബ്ലഡ് സാമ്പിളുകൾ എന്നിവയും ശേഖരിച്ചു.

ഞങ്ങളുടെ ക്രൈം സ്ക്വാഡ് അംഗങ്ങൾ പല ഗ്രൂപ്പുകളായി തിരിഞ്ഞ് അന്വേഷണം ശക്തമാക്കി. പിറ്റേന്ന് പുലർച്ചെ ഈ കേസിലെ കവർച്ച ചെയ്യപ്പെട്ട മാരുതി സിയാസ് കാർ ഉപേക്ഷിക്കപ്പെട്ട നിലയിൽ മലപ്പുറം ജില്ലയിലെ അങ്ങാടിപ്പുറം റെയിൽവേ സ്റ്റേഷൻ പാർക്കിംഗ് ഏരിയയിൽ കാണപ്പെട്ടതായി വിവരം ലഭിച്ചു. കൈപ്പമംഗലം എസ് ഐ ജയേഷ് ബാലനും പൊലീസ് സംഘവും സയന്റിഫിക് ടീമംഗങ്ങളും അവിടെ ചെന്ന് കാർ പരിശോധിച്ചു. കാറിനുള്ളിൽ എയർ പിസ്റ്റളും മറ്റും ഉണ്ടായിരുന്നു.

ഞങ്ങൾ മതിലകം, മൂന്നുപീടിക എന്നിവിടങ്ങളിൽ മുമ്പ് കേസിൽപ്പെട്ടവരുടെയും ക്രിമിനൽ പശ്ചാത്തലമുള്ളവരുടെയും വിവരങ്ങൾ അന്വേഷിച്ചു. കേസുകളുള്ള പല ആളുകളെയും വിളിച്ചു ചോദ്യം ചെയ്തു. യാതൊരു വിവരവും കിട്ടിയില്ല. തുടർന്ന്, മയക്കുമരുന്ന് ഉപയോഗിക്കുന്നവരിലേക്ക് അന്വേഷണം വ്യാപിപ്പിച്ചു. അങ്ങനെയിരിക്കെ എനിക്ക് ഒരു ഫോൺ കോൾ വന്നു. ‘‘സർ, എത്രയും പെട്ടെന്ന് വരണം, ഒരു വിവരമുണ്ട്’’ എന്നതായിരുന്നു സന്ദേശം. ഭക്ഷണം കഴിച്ചു കൊണ്ടിരുന്ന ഹോട്ടലിൽ നിന്ന് ഒട്ടും വൈകാതെ ഞങ്ങൾ ഫോൺ വിളിച്ചയാളുടെ അടുത്തേക്ക് കുതിച്ചു.

മൂന്നാളുകളെ മൂന്നുപീടിക വഴിയമ്പലം ഭാഗത്തു നിന്നു കാണാതായിട്ടുണ്ടെന്നും അവർ തന്റെ കൂട്ടുകാരെ സഹായത്തിനു വിളിക്കുന്നുണ്ടെന്നുമായിരുന്നു വിവരം. ഞങ്ങൾ ഉടനെ തന്നെ നാട്ടിൽ നിന്ന് മുങ്ങിയവർ വിളിക്കുന്ന കൂട്ടുകാരനെ തിരഞ്ഞു കണ്ടെത്തി,

ഞങ്ങളുടെ വണ്ടിയിൽ കയറ്റി, അവന്റെ മൊബൈൽ വാങ്ങി പരിശോധിച്ചു. അവനെ വിളിച്ചു കൊണ്ടിരുന്ന നമ്പർ ഞങ്ങൾ സൈബർ സെല്ലിനു നൽകി പരിശോധിച്ചു. കാണാതായവരായിരിക്കാം മനോഹരനെ തട്ടിക്കൊണ്ടുപോയത് എന്ന് ഞങ്ങൾക്ക് മനസ്സിലായി അവരെ പിടികൂടുകയാണ് അടുത്ത ലക്ഷ്യം.

ഫോണിൽ വിളിച്ചവർ എന്താണു പറഞ്ഞതെന്നു വെളിപ്പെടുത്താൻ അവരുടെ കൂട്ടുകാരൻ ആദ്യം തയ്യാറായില്ല. അയാളെ ഞങ്ങൾ കാര്യങ്ങളുടെ ഗൗരവം പറഞ്ഞു ബോദ്ധ്യപ്പെടുത്തി. തുടർന്ന്, അവൻ ഞങ്ങളുമായി സഹകരിക്കാൻ തയ്യാറായി. കാണാതായിരിക്കുന്ന സുഹൃത്തുക്കളാണ് മനോഹരനെ തട്ടിക്കൊണ്ടുപോയത്. പോകുന്ന വഴിക്ക് മനോഹരനെ ഗുരുവായൂരിൽ തള്ളിയിട്ടു എന്നും മനോഹരന്റെ കാർ വിൽക്കാൻ ശ്രമിച്ചിട്ട് നടന്നില്ല എന്നും അവർ കൂട്ടുകാരനെ അറിയിച്ചിരുന്നു.

കൂട്ടുകാരനെ തന്നെ ഉപയോഗിക്കുവാൻ ഞങ്ങൾ തീരുമാനിച്ചു. മുങ്ങിയവരെ തിരികെ വിളിക്കുക, രക്ഷപ്പെടുത്താമെന്നു വാക്കു കൊടുക്കുക എന്ന നിർദേശം ഞങ്ങൾ കൂട്ടുകാരനു നൽകി. രക്ഷപ്പെട്ടു പോകാനുള്ള പണവും കാറും ശരിയാക്കിത്തരാം എന്നു പറഞ്ഞേക്കാനും നിർദേശിച്ചു. ഞങ്ങൾ പറഞ്ഞു കൊടുത്തതനുസരിച്ച് അവൻ കൂട്ടുകാരോടു സംസാരിച്ചു. രക്ഷപ്പെടാനുള്ള വണ്ടി ഏറ്റുവാങ്ങാൻ പെരുമ്പിലാവിൽ എത്താം എന്ന് അവർ സമ്മതിച്ചു. അതുപ്രകാരം ഒരു കാർ വാടകയ്ക്കെടുത്തു ഞങ്ങൾ ആ കൂട്ടുകാരനെ കയറ്റി പെരുമ്പിലാവിലേക്കു പോയി. ഒരു പൊലീസുകാരൻ ഡ്രൈവറുടെ വേഷത്തിൽ ആ കാറിൽ ഇരുന്നു.

കൈപ്പമംഗലം എസ് ഐ യും ടീമും ഒരു വാഹനത്തിലും ഞാനും എന്റെ ടീമിലുണ്ടായിരുന്ന സൂരജും ഷമീറും ഗോപിയും മാനുവലും ഒരു സ്വകാര്യ വാഹനത്തിലും പിന്നാലെ പോയി പെരുമ്പിലാവ് അൻസാർ ഹോസ്പിറ്റലിന്റെ പാർക്കിംഗ് സ്ഥലത്താണ് എത്താൻ പറഞ്ഞിരിക്കുന്നത്. ഞങ്ങൾ വേഷം മാറി പാർക്കിംഗ് സ്ഥലത്ത് മറഞ്ഞു നിന്നു. അവർക്ക് രക്ഷപ്പെടാനെന്ന പേരിൽ ഏർപ്പാടു ചെയ്തിരുന്ന കാർ പാർക്കിങ്ങിൽ ഇട്ടു. അവർ പെരിന്തൽമണ്ണയിൽ നിന്നു കാർ വാടകയ്ക്കു വിളിച്ചു വരുന്നു എന്നാണു പറഞ്ഞിരുന്നത്. അവരിൽ ഒരാളുടെ ഫോൺ നമ്പർ സൈബർ സെല്ലിൽ കൊടുത്ത് അന്വേഷിച്ചു. പറഞ്ഞ കാര്യം സത്യമാണെന്നും അവർ പെരിന്തൽമണ്ണയിൽ നിന്നു വന്നുകൊണ്ടിരിക്കുന്നതായും ഞങ്ങൾക്ക് മനസ്സിലായി. ഞങ്ങൾ ജാഗ്രതയോടെ കാത്തിരുന്നു. ഒരു വെളുത്ത എത്തിയോസ് കാർ വന്നു. പ്രതികൾക്കു കൊടുക്കാനെന്ന

വ്യാജേന കൊണ്ടുവന്ന കാറിലുണ്ടായിരുന്ന പൊലീസുദ്യോഗസ്ഥനും പുറത്തിറങ്ങി നിന്നു. കാർ പാർക്കിങ്ങിലേക്കു കയറിയ ഉടനെ കൈപ്പമംഗലം എസ് ഐയും ടീമും മൂന്നു പേരെയും കസ്റ്റഡിയിൽ എടുത്തു. പ്രതികളെ ഇരിങ്ങാലക്കുട ഡിവൈഎസ്പി ഓഫീസിൽ കൊണ്ടുവന്നു ചോദ്യം ചെയ്തപ്പോൾ ഞെട്ടിക്കുന്ന ഒരു തിരക്കഥ യാണ് പുറത്തു വന്നത്.

പെട്രോൾ പമ്പ് ഉടമ മനോഹരനെ കൊലപ്പെടുത്തിയ സംഘം ഒരു അപകട നാടകമാണ് എഴുതി സംവിധാനം ചെയ്ത് അവത രിപ്പിച്ചത്. മനോഹരൻ സ്ഥിരമായി പോകുന്ന വഴി നിരീക്ഷിച്ചാണ് പ്രതികൾ ഇതു തയ്യാറാക്കിയത്. പെട്രോൾ പമ്പിൽ നിന്ന് വീട്ടി ലേക്കുള്ള വഴിയിൽ ഇടുങ്ങിയ ഒരിടത്ത് മൂന്ന് പ്രതികൾ ഒരു ബൈക്കുമായി ഒളിച്ചു നിന്നു. മനോഹരൻ കാറുമായി എത്തിയപ്പോൾ ബൈക്കിൽ വേഗത്തിൽ എത്തിയ സംഘം കാറിനു പിന്നിൽ ഇടിച്ചു. മനോഹരൻ കാർ നിറുത്തി പുറത്തിറങ്ങി. അപകടത്തിൽ പരിക്കേറ്റ രീതിയിൽ ഒരാൾ നിലത്ത് കിടന്നു. എന്തു പറ്റിയെന്നു ചോദിച്ചു സഹായിക്കാനെത്തിയ മനോഹരനെ മറ്റു രണ്ടുപേർ ചേർന്നു കീഴ്പ്പെടുത്തി കാറിന്റെ പിൻസീറ്റിലേക്ക് ഇട്ടു. രണ്ടു പ്രതികൾ കാറിൽ കയറി. മറ്റേയാൾ ബൈക്കിൽ മുന്നിൽ പോയി. ശബ്ദം ഉണ്ടാക്കാതിരിക്കാൻ മനോഹരന്റെ വായ് സെല്ലോ ടേപ്പ് കൊണ്ട് ഒട്ടിച്ചു. കൈകൾ പിന്നിൽ ചേർത്ത് കെട്ടി. ബൈക്ക് ഒരിടത്ത് സുരക്ഷിതമായി വച്ച് മൂന്നാമനും കാറിൽ കയറി. കാർ പറവൂർ വഴി കൊച്ചി ഭാഗത്തേക്കാണ് പോയത്. പണം എവിടെ എന്നു ചോദിച്ചു മൂവരും ചേർന്നു മനോഹരനെ മർദ്ദിച്ചു. പണം ഇല്ല എന്നു മനോഹരൻ പറഞ്ഞത് നുണയാണെന്ന് കരുതി രണ്ട് മണിക്കൂറോളം മർദ്ദനം തുടർന്നു. ഇതോടെ മനോഹരൻ അവശനായി. സംഘത്തിൽ ഒരാൾ കയ്യിലുണ്ടായിരുന്ന എയർ പിസ്റ്റൾ കൊണ്ട് വെടിവെച്ചു. വെടിയൊച്ച കേട്ടു മനോഹരൻ ബോധരഹിതനായി. വായും മൂക്കും ചേർത്ത് സെല്ലോ ടേപ്പ് കൊണ്ട് മുറുക്കി കെട്ടി മർദ്ദനം തുടർന്നു. ഇതിനിടെ മനോഹരൻ മരിച്ചിരുന്നു. അതു മന സ്സിലായ സംഘം പരിഭ്രാന്തിയിലായി.

മനോഹരന്റെ മൃതദേഹം കായലിലോ കടലിലോ ഉപേക്ഷിക്കാൻ ആയിരുന്നു പദ്ധതിയെങ്കിലും അതു സാധിച്ചില്ല. തുടർന്ന് ചാലക്കുടി വഴി തൃശൂരിലേക്കു പുറപ്പെട്ടു. ടോൾപ്ലാസ ഒഴിവാക്കി കുറുക്കു വഴിയിലൂടെ തൃശൂരിലെത്തി ഗുരുവായൂർക്ക് പുറപ്പെട്ടു. പുലർച്ചെ യോടെ ഗുരുവായൂരിൽ എത്തിയ സംഘം ആളൊഴിഞ്ഞ ഇടത്ത് റോഡിൽ മൃതദേഹം ഉപേക്ഷിച്ചു പെരിന്തൽമണ്ണയിലേക്കു പോയി. പോകും വഴി നമ്പർപ്ലേറ്റ് അഴിച്ചുമാറ്റി കാറിന്റെ ഉള്ളിൽ ഇട്ടിരുന്നു.

പെട്രോൾ പമ്പിലെ പ്രതിദിന കളക്ഷൻ അഞ്ചു ലക്ഷം രൂപയെങ്കിലും ഉണ്ടാകും എന്നു കരുതിയാണ് പ്രതികൾ മനോഹരനെ തട്ടിക്കൊണ്ടു പോകാൻ പദ്ധതിയിട്ടത്. എന്നാൽ മനോഹരന്റെ കൈയിലുണ്ടായിരുന്നത് 250 രൂപ മാത്രം. പെരിന്തൽമണ്ണയിൽ എത്തി കാർ വിൽക്കാൻ ശ്രമിച്ചെങ്കിലും നടന്നില്ല. അതോടെയാണു എങ്ങനെയെങ്കിലും രക്ഷപ്പെടണം എന്നു കരുതി കൂട്ടുകാരനെ വിളിച്ചതും പൊലീസിന്റെ വലയിൽ കുടുങ്ങിയതും. കൊലപാതകം കഴിഞ്ഞ് കാലതാമസം വരാതെ പ്രതികളെ പിടികൂടിയതിൽ അന്വേഷണ സംഘത്തിന് ബഹുമാനപ്പെട്ട കേരള പോലീസ് മേധാവിയുടെ ബാഡ്ജ് ഓഫ് ഹോണർ ലഭിച്ചിട്ടുള്ളതാണ്.

പിന്നാമ്പുറം

മദ്യത്തിന്റെയും മയക്കുമരുന്നിന്റെയും ഉപയോഗം സൃഷ്ടിച്ച അധഃപതനം ഈ കുറ്റകൃത്യത്തിന്റെയും പിന്നിലുണ്ട്. സ്കൂളിൽ പഠിക്കുമ്പോൾ മുതൽ ഇതെല്ലാം ഉപയോഗിക്കുന്നവരായിരുന്നു പ്രതികൾ. കുടുംബപശ്ചാത്തലവും കുറ്റകൃത്യങ്ങളെ പ്രോത്സാഹിപ്പിക്കുന്ന തരത്തിലുള്ളതായിരുന്നു.

■

വ്യാജസ്വർണം വിറ്റു പണം തട്ടിയ ഉത്തരേന്ത്യൻ സംഘം

ഒരിക്കൽ കൊടുങ്ങല്ലൂർ ടെക്സ്റ്റൈൽസിൽ ഉത്തരേന്ത്യക്കാരായ സ്ത്രീകളടക്കമുള്ള ഒരു നാലംഗസംഘം വരികയും ഒരു ടൗവ്വൽ വാങ്ങിക്കുകയും ചെയ്തു. അതിനുശേഷം സംഘത്തിലെ ഒരാൾ കടയുടമയെ പരിചയപ്പെട്ടു. അയാൾ ഒരു വെള്ളി നാണയമെടുത്ത് കടയുടമയെ കാണിച്ചു. ലക്നോവിലെ വീട്ടുവളപ്പിൽ വൃക്ഷത്തൈ നടുവാൻ കുഴിയെടുത്തപ്പോൾ ഒരു കുടത്തിൽ നിന്ന് കിട്ടിയതാണ് ഈ നാണയമെന്നും ഇതിന്റെ കൂടെ മഞ്ഞനിറത്തിലുള്ള കുറെ മാലകൾ ഉണ്ടെന്നും സംഘം പറഞ്ഞു. മഞ്ഞനിറത്തിലുള്ള മാലകൾ സ്വർണമാണെന്ന സൂചനയാണു സംഘം സമർത്ഥമായി കൈമാറിയത്. അതൊന്നു പരിശോധിക്കണം എന്നായി അവരുടെ ആവശ്യം. ഹിന്ദി സംസാരിക്കുവാൻ അറിയുന്ന സക്കീറുമായി അവർ പെട്ടെന്ന് അടുപ്പം സ്ഥാപിച്ചു. നാളെ മാലകൾ കൊണ്ടുവരാം എന്ന് പറഞ്ഞു അവർ പോയി.

പിറ്റേന്ന് ഒരു ബിഗ് ഷോപ്പറിൽ അവർ മാലക്കൂട്ടങ്ങളുമായി എത്തി. വളരെ രഹസ്യമായിരിക്കണം എന്ന നിർദ്ദേശത്തോടെ മാലക്കൂട്ടത്തിൽ നിന്ന് മൂന്ന് മണികൾ പൊട്ടിച്ചു കടക്കാരന് നൽകി. ഇതു പരിശോധിച്ചു വക്കുക, തങ്ങൾ പിറ്റേന്നു വരാം എന്ന് പറഞ്ഞ് അന്നും അവർ മടങ്ങി. കടയുടമ ഈ മണികൾ ഒരു ജ്വല്ലറിയിൽ കൊണ്ടുപോയി പരിശോധിച്ചു, സംഗതി നല്ല സ്വർണം തന്നെ. സംഘത്തിലുള്ളവർ പിറ്റേന്നു വന്നപ്പോൾ കാര്യം പറഞ്ഞു. മാലകൾ വേണമെങ്കിൽ വിൽക്കാമെന്നായി സംഘം. അഞ്ചു കിലോ വരുന്ന മാലകൾക്ക് അഞ്ചു ലക്ഷം രൂപയാണ് വില പറഞ്ഞത്. അന്ന് അഡ്വാൻസായി 10000 രൂപ വേണമെന്നും മാലകളുമായി പിറ്റേന്നു വരുമ്പോൾ ബാക്കി പണം തരണമെന്നും പറഞ്ഞു. അങ്ങനെ അഞ്ച് ലക്ഷം രൂപയ്ക്ക് കച്ചവടം ഉറപ്പിച്ചു.

പക്ഷേ കടയുടമയിൽ ചില സംശയങ്ങൾ രൂപപ്പെട്ടു. മൂന്നു മണികൾ ഒറിജിനൽ ആണെങ്കിലും മാലക്കൂട്ടങ്ങൾ മുഴുവനും

സ്വർണമായിരിക്കുമെന്ന് എങ്ങനെ ഉറപ്പിക്കും? കുറച്ചുനാൾ മുമ്പ് കൊടുങ്ങല്ലൂരിലെ തന്നെ മറ്റൊരു ടെക്സ്റ്റൈൽസ് ഉടമയെ 1500 ലധികം വ്യാജ സ്വർണ്ണനാണയങ്ങൾ കാട്ടി കബളിപ്പിച്ച് രണ്ടു ലക്ഷം രൂപ തട്ടിയ വിവരം കടയുടമ പറഞ്ഞു കേട്ടിരുന്നു. കടയുടമ ഇക്കാര്യങ്ങൾ എക്സൈസിൽ ജോലി ചെയ്തിരുന്ന ഞങ്ങളുടെ സുഹൃത്ത് കെ.എം അബ്ദുൾജമാലിനെ ധരിപ്പിച്ചു. അബ്ദുൾജമാൽ ഞങ്ങളെ വിവരം അറിയിച്ചു. പിറ്റേന്ന് ഞങ്ങൾ വേഷം മാറി കടയുടെ പരിസരത്ത് നിലയുറപ്പിച്ചു.

വൈകാതെ ഉത്തരേന്ത്യൻ സംഘം ബിഗ് ഷോപ്പറുമായി കടയിൽ എത്തി. കടയുടമ ഞങ്ങൾ നേരത്തെ നൽകിയ നിർദേശ പ്രകാരം അഞ്ചു ലക്ഷം രൂപ എണ്ണിയെടുക്കുന്നതായി നടിച്ചുകൊണ്ടിരുന്നു. ഇതിനിടയിൽ, ഞങ്ങൾ കടയിലേക്കു ചെന്ന് ആ സംഘത്തെ പിടികൂടി. വ്യാജ സ്വർണമാലകൾ, വെള്ളിനാണയങ്ങൾ, വ്യാജ ഐഡന്റിറ്റി കാർഡുകൾ തുടങ്ങിയവ സംഘത്തിൽ നിന്നു ഞങ്ങൾ പിടിച്ചെടുത്തു. യു പി ഇബ്രാഹിംപൂർ സ്വദേശികളായ ദത്തൻ, മിഷോർ, ശിങ്കാർ ഗുഡിയ തുടങ്ങിയവരാണ് അന്നു ഞങ്ങളുടെ പിടിയിലായത്.

ഇത്തരത്തിലുള്ള കുറ്റവാളി സംഘങ്ങൾ കേരളത്തിൽ പലയിട ങ്ങളിലും സമാനമായ തട്ടിപ്പുകൾ നടത്തിയിട്ടുണ്ട്. നിധി നേടാൻ ശ്രമിച്ചു എന്ന നാണക്കേടു മൂലം പണം പോയവർ പലപ്പോഴും വിവരം പുറത്തു പറയാറില്ല എന്നു മാത്രം. അമിതലാഭം ഉണ്ടാക്കുന്ന തിനുള്ള ആഗ്രഹം മൂലമാണല്ലോ തട്ടിപ്പുകൾക്ക് ഇരകളാകുന്നത്. എങ്കിലും വിവരങ്ങൾ പുറത്തു വരികയാണെങ്കിൽ കൂടുതൽ പേർക്ക് ജാഗ്രത പാലിക്കാൻ അതു സഹായകരമാകും. ■

നേപ്പാൾ കത്തിരി ചോർ ബായിസ്

പുന്നയൂർക്കുളത്തുള്ള ഒരു വീട്ടിൽ വൻമോഷണം നടന്നു. 500 പവനി ലേറെ സ്വർണമാണ് മോഷ്ടാക്കൾ കൊള്ളയടിച്ചത്. 2015ൽ ആയി രുന്നു ഇത്. കെ കാർത്തിക് ഐപിഎസ് സാറായിരുന്നു തൃശൂർ റൂറൽ എസ് പി. അദ്ദേഹം ഡിവൈഎസ്പി സുദർശൻ സാറിന്റെ നേതൃത്വത്തിൽ ഒരു പ്രത്യേക അന്വേഷണ സംഘത്തിന് രൂപം കൊടുത്തു. ആ സംഘത്തിലേക്ക് അന്നു വലപ്പാട് എസ് ഐ ആയിരുന്ന എന്നെയും നിയോഗിച്ചു.

ഞങ്ങൾ ഹാജിയുടെ വീട്ടിൽ ചെന്ന് അന്വേഷണമാരംഭിച്ചു. ആ വീട്ടിൽ ഒരു ഗൂർഖ ഉണ്ടായിരുന്നു. നാൻസിംഗ്. ഹാജിയാരും കുടുംബവും വിദേശത്തായിരുന്നു. മോഷണം നടന്ന വിവരം താൻ അറിഞ്ഞില്ല എന്നു നാൻസിംഗ് പറഞ്ഞു. അയാൾ ഹാജിയുടെ വീടിനടുത്തുള്ള ഔട്ട് ഹൗസിൽ ആണു താമസിക്കുന്നത്. 2015 സെപ്റ്റംബർ 19 നും 28 നും ഇടയിലാണ് മോഷണം നടത്തിയിരി ക്കുന്നത്. പിന്നീട് ഹാജിയും കുടുംബവും ഗൾഫിൽനിന്ന് വന്നതിനു ശേഷമാണ് മോഷണം നടന്നിട്ടുണ്ടെന്നു മനസ്സിലായത്. സെക്യൂരിറ്റി ക്കാരനായ ഗൂർഖാ നാൻസിങ്ങിനെ ഡി വൈ എസ് പി യുടെ നേതൃ ത്വത്തിൽ മാറിമാറി ചോദ്യം ചെയ്തിട്ടും വിവരമൊന്നും കിട്ടിയില്ല. കളവു നടന്ന കാര്യം അറിഞ്ഞതേയില്ല എന്ന് ആവർത്തിക്കുക മാത്രം ചെയ്തു അയാൾ.

തുടർന്ന് നാൻസിംഗിന്റെ വ്യക്തിപരമായ കൂടുതൽ വിവരങ്ങൾ ചോദിച്ചു. വടക്കേക്കാട് ഉള്ള ടി എം കെ ഓഡിറ്റോറിയത്തിൽ സെക്യൂരിറ്റി ജീവനക്കാരനും നേപ്പാളിയുമായ ദീപക്, നാൻസിംഗു മായി അടുപ്പമുള്ളയാളും നാട്ടുകാരനും ആണ്. ദീപക് ഒരു ദിവസം ഹാജിയുടെ വീട്ടിൽ വന്നിരുന്നു എന്നു മനസ്സിലായി. സൈബർ സെല്ലിന്റെയും മറ്റും സഹായത്തോടെ ഞങ്ങൾ കൂടുതൽ വിശദമായ അന്വേഷണം നടത്തി. കുന്നംകുളം ചിറക്കൽ സ്കൂളിലെ സെക്യൂരിറ്റി ക്കാരൻ ലളിതും നേപ്പാളിയാണ്. ഇവനും ദീപക്കുമായി ഇടയ്ക്കെല്ലാം

കാണാറുണ്ടെന്നും വടക്കേക്കാട് വരാറുണ്ടെന്നും അറിവായി. ദീപക്കിനെ അന്വേഷിച്ചപ്പോൾ ദീപക്കും ലളിതും കൂടി നാട്ടിലേക്ക് പോയിരിക്കുകയാണെന്നു വിവരം കിട്ടി. ഞങ്ങൾക്ക് ഗൂർഖകളിൽ സംശയം ബലപ്പെട്ടു. ഇവരെക്കുറിച്ച് കൂടുതൽ അന്വേഷിക്കുന്നതിനായി ലളിത് താമസിച്ചിരുന്ന വീട്ടിലെത്തി.

അവിടെ അയൽവാസികളോട് അന്വേഷിച്ചപ്പോൾ, നേപ്പാളിൽ നിന്ന് മൂന്നു പേർ ലളിതിന്റെ വീട്ടിൽ അടുത്തിടെ വന്നിരുന്നതായി അറിഞ്ഞു. വന്നവരെക്കുറിച്ച് കൂടുതൽ അന്വേഷണങ്ങൾ നടത്തി. ഇവർ നേപ്പാളിലെ 'കത്തിരി ചോർ ബായ്സ്' എന്ന കൊള്ള സംഘത്തിലെ ആളുകൾ ആണ് എന്ന കാര്യം ഞങ്ങൾക്കു ബോധ്യപ്പെട്ടു. ഗോവിന്ദൻ കത്തിരി, സഹോദരൻ ബഹദൂർ കത്തിരി, ചട്ക്കി ഭണ്ഡാരി എന്നിവരാണവർ. ഇവരെല്ലാവരും 2015 സെപ്റ്റംബർ 28ന് ശേഷം നേപ്പാളിലേക്ക് കടന്നെന്നും വിവരം കിട്ടി. എന്തായാലും ഇവരെ പിടികൂടാതെ വയ്യ. അത്രയും വലിയ മോഷണമാണ് നടത്തിയിരിക്കുന്നത്. നേപ്പാളിലേക്കു പോകാൻ തന്നെ പൊലീസ് തീരുമാനിച്ചു.

ഡിവൈഎസ്പി സുദർശൻ സാറിന്റെ നേതൃത്വത്തിൽ ഒരു ട്രാവലറിൽ ആയിരുന്നു നേപ്പാൾ യാത്ര. എന്നെക്കൂടാതെ എസ് ഐ എം കെ രമേശ്, എ എസ് ഐ കെ എ മുഹമ്മദ് അഷ്റഫ്, സീനിയർ സിപിഒ മാരായ പി സി സുനിൽ, ഹബീബ്, സുദേവ്, ലിജു, സൂരജ് വി ദേവ് എന്നിവരടങ്ങുന്ന പൊലീസ് സംഘവും കൂടാതെ ഹാജിയുടെ വീട്ടിലെ ഗുർഖയായ നാൻസിംഗും രണ്ടു ഡ്രൈവർമാർമാരുമാണ് യാത്രാസംഘത്തിലുള്ളത്. മൂന്നുപീടികയിലുള്ള ഷിഹാബ്, ലിബീഷ് എന്നിവരായിരുന്നു ഡ്രൈവർമാർ. മൊത്തം 7000 കിലോമീറ്റർ ദൈർഘ്യം വരുന്ന യാത്ര. തമിഴ്നാട്, കർണാടക, ആന്ധ്രാപ്രദേശ് മഹാരാഷ്ട്ര, മധ്യപ്രദേശ്, ഉത്തർപ്രദേശ് എന്നീ സംസ്ഥാനങ്ങൾ കടന്നു ഞങ്ങൾ നേപ്പാൾ അതിർത്തിയിൽ എത്തി. ഒട്ടും വിശ്രമമെടുക്കാതെയാണ് ഡ്രൈവർമാർ മാറി മാറി ഓടിച്ചു ഞങ്ങൾ യാത്ര ചെയ്തത്.

സംഘാംഗമായ മുഹമ്മദ് അഷറഫിന് ഹിന്ദി നന്നായി അറിയാവുന്നതിനാൽ നാൻസിംഗുമായി അദ്ദേഹം വിശദമായി സംസാരിച്ചു കാര്യങ്ങൾ മനസ്സിലാക്കിക്കൊണ്ടിരുന്നു. നാട്ടിൽ നിന്നും പോയവരെ കണ്ടെത്താൻ സഹായിക്കാം എന്ന് മാത്രമാണ് നാൻസിംഗ് പറഞ്ഞുകൊണ്ടിരുന്നത്.

ഓരോ സംസ്ഥാനത്തിലൂടെയും റോഡ് മാർഗം കടന്നു പോകുമ്പോൾ അവിടെയെല്ലാമുള്ള മനുഷ്യരുടെ ജീവിതാവസ്ഥകൾ നേരിൽ കണ്ടു മനസ്സിലാക്കാൻ സാധിക്കുന്ന ഒരു യാത്രയായിരുന്നു അത്.

കേരളത്തിലുള്ളവർക്കു സങ്കൽപിക്കാൻ കഴിയാത്ത വിധത്തിൽ ദുരിതപൂർണമായ സാഹചര്യങ്ങളിൽ കഴിയുന്ന എത്രയോ മനുഷ്യർ. അതു പുതിയ ജീവിതപാഠങ്ങൾ നൽകും. അതിനിടെ വണ്ടിയിൽ നേരമ്പോക്കിനായി ഓരോ സിനിമകൾ ഇടും. ഡിവൈഎസ്പിയുടെ നേതൃത്വത്തിൽ അതിനെക്കുറിച്ചുള്ള ചർച്ചകളും നടത്തും. അങ്ങനെ ദിവസങ്ങൾ പിന്നിട്ടു. ഒടുവിൽ ഞങ്ങൾ ഇന്ത്യാ-നേപ്പാൾ അതിർത്തിയിലെ ബൻബസ എന്ന സ്ഥലത്തെത്തി. അവിടെ ഞങ്ങളുടെ ഐഡന്റിറ്റി കാർഡ് കാണിച്ചുകൊടുത്തു. നേപ്പാളിലേക്കുള്ള പ്രവേശനത്തിന് അതു മാത്രം മതി.

അങ്ങനെ ട്രാവലർ നേപ്പാളിലേക്കു കടന്നു. അധികവും കൃഷിയിടങ്ങളാണ്. പ്രകൃതി ഭംഗി കാണാനുള്ള മാനസികാവസ്ഥ അപ്പോൾ ഞങ്ങൾക്കില്ല. ചിന്ത പ്രതികളെക്കുറിച്ചു മാത്രമായി. പ്രതികളുടെ ഫോട്ടോ മാത്രമാണ് ഞങ്ങളുടെ കൈയിൽ ഉള്ളത്. ഞങ്ങൾ നേപ്പാളിൽ മഹേന്ദ്ര നഗർ പൊലീസ് സ്റ്റേഷൻ അതിർത്തിയിലെ ഒരു ലോഡ്ജിൽ താമസിച്ചു. പിറ്റേന്നു രാവിലെ നോക്കിയപ്പോഴുണ്ട്, ഞങ്ങളുടെ വണ്ടിയിൽ വച്ചിരുന്ന ചില സാധനങ്ങൾ മോഷണം പോയിരിക്കുന്നു. കാര്യങ്ങൾ എളുപ്പമാകില്ലെന്ന് അപ്പോൾ തന്നെ ഞങ്ങൾക്ക് മനസ്സിലായി. സൂക്ഷിച്ചില്ലെങ്കിൽ വണ്ടി അടക്കം മോഷണം പോയേക്കാമെന്ന ചിന്ത ഞങ്ങളെ വല്ലാതെ അലട്ടി.

നേരത്തെ എഴുന്നേറ്റതിനാൽ ആ പ്രഭാതത്തിൽ അവിടെ ഒന്നു ചുറ്റി നടന്നു. സമീപപ്രദേശങ്ങൾ കാണുകയാണു ലക്ഷ്യം. ചെറിയ ചെറിയ വീടുകൾ. സാമ്പത്തികമായി പിന്നോക്കം നിൽക്കുന്നവർ. നടക്കുന്നതിനിടയിൽ പാവപ്പെട്ട ഒരു സ്ത്രീയുടെ വീട്ടിൽ കയറി, അവരുടെ ദയനീയ സ്ഥിതി കണ്ടപ്പോൾ കുറച്ചു പണം അവർക്ക് കൊടുത്തു. ആ സ്ത്രീക്ക് എന്തോ നിധി കിട്ടിയ സന്തോഷമായിരുന്നു അപ്പോൾ. അങ്ങനെയൊക്കെ നേരം കളഞ്ഞു പത്തുമണി ആയപ്പോൾ ഞങ്ങൾ പ്രതികളുടെ ഫോട്ടോയുമായി മഹേന്ദ്ര നഗർ പൊലീസ് സ്റ്റേഷനിലെത്തി. ഇൻസ്പെക്ടർ യോഗേന്ദ്രഥാപ്പയുമായി കാര്യങ്ങൾ സംസാരിച്ചു. അവർ ഞങ്ങളെ സഹായിക്കാമെന്നു വാഗ്ദാനം ചെയ്തു. ഞങ്ങളോട് ലോഡ്ജിലേക്കു പൊയ്ക്കൊള്ളാനും വിവരങ്ങൾ അറിയിക്കാമെന്നും പറയുകയും ചെയ്തു. ഡിവൈഎസ്പി ആ സമയത്തു വടക്കേക്കാട് പൊലീസ് സ്റ്റേഷനിൽ വിളിച്ചു, നമ്മൾ സംശയിക്കുന്ന പ്രതികളുടെ ബന്ധുക്കളെ സ്റ്റേഷനിലേക്കു വിളിച്ച് ചോദ്യം ചെയ്യുവാൻ നിർദ്ദേശിച്ചു.

11 മണിയോടെ ഞങ്ങൾ വീണ്ടും മഹേന്ദ്ര നഗർ പൊലീസ് സ്റ്റേഷനിൽ എത്തിയപ്പോൾ അവർ ദീപക്കിനെയും ലളിതിനെയും

പിടിച്ചു വെച്ചിട്ടുണ്ട്. അവരുടെ ഒരു ബൈക്കും കസ്റ്റഡിയിലെടുത്തിട്ടുണ്ട്. പ്രതികളെ ചോദ്യം ചെയ്യാൻ അവർ ഞങ്ങളെ അനുവദിച്ചു. ദീപക്കിനെയും ലളിതിനെയും നാൻസിംഗ് തിരിച്ചറിഞ്ഞു.

കളവു നടന്നതിന് ഒരു മാസം മുമ്പ് വടക്കേക്കാട് സമീപം ചിറക്കലിൽ ബന്ധുവീട്ടിൽ എത്തിയാണ് സംഘം കവർച്ച ആസൂത്രണം ചെയ്തതെന്നു ചോദ്യം ചെയ്യലിൽ അവർ സമ്മതിച്ചു. ചിറക്കൽ സ്കൂളിലെ വാച്ച്മാൻ ലളിതിന്റെ വീട്ടിലായിരുന്നു ആസൂത്രണം. 2015 സെപ്റ്റംബർ 19ന് വീട്ടുകാരെല്ലാം വിദേശത്തേക്ക് പോയി. വീട്ടിലെ സെക്യൂരിറ്റി ജീവനക്കാരൻ നാൻസിംഗുമായി ഇവർ ബന്ധം സ്ഥാപിച്ചിരുന്നു. ടിഎംകെ ഓഡിറ്റോറിയത്തിലെ വാച്ച്മാൻ ആയ ദീപക്ക് എന്ന നേപ്പാളി നാൻസിംഗിന് മദ്യത്തിൽ മയക്കുമരുന്നു നൽകി അബോധാവസ്ഥയിൽ ആക്കി. തുടർന്ന് ബാക്കിയുള്ള 'കത്തിരിച്ചോർ ബായീസ്' സംഘങ്ങളെ വിളിച്ചു വരുത്തി. രാത്രി 11 മണിയോടെയായിരുന്നു കവർച്ച.

കവർച്ചയിൽ വൈദഗ്ധ്യം നേടിയ സംഘം ഏറെ സുരക്ഷയുള്ള വീടിന്റെ പിന്നിലെ വാതിലും തുടർന്നു ബാക്കി എട്ടു വാതിലുകളും 15 അലമാരകളും പൊട്ടിച്ചാണ് മോഷണം നടത്തിയത്. 500 പവനോളം ഇവർ മോഷ്ടിച്ചെടുത്തു. ഇരുപത്തിമൂന്നാം തീയതി ആണ് കവർച്ച നടത്തിയത്. ഇരുപത്തിയെട്ടാം തീയതിയാണ് കവർച്ച പുറത്തറിയുന്നത്. മദ്യത്തിന്റെയും മയക്കമരുന്നിന്റെയും കടുത്ത ക്ഷീണം മൂലം പിറ്റേന്നു വൈകിയാണ് നാൻസിംഗ് ഉണർന്നത്. കളവ് നടന്ന കാര്യങ്ങൾ നാൻസിംഗുമായി പങ്കുവെച്ചിട്ടില്ല എന്ന് സംഘം ഞങ്ങളെ അറിയിച്ചു.

കാര്യങ്ങൾ വ്യക്തമായ നിലയ്ക്ക് അവിടുത്തെ പൊലീസിന്റെ അനുവാദത്തോടെ പ്രതികളുമായി മടങ്ങാൻ ഞങ്ങൾ തയ്യാറെടുത്തു. പക്ഷേ, വിചാരിച്ചതു പോലെ ആയിരുന്നില്ല കാര്യങ്ങൾ. ആത്യന്തികമായി നേപ്പാൾ ഒരു വിദേശരാജ്യമാണ്. ഇന്ത്യയും നേപ്പാളും തമ്മിൽ പ്രതികളെ കൈമാറ്റം ചെയ്യാനുള്ള ഉടമ്പടി നിലവിൽ ഇല്ലെന്നും അതിനാൽ പ്രതികളെ കൈമാറ്റം ചെയ്യാൻ സാധ്യമല്ലെന്നുമായിരുന്നു അവിടത്തെ അധികാരികളുടെ വിശദീകരണം. മഹേന്ദ്ര നഗർ പൊലീസ് സ്റ്റേഷനിൽ പ്രത്യേകമായി ഒരു കേസ് രജിസ്റ്റർ ചെയ്യാമെന്നും രണ്ടു പ്രതികളെയും അവരിൽ നിന്ന് കിട്ടിയ കളവുമുതലുകളും നേപ്പാളിലെ കഞ്ചൻപൂർ കോടതിയിൽ ഹാജരാക്കാമെന്നും അവർ അറിയിച്ചു. രണ്ട് പ്രതികളെ മാത്രമേ കിട്ടിയിട്ടുള്ളൂ. ബാക്കിയുള്ള മൂന്നു പ്രതികൾ മുങ്ങിയിരിക്കുകയാണെന്നും അവരെ പിടികൂടാൻ നേപ്പാൾ പൊലീസിന്റെ അന്വേഷണ സംഘത്തെ നിയോഗിക്കുമെന്നും അവർ പറഞ്ഞു. ഞങ്ങൾ പൊലീസ് സ്റ്റേഷനിൽനിന്നു മടങ്ങി.

പിടികിട്ടാനുള്ള മറ്റു പ്രതികളുടെ വീടുകളും പരിസരവും കാണുന്നതിനു വേണ്ടി നാൻസിംഗുമൊന്നിച്ച് ഞങ്ങൾ ആ പ്രദേശമൊക്കെ ഒന്നു ചുറ്റിക്കറങ്ങി. അതിനു ശേഷമാണ് ലോഡ്ജിലേക്കു മടങ്ങിയത്. അപ്പോഴേക്കും ഡി വൈ എസ് പി ക്കും ഞങ്ങൾക്കും പല ഫോൺ വിളികൾ വരാൻ തുടങ്ങി. കേരളത്തിൽ നേപ്പാളി ഗുർഖകളെ ചാവക്കാട് പൊലീസ് സ്റ്റേഷനിൽ വിളിച്ചു വരുത്തി ചോദ്യം ചെയ്തു കൊണ്ടിരിക്കുകയായിരുന്നു അപ്പോൾ. ഈ വിവരം ആ ഗൂർഖകൾ നേപ്പാളിലെ ബന്ധുക്കളെ വിളിച്ചറിയിച്ചിരുന്നു. കേരളത്തിലെ പൊലീസ് സംഘം നേപ്പാളിലുണ്ടെന്നും അവർ ബന്ധുക്കളെ അറിയിച്ചു. ഇതിനെ തുടർന്ന് കേരളത്തിലെ ഗൂർഖകളുടെ ബന്ധുക്കളായ ചില ആളുകൾ ഞങ്ങളുടെ ലോഡ്ജിലേക്കു വരാനുദ്ദേശിക്കുന്നുണ്ട്. അവരുമായി ഒരു മുഖാമുഖം ഉണ്ടാകുന്നത് നന്നായിരിക്കില്ല. ഇതാണു ഞങ്ങൾക്കു ലഭിച്ചുകൊണ്ടിരുന്ന മുന്നറിയിപ്പ്.

ലോഡ്ജിലെത്തിയപ്പോൾ അവിടത്തെ നാട്ടുകാർ ഞങ്ങളെ തടഞ്ഞു വക്കാൻ സാദ്ധ്യതയുണ്ടെന്ന ഒരു സൂചനയും കിട്ടി. കിട്ടാനുള്ള പ്രതികൾ നേപ്പാൾ നക്സലൈറ്റ് പ്രസ്ഥാനവുമായി ബന്ധമുള്ളവരാണ് എന്നും ധാരാളം കൊലപാതകങ്ങളും വെടിവെപ്പും നടക്കുന്ന സ്ഥലത്താണ് അവരുടെ താമസമെന്നും അതിനകം ഞങ്ങൾ മനസ്സിലാക്കി. അവിടെ തുടരുന്ന ഓരോ നിമിഷവും അപകടം വർദ്ധിക്കുകയാണെന്നു ഞങ്ങൾക്കു ബോദ്ധ്യപ്പെട്ടു. രാത്രി തന്നെ നേപ്പാൾ അതിർത്തിയിലെത്തി ഇന്ത്യയിലേക്കു കടക്കാൻ ഞങ്ങൾ തീരുമാനിച്ചു. അതിനിടെ അന്നത്തെ പ്രധാന വാർത്ത ലോഡ്ജിലെ ടിവിയിൽ കണ്ടു ഞങ്ങൾ വീണ്ടും ഞെട്ടി. ''ഇന്ത്യ-നേപ്പാൾ അതിർത്തിയിൽ അക്രമം: വെടിവെപ്പിൽ രണ്ടു മരണം'' എന്നായിരുന്നു ആ വാർത്ത. ഞങ്ങളുടെ വീടുകളിൽ നിന്നും തുരുതുരെ ഫോൺകോളുകൾ വരാൻ തുടങ്ങി. രണ്ടും കൽപ്പിച്ച് ഞങ്ങൾ ബൻബാസ ബോർഡറിലേക് കുതിച്ചു.

ഡ്രൈവിങ്ങിൽ വളരെയേറെ വൈദഗ്ധ്യമുള്ള ഞങ്ങളുടെ ഡ്രൈവർമാർ പല ഊടുവഴികൾ താണ്ടി ഞങ്ങളെ ഇന്ത്യൻ അതിർത്തിയിൽ എത്തിച്ചു. സുരക്ഷിതമായി ഞങ്ങൾ

ഇന്ത്യയിലേക്കു പ്രവേശിച്ചു. നേപ്പാളിൽ ഭക്ഷണം ഉണക്ക റൊട്ടിയും ആലു റോസ്റ്റും (ഉരുളക്കിഴങ്ങുകറി) മാത്രമായിരുന്നു. അതിർത്തിയിലെ ഒരു ഹോട്ടലിൽ നിന്ന് ചോറും കറിയും കിട്ടി. മാതൃരാജ്യത്തിന്റെ സുരക്ഷിതത്വത്തിലേക്കും വീട്ടിലെ സ്നേഹ വലയത്തിലേക്കും മടങ്ങി വരുന്നതിന്റെ സമാധാനവും സന്തോഷവും അതിർത്തിയിൽ നിന്നു തന്നെ ഞങ്ങൾക്കു ലഭിച്ചു.

ബാക്കിയുള്ള പ്രതികളുടെ നീക്കങ്ങൾ അറിയുന്നതിനു ഞങ്ങൾ സൈബർ സെല്ലുമായി ബന്ധപ്പെട്ടുകൊണ്ടിരിക്കുന്നുണ്ടായിരുന്നു. ഞങ്ങൾ അവരെത്തേടി നേപ്പാളിൽ കടന്നപ്പോൾ അവർ തിരിച്ച് ഇന്ത്യയിലേക്കു കടന്നിട്ടുണ്ട് എന്ന സൂചന ഞങ്ങൾക്കു ലഭിച്ചിരുന്നു. മടക്കയാത്രയും പ്രതികളെ തിരഞ്ഞുകൊണ്ടാകാം എന്നു ഞങ്ങൾ തീരുമാനിച്ചിരുന്നു. നൈനിറ്റാൾ വഴിയാണ് ഞങ്ങൾക്ക് പോകേണ്ടത് എന്നറിഞ്ഞപ്പോൾ സന്തോഷം തോന്നി.

ഉത്തരാഖണ്ഡിലെ മനോഹരമായ ഈ വിനോദസഞ്ചാരകേന്ദ്രത്തിലേക്കു രാത്രിയാണ് ഞങ്ങൾ എത്തിയത്. ദീപാലങ്കാരങ്ങളുടെ പ്രഭയിൽ കുളിച്ചു നിൽക്കുന്ന നൈനിറ്റാൾ അവിസ്മരണീയമായ ഒരു കാഴ്ചയാണ്. എം ടി യുടെ 'മഞ്ഞി'ലെ വിമല തന്റെ പ്രണയത്തെ വിഫലമായി കാത്തിരുന്ന മനോഹരമായ ആ തടാകനഗരം കണ്ടപ്പോൾ സമ്മിശ്രവികാരങ്ങൾ മനസ്സിലുണർന്നു. സമുദ്രോപരിതലത്തിൽനിന്നും ഏകദേശം 6350 അടി ഉയരത്തിലാണ് നൈനിറ്റാൾ സ്ഥിതി ചെയ്യുന്നത്. ഹിമാലയ പർവതനിരയിലെ മലകൾ കൊണ്ട് ചുറ്റപ്പെട്ടിരിക്കുന്ന പർവതനഗരം. നല്ല തണുപ്പ്. ഡിവൈഎസ്പി സുദർശനൻസാർ ഒരു സഞ്ചാരസാഹിത്യകാരനെ പോലെ ഇതിനെക്കുറിച്ചെല്ലാം ഞങ്ങളോടു പറഞ്ഞുകൊണ്ടിരുന്നു.

നൈനിറ്റാളിനോടു വിട പറഞ്ഞു തുടർന്നുള്ള യാത്ര ഹരിദ്വാർ മാനസ ദേവി ക്ഷേത്രം വഴിയായിരുന്നു. മടക്കയാത്രയ്ക്കിടെ ഡൽഹിയിലും ബോംബെയിലും പ്രതികൾക്കു വേണ്ടി തിരച്ചിൽ നടത്തിയെങ്കിലും വിജയിച്ചില്ല. നിരന്തരമായ യാത്ര ഞങ്ങളെയെല്ലാം തളർത്തിക്കളഞ്ഞിരുന്നു. പതിനഞ്ചാമത്തെ ദിവസം ഞങ്ങൾ വലപ്പാട് വന്നിറങ്ങി.

നേപ്പാളിലേക്ക് കടന്നത് 25 ക്രിമിനലുകൾ

വടക്കേക്കാട് മോഷണത്തിന്റെ വിവരം അന്താരാഷ്ട്ര കുറ്റാന്വേഷണ ഏജൻസിയായ ഇന്റർപോളിനു കൈമാറിയിരുന്നു. നേപ്പാളിൽ നിന്നുള്ള കൊള്ളക്കാർ ഇന്ത്യ, അമേരിക്ക, ഖത്തർ, യുഎഇ, സൗദി അറേബ്യ തുടങ്ങിയ രാജ്യങ്ങളിൽ നിന്ന് കവർച്ച ചെയ്തു നേപ്പാളിലേക്ക് കടത്തിയത് കോടികൾ ആണെന്ന് ഇന്റർപോൾ റിപ്പോർട്ട് വ്യക്തമാക്കുന്നു. തട്ടിക്കൊണ്ടുപോകൽ, കവർച്ച തുടങ്ങിയ കുറ്റകൃത്യങ്ങൾ നടത്തിയ 25 ഓളം നേപ്പാളികളാണ് ഇന്ത്യയിൽ നിന്ന് മുങ്ങിയത്.

ഇതിൽ ഏറ്റവും വലുതായിരുന്നു ഹാജിയുടെ വീട്ടിൽ നടന്ന കവർച്ച. 2013ൽ നീലഗിരിയിലെ നാഷണൽ ടി ഫാക്ടറിയിൽനിന്ന് 5.25 ലക്ഷം കവർന്നത് ഇതേ രീതിയിലാണ്. കമ്പനിയിലെ മുൻ

സെക്യൂരിറ്റി ജീവനക്കാരനെ ഉപയോഗിച്ച് രാത്രിയാണ് പണം അപഹരിച്ചത്. 2014 മാർച്ചിൽ പൂനയിലെ ഗജ കേസരി ജില്ലയിൽ നിന്ന് 25.12 ലക്ഷത്തിന്റെ സ്വർണ്ണം കവർന്നതും ഇതേ രീതിയിലായിരുന്നു. 2014 ൽ ഡൽഹിയിലെ ഖുതുബ് റോഡിലെ ഒരു കെട്ടിടത്തിലെ സെക്യൂരിറ്റി ജീവനക്കാരൻ 5 ജ്വല്ലറികളിൽ നിന്നായി 30 ലക്ഷത്തിന്റെ സ്വർണവുമായി കടന്നു. യു എ ഇ അൽഖുറൈൻ എക്സ്ചേഞ്ചിൽ നിന്ന് 88000 ദിർഹം മോഷ്ടിക്കപ്പെട്ടതിലെ പ്രതിയും നേപ്പാളി സെക്യൂരിറ്റി ജീവനക്കാരനായിരുന്നു. ഫാസ്റ്റ് ഫുഡ് കമ്പനിയിൽ നിന്ന് പലപ്പോഴായി നാട്ടിലേക്ക് മോഷ്ടിച്ചയച്ച 63.96 ലക്ഷമുൾപ്പെടെ തട്ടിപ്പുമായി മുങ്ങിയ ധാരാളം പേർ ഇന്റർ പോൾ ലിസ്റ്റിൽ ഉണ്ട്. നേപ്പാളിൽ വിവിധ കേസുകളിൽ പ്രതികളായി ഇന്ത്യയിലേക്ക് മുങ്ങിയ 350 ക്രിമിനലുകൾ ഉണ്ടെന്നാണു നേപ്പാൾ സർക്കാരിന്റെ കണക്ക്.

പിന്നാമ്പുറം

നേപ്പാളികൾ ഇന്ത്യയിലെ വീടുകളും ധനകാര്യസ്ഥാപനങ്ങളും കവർച്ച നടത്തി നേപ്പാളിലേക്ക് കടന്നാൽ ഇവരെ പിടിച്ചു കൊണ്ടു വരുവാൻ സാധിക്കില്ല. നേപ്പാളുമായി ഇന്ത്യയ്ക്ക് പ്രതികളെ കൈമാറുന്നതിന് ഉടമ്പടി ഇല്ലാത്തതിനാൽ പ്രതികളെ വിട്ടുകിട്ടുകയില്ല. നേപ്പാളിൽ നിന്ന് ഇന്ത്യയിൽ ജോലിക്ക് എത്തുന്നവരുടെ വിവരങ്ങൾ മറ്റു വിദേശ രാജ്യങ്ങളിൽ നിന്ന് എത്തുന്നവരുടെ മാതൃകയിൽ ലഭ്യമല്ല താനും. വിദേശികൾ ഇന്ത്യയിലെത്തിയാൽ താമസിക്കുന്ന സ്ഥലത്തിന്റെ ഉടമ സി. ഫോം പ്രകാരം വിവരങ്ങൾ പൊലീസിനെ അറിയിക്കണമെന്ന നിബന്ധന നേപ്പാൾ സ്വദേശികൾക്ക് ബാധകമല്ല. ഇന്ത്യൻ പൊലീസിനാകട്ടെ നേപ്പാളിൽ കടന്ന് അറസ്റ്റ് നടത്താൻ അധികാരവുമില്ല. അതുകൊണ്ട് നേപ്പാളികളെ ജോലിക്കു വക്കുന്നവർ ആത്യന്തികമായി അതൊരു വിദേശരാജ്യമാണെന്നും അവർ വിദേശികളാണെന്നും ഉള്ള പ്രാഥമിക വസ്തുത മറക്കരുത്. ■

മുളകുപൊടിയെറിഞ്ഞു തട്ടിയത് ഒന്നര കിലോ സ്വർണം

2009 ഒക്ടോബർ 15 നു ചേർപ്പിൽ ഒന്നര കിലോ സ്വർണം കവർച്ച ചെയ്യപ്പെട്ടു. ജ്വല്ലറികളിലേക്കു വിൽപനയ്ക്കു കൊണ്ടു പോയ സ്വർണാഭരണങ്ങളായിരുന്നു അത്. ചേർപ്പ് പാലയ്ക്കലിൽ താമസിക്കുന്ന സ്വർണക്കച്ചവടക്കാരൻ ജോയ്സണിന്റെ വീട്ടിൽ നിന്നു സ്വർണാഭരണങ്ങളുമായി പോകുകയായിരുന്ന ജോലിക്കാരൻ രതീഷിന്റെ പക്കൽ നിന്നാണു സ്വർണം നഷ്ടപ്പെട്ടത്. പുലർച്ചെ രണ്ടര മണിക്ക് ജോയ്സണിന്റെ വീടിന്റെ മുൻവശത്ത് വച്ച് രതീഷിന്റെ കണ്ണിൽ മുളകുപൊടി എറിഞ്ഞ് സ്വർണ്ണം തട്ടിയെടുത്തുവെന്നായിരുന്നു പരാതി. സ്വർണം കൊണ്ട് ആഭരണങ്ങൾ നിർമ്മിച്ചു കടകളിൽ വിതരണം ചെയ്യുന്ന ഹോൾസെയിൽ കച്ചവടക്കാരനാണ് ജോയ്സൺ. രതീഷാണ് പതിവായി സ്വർണ്ണം കടകളിലെത്തിക്കുന്ന ജോലി ചെയ്തിരുന്നത്.

അന്നത്തെ തൃശൂർ എസ് പി, എം പി ദിനേശ് ഐപിഎസ് സാറിന്റെ നിർദ്ദേശമനുസരിച്ച് ഒരു ടീം രൂപീകരിച്ച് അന്വേഷണമാരംഭിച്ചു. കവർച്ച ചെയ്തവരെക്കുറിച്ച് യാതൊരു വിവരവും രതീഷിൽ നിന്നു കിട്ടിയില്ല. മുളക് പൊടി കണ്ണിൽ പോയതിനാൽ അയാൾക്ക് ഒന്നും തന്നെ കാണാൻ കഴിഞ്ഞില്ല. ഞങ്ങൾ പാലയ്ക്കൽ, ചൊവ്വൂർ, ഒല്ലൂർ, പുതുക്കാട് ഭാഗങ്ങളിൽ സഞ്ചരിച്ച് ഇത്തരത്തിൽ കുറ്റങ്ങൾ ചെയ്യുവാൻ സാധ്യത ഉള്ളവരെക്കുറിച്ച് അന്വേഷിച്ചെങ്കിലും വലിയ പ്രയോജനമൊന്നും ഉണ്ടായില്ല.

ആ പ്രദേശങ്ങളിൽ പണം വച്ചു ചീട്ട് കളിക്കുന്ന ഒരു സംഘം ഉണ്ടെന്ന് ആ അന്വേഷണങ്ങൾക്കിടയിൽ ഞങ്ങൾ മനസ്സിലാക്കിയിരുന്നു. അവരെയെല്ലാം വിളിച്ച് മൊഴിയെടുക്കുകയും അവരുടെ മൊബൈൽ നമ്പറുകൾ നിരീക്ഷിക്കുകയും ചെയ്തു. അതിനിടയിലാണ് ചീട്ടുകളി സംഘത്തിൽ സ്വർണ്ണപ്പണിക്കാരനായ സനൽ എന്നൊരാളും ഉണ്ടായിരുന്നു എന്ന വിവരം കിട്ടുന്നത്. അവനെക്കുറിച്ച്

അന്വേഷിച്ചു. ചീട്ടു കളിച്ച് ധാരാളം പണം നഷ്ടപ്പെടുത്തുന്ന ആളാണ് സനൽ എന്നറിഞ്ഞപ്പോൾ ഇയാളുടെ മൊബൈൽ നമ്പർ വിശദമായി പരിശോധിക്കാൻ തീരുമാനിച്ചു. സനൽ ഈ കാലയളവിൽ വിളിച്ചിരുന്ന നമ്പറുകളിൽ സ്വർണ്ണപ്പണിക്കാരൻ ആയ ഒരു സേട്ടുവിന്റെ നമ്പർ കണ്ടു. ബോംബെയിലെ സാംഗ്ലി എന്ന സ്ഥലത്തു നിന്നുള്ള ധാരാളം സേട്ടുമാർ തൃശ്ശൂർ ജില്ലയിലെ സ്വർണാഭരണ നിർമ്മാണ രംഗത്തു ജോലി ചെയ്യുന്നുണ്ട്. ചിലയാളുകൾ തൃശ്ശൂർ ജില്ലയിൽ തന്നെ സ്ഥലം വാങ്ങി വീട് വച്ചു സ്ഥിരതാമസമാക്കിയവരാണ്. അവരുടെ മക്കൾ ഇവിടത്തെ സ്കൂളുകളിൽ പഠിക്കുന്നു. മുമ്പ് ഒരു കേസിനോട് അനുബന്ധിച്ച് മുംബൈയിൽ പൂനെയ്ക്ക് അടുത്തുള്ള സാംഗ്ലിയിൽ പോകുവാൻ എനിക്ക് അവസരം ഉണ്ടായിട്ടുമുണ്ട്.

സനലിന്റെ കോൾ ലിസ്റ്റിലുള്ള സേട്ട് പാലയ്ക്കൽ ആയിരുന്നു താമസം. അയാളെ ഞാൻ വിളിച്ചു സംസാരിച്ചു. പൊലീസുകാരൻ ആണെന്നു പരിചയപ്പെടുത്തുകയും സനൽ എന്നൊരാൾ സ്വർണ്ണം നൽകിയിട്ടുണ്ടോ എന്നു വെറുതെയൊന്നു ചോദിക്കുകയും ചെയ്തു. 20 ഗ്രാം സ്വർണ്ണം തന്നിട്ടുണ്ടെന്ന് ഉടൻ തന്നെ സേട്ടു മറുപടി പറഞ്ഞു. ഞങ്ങൾ സേട്ടിന്റെ അടുത്ത് ചെന്ന് തന്ന സ്വർണ്ണത്തിന്റെ രൂപം അന്വേഷിച്ചു. ജോയ്സണിന്റെ സ്വർണ്ണം തന്നെയാണെന്ന് മനസ്സിലായി. ഉടൻ തന്നെ സനലിനെ ഞങ്ങൾ കസ്റ്റഡിയിലെടുത്തു ചോദ്യം ചെയ്തു. ആദ്യവട്ട ചോദ്യം ചെയ്യലിൽ ഒരു വിവരവും കിട്ടിയില്ല. പിന്നെ സേട്ടിനെ എത്തിച്ചു, കൂടെ നിറുത്തി ചോദ്യം ചെയ്തു. അപ്പോൾ സനൽ കാര്യങ്ങൾ തുറന്നു പറഞ്ഞു.

ജോയ്സണിന്റെ സ്വർണ്ണപ്പണിക്കാരനായിരുന്നു സനലും. ചീട്ട് കളിച്ചു വൻ തുക നഷ്ടപ്പെട്ടു. എങ്ങനെയെങ്കിലും ഒരു വൻതുക ഉണ്ടാക്കാനുള്ള ആഗ്രഹം ഉള്ളിൽ മുളപൊട്ടി. ജോയ്സണിന്റെ സ്വർണ്ണം കൊണ്ടുപോകുന്നതും കൊണ്ടുവരുന്നതും കൃത്യമായി അറിവുള്ളയാളാണ് സനൽ. സംഭവം നടക്കുന്നതിനു മുമ്പുള്ള രാത്രിയിലും 11.30 വരെ ചീട്ടുകളിച്ചു. അന്നും ഒരുപാടു പണം നഷ്ടമായി. അതിനു ശേഷം മണ്ണുത്തിയിലേക്ക് പോയ സനൽ, രതീഷ് സ്വർണ്ണം കൊണ്ടു പോകുന്ന സമയം കണക്കാക്കി ബൈക്കിൽ ജോയ്സണിന്റെ വീടിനടുത്തെത്തി. ബൈക്ക് ഒളിപ്പിച്ചു വച്ചതിനു ശേഷം ജോയ്സണിന്റെ വീട്ടിലേക്ക് പോകുന്ന വഴിയിൽ കമ്പിവടിയും മുളക് പൊടിയുമായി ഒളിച്ചിരുന്നു.

സ്വർണവുമായി രതീഷ് വന്നപ്പോൾ മുളകുപൊടി രതീഷിന്റെ കണ്ണിൽ വിതറി. രതീഷ് ഹെൽമെറ്റ് ധരിച്ചിരുന്നതിനാൽ മൽപ്പിടിത്തവും വേണ്ടി വന്നു. അതിൽ വിജയിച്ചു സ്വർണ്ണമടങ്ങിയ ബാഗ് കൈവശപ്പെടുത്തി ബൈക്കിൽ വീട്ടിലെത്തി. ബാഗ് ഒളിപ്പിച്ച ശേഷം

വീട്ടിൽ തന്നെ കിടന്നു. കുറച്ചുനേരം കഴിഞ്ഞപ്പോഴേക്കും സ്വർണം നഷ്ടപ്പെട്ട ജോയ്സൺ സനലിനെ ഫോണിൽ വിളിച്ചു സംഭവം പറഞ്ഞു. ഉടനെ തന്നെ സനൽ ജോയ്സണിന്റെ അടുത്തെത്തി ഒന്നുമറിയാത്ത പോലെ അദ്ദേഹത്തിനൊപ്പം പ്രതിയെ അന്വേഷിച്ച് നടന്നു. പൊലീസ് സ്റ്റേഷനിൽ എത്തി പരാതി നൽകാനും ജോയ്സണിന്റെ കൂടെ സനലും ഉണ്ടായിരുന്നു. പിറ്റേ ദിവസം ബാഗിൽ നിന്നു കുറച്ചു സ്വർണം എടുത്തു സേട്ടിനു വിൽക്കുകയും ബാക്കി സ്വർണ്ണംജോയ്സണിന്റെ തന്നെ വീടിനടുത്ത് ഒരു കാട്ടിൽ ഒളിപ്പിച്ച് വെക്കുകയും ചെയ്തു. സനൽ കാണിച്ചു തന്നതനുസരിച്ചു ഞങ്ങൾ അതു കണ്ടെടുക്കുകയും ചെയ്തു.

കേരളത്തിൽ സ്വർണപ്പണി ചെയ്യുന്ന ധാരാളം ആളുകളുണ്ട്. ആഭരണങ്ങൾ പണിത് ജ്വല്ലറികളിലെത്തിച്ചു വിൽപന നടത്തുന്ന ഹോൾസെയിൽ കച്ചവടക്കാരും ഉണ്ട്. തൃശ്ശൂർ ജില്ലയിലെ ചേർപ്പ്, പാലക്കൽ പ്രദേശങ്ങളിൽ ഇത്തരത്തിൽ ഹോൾസെയിൽ സ്വർണ വിൽപ്പന നടത്തുന്ന ധാരാളം പേരുണ്ട്. പണിക്കാർ അധികവും നേരത്തെ പറഞ്ഞതു പോലെ മുംബൈ സാംഗ്ലി ഭാഗത്തു നിന്നു വരുന്നവരാണ്. ഇപ്പോൾ പ. ബംഗാൾ ഭാഗത്തു നിന്നുള്ളവരും സ്വർണപണിശാലകളിൽ ധാരാളമായി ജോലിക്കെത്തുന്നുണ്ട്. അവരിൽ ചിലർ പണിശാലയിൽ നിന്ന് സ്വർണ്ണം കളവ് നടത്തി രക്ഷപ്പെട്ടു പോയ നിരവധി സംഭവങ്ങൾ ഉണ്ടായിട്ടുണ്ട്. ബംഗാളിലും മറ്റും പോയി ബുദ്ധിമുട്ടി പ്രതികളെ പിടിക്കാമെന്നു വച്ചാലും മോഷ്ടിക്കപ്പെട്ട മുതലുകൾ കണ്ടെത്തുക ദുഷ്കരമാണ്. പാലക്കൽ സ്വർണ കവർച്ച കേസ് പ്രതിയെ രണ്ടാഴ്ചയ്ക്കുള്ളിൽ കണ്ടെത്താനും സ്വർണം വീണ്ടെടുക്കാനും കഴിഞ്ഞത് സ്വർണ്ണതൊഴിലാളികൾക്ക് വലിയ ആശ്വാസം പകർന്നു. ■

സ്വർണ്ണവും പണവും തട്ടുന്ന മന്ത്രവാദിനി

അന്തിക്കാട് സ്വദേശിയായ സനിലിന്റെ അമ്മയെ തൃശ്ശൂർ വടക്കുന്നാഥ ക്ഷേത്രത്തിൽ വച്ച് മീര എന്നൊരാൾ പരിചയപ്പെട്ടു. അമ്മയുടെ കൂടെ പെൻഷൻ വാങ്ങാൻ ട്രഷറി ഓഫീസിലും പിന്നെ അന്തിക്കാട് വീട്ടിലും അവർ എത്തി. പൂജ ചെയ്തു ദുരിതങ്ങൾ മാറ്റാം എന്ന് അമ്മയെ വിശ്വസിപ്പിച്ച് അന്നവിടെ തങ്ങി. പൂജയിലൂടെ സ്വർണാഭരണങ്ങളും പണവും ഇരട്ടിപ്പിക്കാം എന്നായിരുന്നു വാഗ്ദാനം. ഇതനുസരിച്ചു പൂജ തുടങ്ങി. അതിനായി വീട്ടിലുണ്ടായിരുന്ന ആഭരണങ്ങളും പണവും മീരാദേവി വാങ്ങി കൈയിൽ വച്ചു. പൂജ നടത്തി. പൂജ ചെയ്ത ആഭരണവും സ്വർണവും മീര തന്നെ അലമാരയിൽ വച്ചു പൂട്ടി. ഇന് എട്ടു മണിക്കൂർ കഴിഞ്ഞു മാത്രമേ തുറക്കാവൂ എന്ന നിർദേശവും നൽകി. വീട്ടിൽ ഉണ്ടായിരുന്നവരെയെല്ലാം അതിനു ശേഷം, ഓരോ കാരണം പറഞ്ഞ് മീര പുറത്തേക്ക് അയച്ചു. തുടർന്ന് അലമാര തുറന്ന് ആഭരണവും പണവും കൈക്കലാക്കി രക്ഷപ്പെടുകയായിരുന്നു.

ഒറ്റപ്പാലത്തുള്ള സിന്ധുവിനെയും ഇതേ സ്ത്രീ പരിചയപ്പെടുന്നത് ഇന്ദിര എന്ന പേരിലാണ്. സിന്ധുവിന്റെ മകളുടെ മൂത്ത കുട്ടി നേരത്തെ മരിച്ചിട്ടുണ്ട് എന്നു മനസ്സിലാക്കിയ മന്ത്രവാദിനി രണ്ടാമത്തെ കുട്ടിക്ക് വലിയ ആപത്ത് വരാൻ പോകുന്നു എന്നും ചിലപ്പോൾ മരണം വരെ സംഭവിക്കാം എന്നും പറഞ്ഞു ഭയപ്പെടുത്തുകയായിരുന്നു. തുടർന്ന്, പൂജ ചെയ്താൽ ദോഷങ്ങൾ മാറ്റാമെന്നു വിശ്വസിപ്പിക്കുകയും ചെയ്തു. ഇന്ദിര അന്നൊരു രാത്രി അവിടെ താമസിച്ചു.

സിന്ധുവിന്റെ വീടും പുരയിടവും വാങ്ങാൻ താൻ തയ്യാറാണെന്ന് രാത്രി സംഭാഷണത്തിനിടയിൽ ഇന്ദിര ഉറപ്പു കൊടുത്തു. തന്റെ പണം ബാങ്കിൽ സ്ഥിരനിക്ഷേപമായി ഇട്ടിരിക്കുന്നതിനാൽ പണം ഉടനെ തരാനാകില്ലെന്നും പറഞ്ഞു. അതെല്ലാം വീട്ടുകാർ

വിശ്വസിച്ചു. മാത്രവുമല്ല, സിന്ധുവിന്റെ വീട് തത്കാലം ബാങ്കിൽ പണയം വെച്ച് മൂന്ന് ലക്ഷം രൂപ തരണമെന്നും ശട്ടം കെട്ടി. വീടും സ്ഥലവും വിലയ്ക്കു വാങ്ങുമ്പോൾ ഈ കടവും കൂടി വീട്ടി കൊള്ളാമെന്നായിരുന്നു വാഗ്ദാനം. ബാങ്കിൽ നിന്നു ലോൺ പെട്ടെന്നു ശരിയാകാതിരുന്നതിനാൽ ആ തന്ത്രം വിജയിച്ചില്ല.

ഏതായാലും കുട്ടിയുടെ ദോഷം മാറ്റാൻ പൂജ നടത്തുന്നതിനു വീട്ടിൽ സ്വർണവും ഒറ്റ രൂപ നാണയങ്ങളും വാങ്ങി വയ്ക്കാൻ ആവശ്യപ്പെട്ടു മന്ത്രവാദിനി പോയി. അടുത്ത ദിവസം ഇവർ വീണ്ടും എത്തിയപ്പോഴേക്കും വീട്ടുകാർ നിർദേശം പാലിച്ചിരുന്നു. വീട്ടുകാരുടെ വിശ്വാസം പിടിച്ചുപറ്റാൻ ഇവർ സ്വന്തം കഴുത്തിലെ മാലയും ഊരി പൂജയ്ക്ക് വെച്ചു. പൂജ നടത്തി സ്വർണാഭരണങ്ങൾ അടങ്ങിയ പൊതി ഇവർ തന്നെ അലമാരയിൽ വച്ചു പൂട്ടി. രാത്രി എട്ടു മണിയായപ്പോൾ ബാക്കി പൂജാദ്രവ്യങ്ങൾ ഗുരുവായൂർ അമ്പലത്തിൽ കൊണ്ടുപോയി നടയ്ക്കു വയ്ക്കണം എന്ന് ഇവർ ആവശ്യപ്പെട്ടു. അതിനായി വീട്ടുകാരേയും കൂട്ടി ഗുരുവായൂർക്കു പുറപ്പെട്ടു.

പൂജാദ്രവ്യങ്ങൾ ഗുരുവായൂർ അമ്പലനടയിൽ വെച്ച് തൊഴുത ശേഷം മാത്രമേ വീട്ടിലെത്തി അലമാരയിൽ നിന്ന് പൂജിച്ച ആഭരണങ്ങൾ എടുക്കാവൂ എന്ന് പറഞ്ഞിരുന്നു. വീട്ടുകാരെയും കൂട്ടി സ്റ്റാൻഡിൽ എത്തിയ ഇവർ തനിക്കു മറ്റൊരാളെ കാണാൻ ഉണ്ടെന്നും രാത്രി 11 മണിയോടെ കിഴക്കേ നടയിൽ എത്താമെന്നും പറഞ്ഞു സ്ഥലം വിട്ടു. പതിനൊന്നു മണി ആയിട്ടും കാണാതായതോടെ സിന്ധുവും കുടുംബാംഗങ്ങളും വീട്ടിലേക്കു മടങ്ങി. വീട്ടിലെത്തി അലമാര തുറന്നു നോക്കിയപ്പോഴാണ് വീട്ടുകാർക്ക് പറ്റിയ ചതി ബോധ്യപ്പെട്ടത്. പൂജിച്ച സ്വർണാഭരണങ്ങളിരുന്ന പൊതിയിൽ ഒരു മാങ്ങയണ്ടി മാത്രം. ഗുരുവായൂർക്കു പുറപ്പെടുന്നതിനു മുമ്പു തന്നെ ആ സ്ത്രീ ആഭരണങ്ങൾ സ്വന്തം ബാഗിലേക്കു മാറ്റിയിരുന്നു. പൂജാകർമ്മങ്ങളുടെയും ഭക്തിയുടെയും അന്തരീക്ഷത്തിൽ അതു വീട്ടുകാർക്കു മനസ്സിലാക്കാൻ പറ്റിയില്ല.

തിരുവനന്തപുരം സ്വദേശിയായ ഈ സ്ത്രീ കേരളത്തിൽ പല ജില്ലകളിലും ഇതേ തരത്തിലുള്ള തട്ടിപ്പ് നടത്തിയിട്ടുണ്ട്. ചില തമിഴ് സ്ത്രീകളും ഇത്തരം തട്ടിപ്പ് നടത്താറുണ്ട്.

അമ്പലങ്ങളിൽ വച്ച് വയസ്സായ സ്ത്രീകളെ പരിചയപ്പെടുകയാണ് ഇവരുടെ തട്ടിപ്പിന്റെ ആദ്യപടി. തമിഴ് സ്ത്രീകളാണെങ്കിൽ, വിശ്വാസവും ഭക്തിയുമൊക്കെ പ്രകടിപ്പിച്ച് വൃദ്ധരായ സ്ത്രീകളുടെ വിശ്വാസം നേടിയെടുത്തിട്ട് അവരുടെ വീട്ടിൽ ജോലിക്ക് നിൽക്കും. ആണുങ്ങൾ ഇല്ലാത്ത വീടുകളിൽ ആയിരിക്കും കൂടുതലും ഇവർ

ഇതിനു തിരഞ്ഞെടുക്കുക. വീട്ടിൽ ആരൊക്കെയുണ്ടെന്നു സംസാരത്തിലൂടെ മനസ്സിലാക്കിയ ശേഷമായിരിക്കും ഇവരുടെ നീക്കങ്ങൾ. കൊടുങ്ങല്ലൂരിലുള്ള ഒരു വീട്ടിൽ ഇത്തരത്തിലൊരു തമിഴ് സ്ത്രീ വേലയ്ക്ക് ചേർന്നു. തൊട്ടുപിറ്റേന്ന് ചുമയ്ക്കുള്ള മരുന്ന് കൊടുത്ത കൂട്ടത്തിൽ മയക്കുമരുന്ന് ചേർത്തു. വീട്ടമ്മ മരുന്നിന്റെ ശക്തിയിൽ ഉറങ്ങി കിടന്നപ്പോൾ വീട്ടിലുണ്ടായിരുന്ന 10 പവൻ സ്വർണം കവർന്നെടുത്തു രക്ഷപ്പെട്ടു.

അപരിചിതരായ ആളുകളെ ഒരൊറ്റ ദിവസത്തെ പരിചയത്തിന്റെ വെളിച്ചത്തിൽ വീടുകളിലേയ്ക്കു ക്ഷണിക്കുന്നതും വിശ്വാസത്തിലെടുക്കുന്നതും നല്ലതല്ല. വീടുകളിൽ ജോലിക്കു നിറുത്തുന്നവരുടെ ശരിയായ വിലാസവും വിവരങ്ങളും അറിഞ്ഞിരിക്കേണ്ടതാണ്. എളുപ്പത്തിൽ പണമുണ്ടാക്കാമെന്നും പ്രശ്നങ്ങൾ പരിഹരിക്കാമെന്നും വാഗ്ദാനം ചെയ്തു വരുന്നവരെ സംശയദൃഷ്ടിയോടെ വീക്ഷിക്കണം. എളുപ്പത്തിൽ പണമുണ്ടാക്കാനും സ്വർണം ഇരട്ടിപ്പിക്കാനും കഴിയുമെങ്കിൽ എന്തിന് ഈ മനുഷ്യർ ഇങ്ങനെ നാടു ചുറ്റി അലയണം എന്നു ചിന്തിച്ചാൽ തീരാവുന്നതേയുള്ളൂ ഇവരിലുള്ള വിശ്വാസം. വീടുകളുടെ ഉള്ളിൽ കയറിയും താമസിച്ചും ഉള്ള പൂജാകർമ്മങ്ങൾ നടത്തുവാൻ അപരിചിതരെ അനുവദിക്കുന്നത് വലിയ തട്ടിപ്പുകളിലും കൊലപാതകങ്ങളിലും വരെ ചെന്നെത്തിയിട്ടുള്ള നിരവധി സംഭവങ്ങളുണ്ട്.

■

സുബിറ ഫർഹത്ത് കൊലപാതകം

വളാഞ്ചേരി സുബിറ ഫർഹത്ത് (21) വെട്ടിച്ചിറയിലെ ഒരു ദന്തൽ ക്ലിനിക്കിലെ ജോലിക്കാരി ആയിരുന്നു. എന്നും രാവിലെ സുബിറ കൃത്യമായി ജോലിക്ക് പോകുമായിരുന്നു. 2021 മാർച്ച് മാസം പത്താം തീയതി ജോലിക്കുപോയ സുബിറ ദന്തൽ ക്ലിനിക്കിൽ എത്തിയില്ല 10 മണിയോടെ ക്ലിനിക്കിലെ ഡോക്ടർ സുബിറയുടെ വീട്ടിലേക്ക് വിളിച്ചു. സുബിറയുടെ വാപ്പ സുബൈർ ഗൾഫിലായിരുന്നു വീട്ടിലുണ്ടായിരുന്നത് ഉമ്മയും അനിയത്തിയും ചെറിയ സഹോദരനുമാണ്. ക്ലിനിക്കിൽ എത്തിയിട്ടില്ല എന്ന് അറിഞ്ഞ ഉടനെ തന്നെ ഉമ്മയും അനിയനും അനിയത്തിയും തൊട്ടടുത്ത് താമസിക്കുന്ന എളാപ്പ സലാഹുദ്ദീനും മറ്റും അന്വേഷിച്ചെങ്കിലും ഒരു വിവരവും കിട്ടിയില്ല. പൊലീസിൽ വിവരം അറിയിച്ചു വളാഞ്ചേരി പൊലീസ് മിസ്സിംഗ് കേസ് രജിസ്റ്റർ ചെയ്തു അന്വേഷണം തുടങ്ങിയിരുന്നു.

2021 അസംബ്ലി ഇലക്ഷനോട് അനുബന്ധിച്ചുള്ള ട്രാൻസ്ഫറിൽ ഫെബ്രുവരി മാസത്തിൽ ഞാൻ മലപ്പുറം ജില്ലയിൽ എത്തുകയും വളാഞ്ചേരി സ്റ്റേഷനിൽ പോസ്റ്റ് ചെയ്യുകയും ചെയ്തു. തിരൂർ ഡിവൈഎസ്പി സുരേഷ് സാർ തിരൂർ സബ് ഡിവിഷനിലെ ക്രൈം വിഭാഗവുമായി ചേർന്നു പ്രവർത്തിക്കാൻ അവസരം നൽകി. ഈ സമയത്താണ് വളാഞ്ചേരി പൊലീസ് സ്റ്റേഷനിൽ മിസ്സിംഗ് കേസ് ഉണ്ടാകുന്നത്. മിസ്സിംഗ് കേസ് അന്വേഷിച്ചു കൊണ്ടിരുന്നത് സിഐ ഷമീർ സാറും എസ് ഐ ആനന്ദ് സാറും രജീഷ് എന്ന പൊലീസ് ഉദ്യോഗസ്ഥനും ആയിരുന്നു. ഞാനും എസ് ഐ ആനന്ദ് സാറും ഒരേ റൂമിൽ തന്നെയാണ് താമസിച്ചിരുന്നത്. ആയതിനാൽ തന്നെ ഈ കേസിന്റെ വിവരങ്ങൾ ഞാനുമായി ചർച്ച ചെയ്യാറുണ്ട്. മലപ്പുറം എസ്പി ആയിരുന്ന സുജിത് ദാസ് ഐപിഎസ് സാർ സുബിറ ഫർഹത്ത് തിരോധാനം അന്വേഷിക്കുന്നതിനായി പ്രത്യേക അന്വേഷണസംഘത്തിന് രൂപം നൽകി ആ സംഘത്തിൽ ഞാനും ഉണ്ടായിരുന്നു. അതിൽ ഡിവൈഎസ്പി സുരേഷ്, സി ഐ ഷമീർ, എസ് ഐ ആനന്ദ്, എസ് ഐ പ്രമോദ്, എ എസ് ഐ ജയപ്രകാശ്, രാജേഷ്

കുറ്റിപ്പുറം, ജയപ്രകാശ്, എസ് ഐമാരായ ഇഖ്ബാൽ, ഷറഫുദ്ദീൻ എന്നിവരാണ് ഉണ്ടായിരുന്നത്. 18/03/2021 തീയതിയാണ് ഞാൻ ഈ മിസ്സിംഗ് കേസുമായി ബന്ധപ്പെടുന്നത് അപ്പോഴേക്കും കഞ്ഞിപുര ചോറ്റൂർ ഭാഗങ്ങളിൽ സുബിറ ഫർഹത്ത് ആക്ഷൻ കമ്മിറ്റികൾ രൂപീകരിച്ചിരുന്നു. എസ് ഐ ആനന്ദായിരുന്നു സുബിറ ഫർഹത്തിന്റെ ബന്ധുവായ ഷിഹാബ് എളാപ്പ സലാഹുദ്ദീൻ, മാനുപ്പ എന്ന് വിളിക്കുന്ന നാസർ നെല്ലിയാലിൽ, കുഞ്ഞുട്ടി എന്ന് വിളിക്കുന്ന ഇസ്മയിൽ എന്നിവരെയെല്ലാം പരിചയപ്പെടുത്തിയത്. ഇവരുടെയെല്ലാം സഹകരണത്തോടെയാണ് സുബിറ ഫർഹത്തിന്റെ കേസ് അന്വേഷണം തുടങ്ങിയത്. കേസന്വേഷണം അവസാനിക്കുന്നതുവരെ ഇവരുടെ സഹകരണം ഉണ്ടായിരുന്നു. ഒമ്പത് ദിവസം കഴിഞ്ഞു സുബീറയെ കാണാതായിട്ട് ഞങ്ങൾ വീടുകളിലും അയൽപക്കത്തും പരിസരപ്രദേശങ്ങളിലും സംസാരിച്ചു. സാധാരണ കാണാതാവുമ്പോൾ പറയപ്പെടുന്ന ഒളിച്ചോട്ടം, ആത്മഹത്യ, തട്ടിക്കൊണ്ടുപോകൽ, കൊലപാതകം ഇതിൽ ഏതാണെന്ന് അറിയേണ്ടത് അത്യാവശ്യമായിരുന്നു. ഇതിനിടയിൽ പല സ്ഥലത്തും കണ്ടു എന്നുള്ള ഫോൺ കോളുകളും സാധാരണപോലെ തന്നെ സി സി ടി വി ദൃശ്യങ്ങൾ കിട്ടാവുന്നിടത്തുനിന്നെല്ലാം എടുത്തു അതിന് സഹായിച്ച മൊയ്തീൻ, പൊന്നാനിയിലെ ബഷീർ, മുന്നു പിടികയിലുള്ള മൃദുലാൽ, വളാഞ്ചേരി റിയാസ് എന്നിവരെയെല്ലാം ഓർക്കാതിരിക്കാൻ കഴിയില്ല. സുബിറ വീട്ടിൽ നിന്ന് ഇറങ്ങി 9.15 മണിയോടെ തൊട്ടടുത്തുള്ള നൗഫലിന്റെ നിരീക്ഷണ ക്യാമറയിൽ കാണുന്നുണ്ട്. അവിടെ നിന്ന് സാധാരണ പോകാറുള്ള വഴികളിലൂടെ നടന്ന് സിൽവാൻ ഷോപ്പിന്റെ ഉടമസ്ഥനായ സൈയ്താലി കുട്ടി ഹാജിയും മകൻ ഷുഹൈബും താമസിക്കുന്ന വീടിന്റെ മുമ്പിലൂടെയാണ് കടന്ന് മെയിൻ റോഡിൽ എത്തുന്നത്. ഷുഹൈബ് നടത്തുന്ന ഷോപ്പിന്റെ അടുത്താണ് സുബിറ ബസ് കാത്തു നിൽക്കുന്നത്. ഷുഹൈബിന്റെ വീട്ടിലുള്ള ക്യാമറ നോക്കിയതിൽ 10/3/2021ന് രാവിലെ സുബിറ അതിലൂടെ നടന്നു പോയതായി കാണുന്നില്ല. സാധാരണ പോകുന്ന ബസ്സിലും കയറിയിട്ടില്ല. ബാക്കിയുള്ള ദിവസങ്ങളിൽ പോകുന്ന ഫോട്ടോസ് കാണുന്നുണ്ട്. ഇതിനിടയിൽ രണ്ടു പേർ രാവിലെ സുന്ദരി മുക്കിലൂടെ സുബിറ പോകുന്നത് കണ്ടു എന്ന് പറഞ്ഞതിന്റെ അടിസ്ഥാനത്തിൽ ആ ഭാഗത്ത് വിശദമായ പരിശോധന നടത്തി കണ്ടു എന്ന് പറഞ്ഞവരെ വിളിച്ചുവരുത്തി ചോദിച്ചതിൽ അവർ പറഞ്ഞത് സത്യമല്ല എന്നും ആ ദിവസം ആ കുട്ടി അതിലൂടെ പോയിട്ടില്ല എന്നും അവരുടെ മൊബൈൽ ഫോണുകളും മറ്റും പരിശോധിച്ചതിൽ എത്തിച്ചേർന്നു. ചില ആളുകൾ അങ്ങനെയാണ് വെറുതെ എന്തെങ്കിലും പറയും. അത് പറഞ്ഞ് അതിന്റെ ഞങ്ങളുടെ

കുറേദിവസത്തെ അന്വേഷണം അവിടെ തടഞ്ഞു നിന്നു. അമ്പതിൽ പരം വീടുകളിൽ കയറിയിറങ്ങി അന്വേഷണം നടത്തിയതിൽ സുബിറ 10/3/21 തിയതി വട്ടപ്പാറ ഭാഗത്തേക്ക് എത്തിയിട്ടില്ല എന്ന നിഗമനത്തിൽ എത്തിച്ചേർന്നു. ഇതിനിടയിൽ തന്നെ ഈ കുട്ടി ആരോടെങ്കിലും ഇഷ്ടം തോന്നി പോയതാണോ എന്നന്വേഷി ക്കുന്നതിനായി സുബിറയുടെ ഫോൺ ഡീറ്റെയിൽസ് പരിശോധി ച്ചതിൽ അത്തരത്തിലുള്ള ബന്ധമോ മറ്റോ കണ്ടെത്താൻ കഴിഞ്ഞില്ല. അതിനുള്ള സാധ്യതകൾ തള്ളിക്കളയാനുള്ള മറ്റൊരു കാരണം അവൾ പഠിച്ചിരുന്ന സ്ഥലത്തും ജോലി ചെയ്ത സ്ഥലത്തും ബന്ധു ക്കളിലും മറ്റും അന്വേഷിച്ചതിൽ ഇത്തരത്തിലുള്ള സാധ്യത ഇല്ലാ തായി. പിന്നീടുണ്ടായ സംശയം കുട്ടി വീട്ടിൽനിന്ന് കത്തിപുര ജംഗ്ഷനിലേക്ക് എത്തുന്ന റോഡുകളിലേക്ക് നടന്നു വരാവുന്ന വഴികളിൽ ഉള്ള എല്ലാ ക്യാമറകളും ചെക്ക് ചെയ്തു വീടുകളിൽ കയറി അന്വേഷണം നടത്തുകയും ചെയ്തെങ്കിലും ആ വഴിയിലൂടെ കടന്നു പോയതായി വിവരം കിട്ടിയില്ല. പിന്നീട് സിസിടിവി ദൃശ്യ ങ്ങളിൽ കണ്ട വാഹനങ്ങളെ കണ്ടെത്തി ഓടിച്ചിരുന്നവരെ ചോദ്യം ചെയ്തതിലും മറ്റും സുബിറ എന്ന കുട്ടിയെ കാണുകയോ വണ്ടിയിൽ കയറ്റി കൊണ്ടുപോകുകയോ ചെയ്തിട്ടില്ല എന്ന് മനസ്സിലായി.

സുബിറയെ മുമ്പ് വിവാഹം കഴിച്ചിരുന്നു. സുബിറയ്ക്ക് ആ കുടുംബവുമായും ഭർത്താവും ആയും ഒത്തുപോകാൻ പറ്റാത്ത തിനാൽ ആണ് വിവാഹബന്ധം വേർപെടുത്തിയത്. അതിനാൽ മുൻഭർത്താവ് ആരെയെങ്കിലും വിട്ട് തട്ടിക്കൊണ്ടുപോയതാണെന്ന് സംശയം. ചില ആളുകളിൽ നിന്നും ഉണ്ടായതിനാൽ അത്തരത്തി ലുള്ള അന്വേഷണം നടത്തിയതിലും അതിന് സാധ്യതയില്ല എന്ന് കണ്ടെത്തി. ഓരോ ദിവസം കഴിയുംതോറും സുബിറയെ കണ്ടെത്താൻ കഴിയാത്തതിലുള്ള വിഷമം ഞങ്ങൾക്കുണ്ടായിരുന്നു. ഞങ്ങളുടെ അന്വേഷണങ്ങൾ നേരിട്ട് അറിയാവുന്നത് ആക്ഷൻ കമ്മിറ്റി അംഗ ങ്ങൾക്കുള്ളിൽ പൂർണ്ണ വിശ്വാസമുണ്ട്. സുബിറ അന്നേ ദിവസം വീട്ടിൽ സാധാരണയായി കുട്ടികൾക്ക് ഉണ്ടാകാറുള്ള തർക്കം ഇത്തയും അനിയത്തിയും തമ്മിൽ ഉണ്ടായിരുന്നു ആയതിനാൽ സുബിറ ആത്മഹത്യ ചെയ്തിട്ട് ഉണ്ടാകുമോ എന്നറിയാൻ രണ്ടു കിലോമീറ്റർ ചുറ്റളവിലുള്ള കല്ല് മടകളിലും കരിങ്കൽ ക്വാറികളിലും നാട്ടുകാരും ഒരുമിച്ച് അന്വേഷണം നടത്തിയെങ്കിലും അതിന്റേതായി യാതൊരു ലക്ഷണവും കണ്ടെത്താൻ കഴിഞ്ഞില്ല. സുബിറ വീട്ടിൽ നിന്നിറങ്ങി യപ്പോൾ ഉമ്മയോട് പിറ്റേദിവസം നോമ്പിനുള്ള അത്താഴം കഴിക്കുന്ന തിനുള്ള അവൽ വാങ്ങിക്കൊണ്ടു വരാം എന്ന് പറഞ്ഞിരുന്നു. അപ്പോൾ ആത്മഹത്യ ചെയ്യാൻ സാധ്യത തള്ളിക്കളയേണ്ടതായി വന്നു. സുബിറ പോവുന്നത് 9.15ന് ക്യാമറയിൽ കിട്ടിയ നൗഫലിന്റെ

വീടിനോട് ചേർന്നുള്ള റോഡിന് അടുത്തായി വലിയ പറമ്പാണ്. ആ പറമ്പ് പല സ്ഥലത്തും മണ്ണെടുത്ത് കല്ലുവെട്ടി നിരപ്പാക്കിട്ടുള്ള താണ്. അവിടെ വൈകുന്നേരങ്ങളിൽ കുട്ടികൾ പന്ത് കളിക്കുന്നുണ്ട്. അവരുടെ പേരു വിവരങ്ങൾ ശേഖരിക്കാനായി ചെന്നപ്പോൾ ആ പറമ്പ് നോക്കിനടത്തുന്ന തൻവീർ ഞങ്ങളുടെ സഹായിയായിരുന്നു. എല്ലാവരുടെയും പേരും അഡ്രസ്സും എടുത്തുകൊണ്ടു വന്നത് തൻവീർ ആയിരുന്നു. കൂടാതെ സംശയമുള്ള രണ്ടുപേരെക്കുറിച്ച് തൻവീർ പറഞ്ഞു തന്നു. അവിടെ ആടിനെ തീറ്റാൻ വരുന്ന ഒരാളെ ക്കുറിച്ചും പിന്നെ സ്ഥിരമായി ആ പറമ്പിൽ വരാറുള്ള മറ്റൊരാളെ ക്കുറിച്ചുമാണ് പറഞ്ഞുതന്നത്. അവരെക്കുറിച്ച് അന്വേഷിച്ചപ്പോൾ അവരെ സംശയിക്കേണ്ട കാര്യമില്ല എന്ന് മനസ്സിലായി.

ഞങ്ങൾ അവിടെ ചെല്ലുമ്പോൾ അന്വേഷണത്തിൽ മുൻപന്തിയിൽ ഉണ്ടായിരുന്നത് തൻവീർ ആയിരുന്നു. ഇതിനിടയിൽ തൻവീറിനെ നിരീക്ഷിക്കണമെന്ന് ഞങ്ങളോട് ചിലർ പറഞ്ഞു. ഞങ്ങൾക്ക് ഇവന്റെ പെരുമാറ്റത്തിൽ ചില പ്രത്യേകതകൾ ശ്രദ്ധയിൽപ്പെട്ടു. സുബിറയെ കാണാതായി കുറച്ചു ദിവസത്തിനുശേഷം ആ വലിയ പറമ്പിന്റെ കളി സ്ഥലത്തിനടുത്ത് മണ്ണ് കൂട്ടിയിരുന്ന തെങ്ങിൻതോട്ടത്തിൽ മണ്ണ് ജെസിബി ഉപയോഗിച്ച് ഒരു റോഡ് പോലെ ശരിയാക്കിയിട്ടു ണ്ടെന്ന് ഒരു വിവരം കിട്ടി ഞങ്ങൾ തൻവീറിനെ കൂട്ടി ആ മണ്ണിട്ട് ഭാഗങ്ങളിൽ ചെന്നു. ആ സമയത്ത് തൻവീർ തെങ്ങിൽ കയറി ഞങ്ങൾക്ക് കരിക്ക് ഇട്ടു തന്നു. ഞങ്ങൾ മണ്ണിട്ടു ശരിയാക്കിയ ജെസിബി മുതലാളി ബാബുവിനെയും മണ്ണിട്ട ഡ്രൈവറെയും കണ്ട് ചോദിച്ചു.

ഡ്രൈവർ ഒരു തമിഴ്നാട്ടുകാരനായിരുന്നു. ആൾ പറഞ്ഞത് ഏതോ അവശിഷ്ടങ്ങൾ മണ്ണിട്ട് മൂടാൻ ആണ് വിളിച്ചത് എന്നും എന്നാൽ അവശിഷ്ടങ്ങൾ ഒന്നും കണ്ടില്ല എന്നും പറഞ്ഞു. ഞങ്ങൾ തൻവീ റിനോട് തന്നെ നമുക്ക് മണ്ണുമാറ്റി നോക്കണം എന്ന് പറഞ്ഞ തിനെ അടിസ്ഥാനത്തിൽ ജെസിബി കൊണ്ടുവന്ന് ഞങ്ങൾ പറഞ്ഞ തനുസരിച്ച് മേൽമണ്ണ് നീക്കി നോക്കി. ആ സമയത്ത് എനിക്ക് ഒരു ചീഞ്ഞ മണം അനുഭവപ്പെടുകയും അത് മറ്റുള്ളവരോട് പറയുകയും ചെയ്തിരുന്നു. ഇരുട്ടായതിനാൽ ഞങ്ങൾ മണ്ണെടുക്കൽ നിർത്തി. സുബിറയെ കാണാതായി 38 ദിവസം കഴിഞ്ഞിരുന്നു. ഞങ്ങൾ തൻവീറിലേക്ക് വീണ്ടും തിരിഞ്ഞു. അവന്റെ സാമ്പത്തിക ഇടപാടു കളെക്കുറിച്ച് അന്വേഷിച്ചതിൽ അവൻ സാമ്പത്തികമായി വളരെ ഞെരുക്കത്തിൽ ആണെന്നും പലരുടെയും കയ്യിൽ നിന്നും പൈസ കടം വാങ്ങിച്ചിട്ടുണ്ട് എന്ന് അറിയാൻ കഴിഞ്ഞു. കൂടാതെ പെൺ വിഷയത്തിൽ താല്പര്യമുള്ള ആളാണെന്നും വ്യക്തമായി. ഞങ്ങൾ

അവന്റെ ഫോൺ ഡീറ്റെയിൽസ് പരിശോധിച്ചതിലും അവന്റെ സാന്നിധ്യം അവിടെ കാണുന്നുണ്ട്. പക്ഷേ എന്തെങ്കിലുമൊരു തെളിവില്ലാതെ ഒന്നും ചെയ്യാൻ പറ്റാത്ത അവസ്ഥ. ഞങ്ങൾ ഡി വൈ എസ് പി. സുരേഷ് സാറിനോടും എസ് പി സുജിത്ത് സാറുമായി കാര്യങ്ങൾ വിശദീകരിച്ചു. വീണ്ടും ഒന്നുകൂടി മണ്ണുമാറ്റി നോക്കാമെന്ന് തീരുമാനമെടുത്തു. തൻവീറിനെ കൊണ്ട് തന്നെ ജെസിബി മുതലാളി ബാബുവിനെ വിളിപ്പിച്ചു. 22.4.2021 തീയതി വൈകിട്ട് 4 മണിക്ക് വരാമെന്ന് പറഞ്ഞു. പക്ഷേ അതിനിടയിൽ തൻവീർ ബാബുവിനെ വിളിച്ച് ഇന്ന് ജെ സി ബി കൊണ്ടുവരേണ്ട വേറെ പണിയുണ്ട് എന്ന് പറയാൻ പറഞ്ഞു. ഈ വിവരം ബാബു ഞങ്ങളെ വിളിച്ച് അറിയിച്ചു. ഞങ്ങൾ ബാബുവിനോട് പറഞ്ഞ സമയത്തുതന്നെ വരാൻ പറഞ്ഞു. ബാബുവും ഡ്രൈവറും വന്ന് മണ്ണ് മാറ്റിക്കൊണ്ടിരുന്നു.

തൻവീറിനെ വിളിച്ചിട്ട് ഫോൺ എടുക്കുന്നില്ല. ഞങ്ങൾക്ക് സംശയം വർദ്ധിച്ചു. പ്രമോദിനെയും ജയപ്രകാശിനെയും തൻവീറിനെ നിരീക്ഷിക്കാൻ അവന്റെ വീടിന്റെ പരിസരത്ത് നിർത്തി. വീണ്ടും മണ്ണെടുത്തു തുടങ്ങി. ഇരുട്ടാകാറായപ്പോൾ പ്രതീക്ഷിച്ചതുപോലെ സംഭവിച്ചു. രണ്ടു കാലുകൾ പോലെ കാണപ്പെട്ടു. തുടർന്ന് നോക്കിയപ്പോൾ അത് മനുഷ്യന്റെ കാലുകൾ ആണെന്നും സുബിറ ഫർഹത്തിന്റെ ആണെന്നും ബോധ്യമായി ഉടനെതന്നെ തൻവീറിനെ കസ്റ്റഡിയിലെടുത്ത് ചോദ്യം ചെയ്തതിൽ പല നുണകളും പറഞ്ഞെങ്കിലും ആ കൊലപാതകിക്ക് പിടിച്ചുനിൽക്കാൻ കഴിഞ്ഞില്ല. പിറ്റേ ദിവസം തലയോട്ടികളും എല്ലുകളും ആയ ആ കുഞ്ഞുമോളുടെ അവശിഷ്ടം കണ്ടെത്തി. അവസാനം വിശദമായി ചോദ്യം ചെയ്തതിൽ 10/3/2021 തിയതി രാവിലെ 9.20 മണിക്ക് സുബിറയെ ആളൊഴിഞ്ഞ വഴിയിൽ കാണുകയും വായ പൊത്തിപ്പിടിച്ച് തൊട്ടടുത്ത കുറ്റിക്കാട്ടിൽ ഇട്ടു എന്നും ആഭരണങ്ങൾ ഊരിയെടുത്ത് കുറച്ചുകഴിഞ്ഞ് ഒരു പ്ലാസ്റ്റിക് ചാക്കിൽ കെട്ടി തോളത്ത് വെച്ച് മണ്ണ് കൂട്ടിയിട്ടതിന്റെ താഴത്തുള്ള തെങ്ങടുത്ത് മാറ്റിയ കുഴിയിൽ ഇട്ടു കൈക്കോട്ടു കൊണ്ട് മണ്ണിട്ട് മൂടി എന്നും മൊബൈലും ബാഗും മറ്റും തൊട്ടടുത്തുള്ള കുഴൽകിണറിൽ ഉപേക്ഷിച്ചു എന്നും മൊഴി പറഞ്ഞിട്ടുള്ളതാണ്. സ്വർണ്ണം കണ്ടെടുക്കുകയും ചെയ്തു. കുഴിച്ചിട്ട മൃതശരിരത്തിൽ. ഒന്നുകൂടി മണ്ണ് ഇടാനാണ് ജെസിബി വിളിച്ച് മണ്ണിട്ടതാണെന്നും മനസ്സിലായി. ഇതെങ്ങാനും കണ്ടെത്താൻ കഴിഞ്ഞില്ലെങ്കിൽ മറ്റനേകം തിരോധാനത്തെ പോലെ ഈ കേസും ആകേണ്ട അവസ്ഥ ഉണ്ടായേനെ ഈ കേസ് കണ്ടെത്താൻ ഞങ്ങളെ സഹായിച്ച എല്ലാവരെയും ഒന്നു കൂടി ഓർമ്മിക്കുകയാണ് പ്രത്യേകിച്ച് നാസർ നെല്ലിയാലിൽ ഷിഹാബ് ചോറ്റൂർ എന്നിവരെ.

സുബിറ ഫർഹത്തിന്റെ കുടുംബത്തെ എങ്ങനെ ആശ്വസിപ്പിക്കണം എന്ന് എനിക്കറിയില്ല. പ്രവാസിയായ കബീർ രണ്ടുവർഷത്തിന് ശേഷം നാട്ടിൽ വന്നത് മകളെ കാണാനില്ല എന്ന വാർത്തയറിഞ്ഞാണ്.

''അറബ് മാസം റജബ്. 26 സുബിറ ഫർഹത്ത് ജോലിക്കായി പോകുമ്പോൾ അത്താഴത്തിന് കഴിക്കാൻ അവൽ വാങ്ങിക്കൊണ്ട് വരാം എന്നാണ് ഉമ്മയോട് പറഞ്ഞ വാക്ക്. റോഡിലൂടെ നടക്കുമ്പോൾ എന്നും കാണുന്ന മനുഷ്യ മൃഗം വാരിയെടുത്ത് പൊന്തക്കാട്ടിലേക്ക് ഒച്ച വെക്കാൻ പോലും കഴിയാതെ കെട്ടി പൊതിഞ്ഞു മടക്കി കൂട്ടി മണൽ കൂനയ്ക്ക് താഴെ. മണലാരണ്യത്തിൽ കഷ്ടപ്പെട്ട് മകളെ ഒരു നോക്ക് കാണാൻ വർഷങ്ങൾ കാത്ത് വന്ന വാപ്പ. മകൾക്ക് ഒരു ഉമ്മ കൊടുക്കാൻ ഉമ്മയ്ക്കും അനിയത്തിക്കും അനിയനും കാണാൻ ഒരു വെള്ള തുണിക്കെട്ട് മാത്രം ബാക്കിവെച്ചു തേങ്ങലുകൾക്ക് മുമ്പിൽ നിസ്സഹായത മാത്രം. മകളെ കണ്ടെത്തി എന്നറിഞ്ഞ ഉമ്മ ജീവനോടെ എന്ന് ധരിച്ച് ഉടുക്കുവാൻ ഉടുപ്പുകൾ കൊടുത്തയച്ച് പല്ലുതേക്കാൻ ബ്രഷും പേസ്റ്റും കൊടുത്തയച്ച പൊന്നമ്മ. വെള്ളത്തുണി മാത്രം മതിയായിരുന്നു കൂട്ടി കെട്ടുവാൻ. ആ മനുഷ്യമൃഗത്തിന് അറിയുമോ പെറ്റമ്മയുടെ വേദന. ആ വിതുമ്പലുകൾ ചെവിയിൽ മുഴങ്ങുന്നു. ആ കവിളത്ത് ഒരു ഉമ്മ എങ്കിലും കൊടുക്കാൻ കഴിഞ്ഞെങ്കിൽ, അവസാന നമസ്കാരം നടത്താൻ കഴിഞ്ഞെങ്കിൽ... വരില്ല കാണില്ല അവളെയൊരിക്കലും.''

വളഞ്ചേരിയിൽ ഇൻസ്പെക്ടർ ആയിരുന്ന ഷമീർ സർ തന്റെ ഫേസ്ബുക് പോസ്റ്റിൽ എഴുതിയ വരികൾ ഇന്നും മനസ്സിൽ വിങ്ങി കൊണ്ടിരിക്കുന്നു.

കേസന്വേഷണം കഴിഞ്ഞ് മലപ്പുറം ജില്ലയിൽനിന്ന് തിരിച്ചു വരുന്നതിനു മുമ്പ് തന്നെ ഡിവൈഎസ്പി സുരേഷ് സാറും എസ് ഐ മാരായ ഇഖ്ബാൽ ഷറഫുദ്ദീൻ, മറ്റു പൊലീസുദ്യോഗസ്ഥർ എന്നിവർ ചേർന്ന് കുറ്റപത്രം കോടതിയിൽ സമർപ്പിക്കുകയും ചെയ്തു. ഞാൻ തൃശ്ശൂരിലേക്ക് തിരിച്ചു പോരുമ്പോൾ സുബിറയുടെ വീട്ടിൽ ചെന്ന് യാത്ര പറഞ്ഞപ്പോൾ കണ്ണീരിൽ കുതിർന്ന സ്നേഹമാണ് കുടുംബത്തിൽ നിന്ന് കിട്ടിയത്. എന്നെ അവരുടെ കുടുംബത്തിലെ ഒരംഗത്തെ പോലെയാണ് യാത്രയാക്കിയത്. യാത്ര പറയുമ്പോൾ ഈ കേസ് അന്വേഷണവുമായി ബന്ധപ്പെട്ട് ഞങ്ങളെ സഹായിച്ചിരുന്ന ചോറ്റൂർ ഹോട്ടൽ നടക്കുന്ന മുജിബ്, റാഫി, ബ്ലോഗർ നജുമു തങ്ങൾ, മിസ്ഹബ് തങ്ങൾ, ബാബുക്ക തുടങ്ങിയ ആക്ഷൻ കമ്മറ്റിയിലും എല്ലാ രാഷ്ട്രീയപാർട്ടിയിലും പെട്ട പേരെഴുതുവാൻ വിട്ടുപോയ ധാരാളം വ്യക്തിത്വങ്ങൾ പറഞ്ഞ വാക്കുകൾ മനസ്സിൽ നിന്നു പോകുന്നില്ല.

പിൻകുറിപ്പ്

സാമ്പത്തികമായ അച്ചടക്കമില്ലായ്മയും മറ്റു അനാശാസ്യ സ്വഭാവങ്ങളും മയക്കുമരുന്നിനോടുള്ള അഭിനിവേശവും ഇത്തരത്തിലുള്ള ക്രിമിനൽ സ്വഭാവമുള്ള തലമുറകൾ വളർന്നു വരുന്നതിനുള്ള കാരണം ആണ്. മാതാപിതാക്കളും സമൂഹവും ഒത്തൊരുമിച്ച് പ്രവർത്തിച്ചങ്കിൽ മാത്രമേ അടുത്ത തലമുറയെ രക്ഷപ്പെടുത്തി എടുക്കുവാൻ കഴിയുകയുള്ളൂ. അതിന് ക്ലാസ്സുകളും പഠനങ്ങളും മത രാഷ്ട്രീയ നേതൃത്വത്തിന് ഭാഗത്തുനിന്ന് ഉണ്ടാകേണ്ടതുണ്ട്. ■

മോഡസ് ഓപ്പറാണ്ടി

മോഷണം തൊഴിലാക്കിയ എല്ലാവർക്കും മോഷണത്തിന് അവരവരുടേതായ രീതി ഉണ്ടാകും. അതിനെയാണ് മോഡസ് ഓപ്പറാണ്ടി എന്ന് പറയുന്നത്. ഈ പുസ്തകത്തിൽ പറയുന്ന പല മോഷ്ടാക്കളുടെയും കേസുകളിൽ അവരവരുടെ രീതി സാന്ദർഭികമായി വിശദീകരിച്ചിട്ടുണ്ട്. എങ്കിലും ഓരോ മോഷ്ടാവിന്റെയും മോഡസ് ഓപ്പറാണ്ടി സംബന്ധിച്ച വിവരങ്ങൾ ഇവിടെ ഹ്രസ്വമായി പറയുന്നു.

ആസിഡ് രാജു

രാജു മോഷണം നടത്തുന്നത് ആളുകൾ ഉള്ള വീടുകളിലാണ്. ഒന്നാം നിലയിൽ കൂടെയാണ് അധികവും വീടിനുള്ളിൽ പ്രവേശിക്കുക. സ്ത്രീകളുടെ അടുത്ത് കിടന്നു അവരെ അറിയിക്കാതെ ആഭരണങ്ങൾ അഴിച്ചെടുക്കുന്ന രീതിയാണ് ഇയാളുടേത്.

കോട്ടയം മെയ്യപ്പൻ

വീടിന്റെ പിൻവാതിൽ തകർത്തോ എക്സോസ്റ്റ് ഫാൻ തള്ളിമാറ്റി അതിലൂടെ യോ ആണു വീട്ടിൽ പ്രവേശിക്കുക. ആളില്ലാത്ത വീടുകളിൽ ആണ് അധികവും കയറുക ഡോക്ടർമാരുടെയും മറ്റും വലിയ വീടുകളാണ് ഇയാൾ മോഷണത്തിനായി തിരഞ്ഞെടുക്കുക.

ദാസൻ

അമ്പലങ്ങളിലാണു ദാസന്റെ മോഷണം അധികവും. ദേവിയുടെ കഴുത്തിൽ അണിഞ്ഞിരിക്കുന്ന മാലകളാണ് മോഷ്ടിക്കുക. ഒരു മാല എടുക്കുകയില്ല. കോണിയെടുത്തു അമ്പലത്തിന്റെ ഓട് പൊളിച്ചാണ് അകത്ത് കടക്കുക. ഭണ്ഡാരവും പൊട്ടിച്ച് പണം മോഷ്ടിക്കും

സണ്ണിയും സാബുവും

വീടിന്റെ ഒരു വശത്തുള്ള ജനൽകമ്പി വളച്ചാണ് അകത്ത് കടക്കുക. ആളുകളുള്ള വീടുകളാണ് കൂടുതലും മോഷണത്തിന് തെരഞ്ഞെടുക്കുക

മണിച്ചിത്രത്താഴ് സുരേന്ദ്രൻ

ആളില്ലാത്ത വീടുകളിലാണ് മോഷണത്തിന് പ്രിയം. കളവിന് ഉദ്ദേശിച്ച വീടുകളോടു ചേർന്ന പറമ്പിൽ നേരത്തെ കടന്ന് ഒളിച്ചിരിക്കും.

സേതു, ബൈജു

ട്രെയിനിൽ നിന്നും ബാഗുകൾ മാത്രം മോഷ്ടിക്കുന്നവരാണ് ഇവർ. ഇത്തരക്കാർ വേറെയുമുണ്ട്.

അരിമ്പൂർ കൃഷ്ണകുമാർ

വീടിന്റെ മുൻവാതിൽ തകർത്തു കടന്നു മോഷണം നടത്തുന്നു. എത്ര സ്വർണം കിട്ടിയാലും ഒരു ഇലക്ട്രോണിക് ഉപകരണമെങ്കിലും മോഷ്ടിച്ചെടുക്കുക എന്നതാണ് ദൗർബല്യം. അതുകൊണ്ടു മാത്രം കുടുങ്ങിയ സന്ദർഭങ്ങളും ധാരാളം.

ഹരികൃഷ്ണൻ

ട്രെയിൻ യാത്രക്കിടയിലും സിനിമ തിയറ്ററുകളിലും പരിചയപ്പെടുന്നവരുമായി സൗഹൃദം നടിച്ചു അവർക്കു മയക്കുമരുന്ന് കലർത്തിയ പാനീയങ്ങൾ നൽകി മയക്കി മോഷണം നടത്തുന്നു.

പനവടലി ചത്രത്തിലെ സ്ത്രീകൾ

ഈ തമിഴ് ഗ്രാമത്തിൽ നിന്നുള്ള മോഷ്ടാക്കളായ സ്ത്രീകൾ പകലാണ് കൃത്യം നടത്തുന്നത്. പൊതുവെ വയസ്സായ സ്ത്രീകൾ ഉള്ള വീടുകളാണ് ഇവർ മോഷണത്തിനായി തിരഞ്ഞെടുക്കുന്നത്. സംഘത്തിൽ നാല് സ്ത്രീകളുണ്ടാകും. രണ്ട് സ്ത്രീകൾ വീട്ടിൽ ഉള്ളവരോട് സംസാരിച്ചിരിക്കും. മറ്റു രണ്ടുപേർ വീടിനുള്ളിൽ കയറി മോഷ്ടിക്കും. മോഷ്ടിച്ച ശേഷം മുറിയിലുള്ള വസ്തുക്കളെല്ലാം അടക്കി ഒതുക്കി വച്ചാണ് വീട്ടിൽ നിന്ന് രക്ഷപ്പെടുന്നത്.

പനവടലി ചത്രത്തിലെ ആണുങ്ങൾ

പകലും രാത്രിയും മോഷ്ടിക്കും. ആളില്ലാത്ത വീടുകളാണ് തിരഞ്ഞെടുക്കുക. വീടിന്റെ പരിസരത്തു നിന്നു തന്നെയെടുക്കുന്ന

പിക്കാസ്, കൊത്തി തുടങ്ങിയ ആയുധങ്ങൾ ഉപയോഗിച്ചു വീടിന്റെ പിൻവാതിൽ പൊളിച്ചാണു മോഷണം നടത്തുക.

കള്ളൻ ഫ്രാൻസീസ്

വീടിന്റെ മുൻവശം വാതിൽ ഇരുമ്പുകമ്പി ഉപയോഗിച്ച് തുറന്നാണ് മോഷണം നടത്തുന്നത്. ആളില്ലാത്ത വീടുകളാണ് മോഷണത്തിനായി തിരഞ്ഞെടുക്കുന്നത്. മോഷണത്തിന് കയറുന്ന വീടുകളിൽ നിന്നു വിലപിടിപ്പുള്ളവ മാത്രമല്ല, ഉപ്പ് മുതൽ കർപ്പൂരം വരെ മോഷ്ടിക്കും.

തമിഴ്നാട് തൃച്ചിയിലുള്ള മോഷ്ടാക്കൾ

പട്ടാപ്പകൽ നഗരമദ്ധ്യത്തിൽ നോട്ടുകൾ വിതറി ശ്രദ്ധ തിരിച്ചും, ഡ്രസ്സിൽ വിസർജന വസ്തുക്കൾ തെറിപ്പിച്ചും ആണ് മോഷണം നടത്തുക. 'ശ്രദ്ധ തിരിക്കലിൽ' അതീവ വിദഗ്ദ്ധരാണ്.

തമിഴ്നാട് കള്ളകുർശ്ശി ടീം

കൂട്ടം ചേർന്നുള്ള വിദഗ്ദ്ധവും വളരെ ആസൂത്രിതവുമായ ഓപ്പറേഷനുകളാണ് ഇവരുടെ പ്രത്യേകത. ബാങ്കുകൾ, ഫൈനാൻസ് സ്ഥാപനങ്ങൾ എന്നിവയുടെ സെക്യൂരിറ്റി ജീവനക്കാരെ കെട്ടിയിട്ട് വലിയ കമ്പിപ്പാര കൊണ്ട് കടയിലെ ഷെൽഫുകളും ലോക്കറുകളും തകർത്താണ് മോഷണം നടത്തുക. അവിടെ നിന്നു രണ്ട് ടീമുകൾ ആണ് ഈ രംഗത്തുള്ളത്. അയ്യനാർ ടീമും വേലായുധൻ ടീമും. ഇരു കൂട്ടരും കേരളത്തിനകത്തും പുറത്തും ധാരാളം മോഷണങ്ങൾ നടത്തിയിട്ടുണ്ട്.

ജാർഖണ്ഡിലെ സാഹിബ് ഗഞ്ച, പിയാർപുർ ഗ്രാമങ്ങളിലെ മോഷ്ടാക്കൾ

സംഘം ചേർന്നാണ് കളവിനായി വരുന്നത്. വലിയ ജ്വല്ലറികളും ഫൈനാൻസ് സ്ഥാപനങ്ങളുമാണ് ഉന്നം വയ്ക്കുന്നത്. ലോക്കറുകൾ ഗ്യാസ് കട്ടർ ഉപയോഗിച്ച് അറത്തു തകർക്കുന്നു. മോഷണത്തിന് ഉദ്ദേശിക്കുന്ന പട്ടണത്തിന്റെ അയൽ പട്ടണത്തിൽ നിന്നാണ് ഇവർ ലോക്കർ മുറിക്കുന്നതിനുള്ള സാമഗ്രികൾ വാങ്ങുക. കളവ് നടത്തിയതിനുശേഷം ഉപകരണങ്ങൾ അവിടെത്തന്നെ ഉപേക്ഷിക്കും

കുറവ വിഭാഗം

മോഷണത്തിന് കയറുമ്പോൾ വീട്ടിലുള്ളവരെ അടിച്ചും ഇടിച്ചും സ്വർണ്ണം മോഷ്ടിച്ചു എടുക്കുന്ന ഇവർ തമിഴ്നാട്ടിലെ കമ്പം - തേനി

പ്രദേശത്തു നിന്നുള്ള കുറവ് എന്ന വിഭാഗക്കാരാണ്. വീടിന്റെ വാതിൽ തകർത്ത് ഇവർ മോഷണത്തിനായി കയറുന്നു. ഒരു ടീമിൽ നാലു പേരടങ്ങുന്ന സംഘങ്ങളായിട്ടാണു വീടുകളിലെത്തുക. റോഡ് വക്കിലും ഒഴിഞ്ഞ പറമ്പുകളിലുമാണ് ഇവർ സാധാരണയായി താമസിക്കുക. ആമ ,കാക്ക എന്നിവയെ പിടിച്ചു തിന്നുന്നതു ശീലമാക്കിയ ഇവരിൽ നിന്ന് ഒരാളെ പിടിച്ചു കൊണ്ടു പോകുന്നതും എളുപ്പമല്ല.

കീഹോൾ ജോസ്

വാതിലിന്റെ കീഹോൾ മാത്രം അടിച്ചു തെറിപ്പിച്ച് കതക് തുറന്നു മോഷണം നടത്തുന്ന രീതിയാണ് ഇയാൾക്ക്. വിലപിടിപ്പുള്ള മറ്റെന്തൊക്കെ കിട്ടിയാലും വീട്ടിലുള്ള ഇലക്ട്രോണിക് സാധനങ്ങൾ, വില കൂടിയ പേനകൾ എന്നിവ കൂടി മോഷ്ടിക്കും.

റോയ്

ആശുപത്രികൾ, ഫ്ളാറ്റുകൾ എന്നിവ കേന്ദ്രീകരിച്ച് മൊബൈൽ ഫോണുകൾ, ലാപ്ടോപ്പുകൾ, സ്വർണാഭരണങ്ങൾ തുടങ്ങിയവ മോഷ്ടിക്കുന്ന രീതിയാണ് ഇയാൾക്ക്. ഇത്തരം മോഷ്ടാക്കൾ വേറെയുമുണ്ട്.

വീരപ്പൻ ബിജു

സനൂപ് എന്ന കൂട്ടാളിയും ഇയാൾക്കുണ്ട്. കടകളുടെയും ലബോറട്ടറികളുടെയും സൂപ്പർമാർക്കറ്റുകളുടെയും പൂട്ടുപൊളിച്ച് അകത്തു കടന്നു പണവും മറ്റും മോഷ്ടിക്കുന്ന രീതിയാണ് ഇവർക്ക്.

അണ്ണാച്ചി രാജൻ സംഘം

ഓണം, ക്രിസ്തുമസ് അവധിക്കാലത്ത് ആളില്ലാത്ത വീടുകളിലാണ് മോഷണം നടത്തുന്നത്. ഏഴു പേരുണ്ട് സംഘത്തിൽ. നാഗർകോവിൽ മേട്ടുപ്പാളയത്തിനടുത്ത് ആളം കൊളമ്പാണ് ഇവരുടെ സ്ഥലം. അണ്ണാച്ചി രാജന്റെ ടീമിൽ പെട്ടവരാണ് കുട്ടി, ഷണ്മുഖൻ, ഗോപി, പഴനി എന്നിവർ. കേരളത്തിൽ നിന്നു മോഷ്ടിച്ച സ്വർണം വിറ്റ് കിട്ടിയ പണം കൊണ്ട് ധാരാളം സ്ഥലം ഇവർ ആളംകൊളമ്പിൽ വാങ്ങിയിട്ടുണ്ട്.

റിപ്പർ രാജേന്ദ്രൻ

തേങ്ങ, അടക്ക, ചക്ക, മാങ്ങ എന്നിവയുടെ കച്ചവടക്കാരനായി നടിച്ചാണ് ഇയാൾ വീടുകളിൽ എത്തുക. ഇവയൊക്കെ വിൽപനയ്ക്കുണ്ടോ എന്നു ചോദിച്ച് വീടുകളിലെത്തുന്ന ഇയാൾ വീടും പരിസരവും അതിലുള്ള ആളുകളേയും മനസ്സിലാക്കു വക്കുന്നു.

ലക്ഷ്യം വക്കുന്ന വീടുകളിൽ വെളുപ്പിനാണ് ഇയാൾ എത്തുക. സ്ത്രീകൾ പശുവിനെ കറക്കാനോ ബാത്റൂമിൽ പോകാനോ വീടുകൾക്ക് വെളിയിൽ ഇറങ്ങുന്ന സമയമായിരിക്കും അത്. മറ്റുള്ളവർ പൊതുവെ ഉറക്കവുമായിരിക്കും. തരംകിട്ടിയാൽ വീടിനുള്ളിൽ കയറിയും ആക്രമിക്കും. അധികവും വയസ്സായ സ്ത്രീകളെയാണ് ഇയാൾ തലയ്ക്ക് അടിച്ചു കൊലപ്പെടുത്തിയിട്ടുള്ളത്.

തിരുപ്പൂർ വേലപ്പൻ, മെയ്യപ്പൻ സംഘം

വേറിട്ട ഒരു മോഷണ രീതിയാണ് ഈ സംഘത്തിന്റേത്. തമിഴ്നാട്ടിൽ നിന്ന് ചൂൽ വില്പനയ്ക്കും കല്ലു കൊത്താനുമെന്ന പേരിലാണ് ഇവർ പകൽ സമയം വീടുകളിലെത്തുക. വീടുകൾ നിരീക്ഷിച്ച് മോഷണത്തിന് പറ്റിയവ തിരഞ്ഞെടുക്കുന്ന സംഘം രാത്രി ആയുധങ്ങളുമായി എത്തിയാണു കവർച്ച നടത്തുക. അടുത്തടുത്തുള്ള നിരവധി വീടുകളിൽ ഒരേ രാത്രിയിൽ കയറുകയാണു ഇവരുടെ പതിവ്. ആളുകൾ താമസിക്കുന്ന വീടുകളിലാണ് കയറുക. വാതിൽ ഇടിച്ച് തകർത്തു കയറുന്ന സംഘത്തിന് ആളുകൾ ഉണരുന്നതിനെ പേടിയില്ല. ചെറുത്തു നിൽക്കാൻ ശ്രമിക്കുന്ന വീട്ടുകാരെ ക്രൂരമായി ഉപദ്രവിക്കാൻ മടിക്കില്ല. ചാലക്കുടി, കൊരട്ടി, വടക്കാഞ്ചേരി തുടങ്ങിയ സ്ഥലങ്ങളിൽ ധാരാളം മോഷണങ്ങൾ ഇവർ ഇത്തരത്തിൽ നടത്തി. വളരെ സാഹസികമായിട്ടാണ് ഇവരെ തമിഴ്നാട് തിരുപ്പൂരിൽ പോയി പിടികൂടിയത്.

കുളവണ്ടും സംഘവും

തമിഴ്നാട്ടിൽ നിന്ന് കേരളത്തിലെത്തി ഒഴിഞ്ഞ പറമ്പുകളിലും റെയിൽവേ സ്റ്റേഷനുകളുടെ അടുത്തും മലയടിവാരത്തിലും വഴിയോരങ്ങളിലും ടെന്റ് കെട്ടി താമസിക്കുന്നവരാണിവർ. കുഞ്ചുമണി എന്ന കുളവണ്ട്, ചെല്ലപ്പൻ, രാജൻ, ശങ്കരൻ എന്നിവരാണു സംഘത്തിലെ പ്രധാനികൾ. കല്ലുകൊത്തലും കക്കൂസ് വൃത്തിയാക്കലും ആണ് ഇവരുടെ ജോലിയായി അറിയപ്പെടുന്നത്. പണികളുടെ പേരിൽ നാടു തോറും നടന്ന് വീടുകൾ കണ്ടുവെച്ച് രാത്രിയിൽ മോഷണം നടത്തുന്നു. രാത്രിയിൽ വീടിന്റെ വാതിൽ തകർത്ത് അകത്തു കടന്ന് ഉറങ്ങിക്കിടക്കുന്നവരെ തലയ്ക്കടിച്ചു സ്വർണാഭരണങ്ങളും വിലപിടിപ്പുള്ള വസ്തുക്കളും കവർച്ച ചെയ്യും. കേരളത്തിലുടനീളം ധാരാളം കേസുകൾ ഇവർക്കെതിരെയുണ്ട് സ്വർണ്ണം തമിഴ്നാട്ടിലാണ് വിൽക്കുക. മലപ്പുറത്ത് ടെന്റ് കെട്ടി താമസിക്കുമ്പോഴാണ് ഇവരെ പിടികൂടാൻ കഴിഞ്ഞത്.

അപ്പായി ഗിരീഷ്

ചെറിയ കടകൾ കുത്തി പൊളിച്ചാണ് അപ്പായ് ഗിരീഷ് ഒരു മോഷ്ടാവെന്ന നിലയിലുള്ള തന്റെ ജീവിതം ആരംഭിക്കുന്നത്. മീശ കിളിച്ചു തുടങ്ങുന്ന പ്രായത്തിൽ തന്നെ മോഷണ ജീവിതം ആരംഭിച്ചു കഴിഞ്ഞിരുന്നു. പിന്നീട് ടിയാൻ മോഷണത്തിന്റെ ശൈലി ഒന്നു മാറ്റിപ്പിടിച്ചു. പാലക്കാട്, തൃശൂർ ജില്ലകളിൽ ബൈക്കുകളുടെ മോഷണത്തിലേക്കാണു പിന്നെ കടന്നത്. ഒടുവിൽ പൊലീസിന്റെ പിടിയിലായി. എട്ടു വർഷം ഇരുമ്പഴികൾക്കുള്ളിൽ കഴിഞ്ഞു. ഈ ജയിൽവാസത്തിനിടയിലാണ് അണ്ണാച്ചി രാജനെ പരിചയപ്പെടുന്നത്. അണ്ണാച്ചി രാജനും ഗിരീഷും ജയിലിൽ നിന്ന് ഇറങ്ങിയ ശേഷം തൃശ്ശൂർ, മലപ്പുറം ജില്ലകൾ കേന്ദ്രീകരിച്ച് മോഷണം തുടങ്ങി. മോഷണത്തിൽ വിജയകരമായി മുന്നേറുന്നതിനിടെ അണ്ണാച്ചി രാജനെ ഞങ്ങൾ അറസ്റ്റ് ചെയ്തു. എഴുപത്തി മൂന്നിൽ അധികം മോഷണ കേസുകൾ തെളിഞ്ഞതിനെ തുടർന്ന് അണ്ണാച്ചി രാജൻ വിയ്യൂർ സെൻട്രൽ ജയിലിലായി. അതോടെ ഗിരീഷ് ജോലിയിൽ ഒറ്റയ്ക്കായി. പിന്നീട് മണിയെന്ന മോഷ്ടാവിനെ കൂട്ടിനു കിട്ടി. ഇരുവരും സന്ധിച്ച ശേഷം പാലക്കാട് ജില്ലയാണ് മോഷണത്തിനായി തിരഞ്ഞെടുത്തത്. വർദ്ധിച്ചുവരുന്ന മോഷണത്തിൽ നാട് ആശങ്കയിലാകുകയും പൊലീസ് നെട്ടോട്ടമോടുകയും ചെയ്യുമ്പോഴും ആർക്കും പിടികൊടുക്കാതെ അടുത്ത മോഷണത്തിനായി തയ്യാറെടുത്ത് ഏറെക്കാലം വിലസാൻ ഇവർക്കു സാധിച്ചു. മോഷണ വസ്തുക്കൾ വിറ്റു പണമാക്കി ഊട്ടി, മൈസൂർ തുടങ്ങിയ സുഖവാസ കേന്ദ്രങ്ങളിൽ അടിച്ചു പൊളിക്കുകയായിരുന്നു ഗിരീഷിന്റെയും മണിയുടെയും രീതി. മദ്യവും മദിരാക്ഷിയുമായിരുന്നു ഗിരീഷിന്റെ ദൗർബല്യം. പെൺവിഷയത്തിനായി എത്ര പണം ചെലവഴിക്കാനും ഇയാൾക്ക് മടിയില്ലായിരുന്നു. ബൈക്കുകളിൽ കൂട്ടുകാർ ഒന്നിച്ച് കറങ്ങി നടന്നാണ് മോഷ്ടിക്കേണ്ട വീടുകൾ കണ്ടുവയ്ക്കുന്നത്. ഒരു മോഷണം ആസൂത്രണം ചെയ്യുന്നതിനിടയിലാണ് ഞങ്ങൾക്ക് അപ്പായ് ഗിരീഷിനെയും മണിയെയും പിടികൂടുവാൻ കഴിഞ്ഞത്.

തഞ്ചാവൂർ കണ്ണൻ

1990ൽ തഞ്ചാവൂർ കണ്ണനെ കോഴിക്കോട് പൊലീസ് കളവുകേസിൽ അറസ്റ്റ് ചെയ്തു. 93ൽ ജയിലിൽ നിന്നിറങ്ങി. അതിനുശേഷം കണ്ണൂരുള്ള ശാരദ മന്ദിരം യോഗാശ്രമത്തിൽ യോഗ മാസ്റ്റർ ആയി ജോലി ചെയ്തു. രണ്ടായിരത്തി ഒന്നിൽ കളവു കേസിൽ വീണ്ടും പിടിയിലായി. 2003ൽ ജയിലിൽ നിന്നിറങ്ങിയ ശേഷം ഊട്ടി മസനഗുഡിയിലെ അമ്പലത്തിൽ നിന്ന് പഞ്ചലോഹ വിഗ്രഹം മോഷ്ടിച്ചു. തളിപ്പറമ്പ് വേട്ടയ്ക്കൊരു മകൻ ക്ഷേത്രം പൊളിച്ചു പഞ്ചലോഹ വിഗ്രഹം മോഷ്ടിച്ചു. അതിനു

ശേഷമാണ് വീട് മോഷണത്തിന് ഇറങ്ങിയത്. ആളില്ലാത്ത വീടുകളിലാണ് രാത്രി മോഷണം. സെക്കൻഡ് ഷോ സിനിമ കഴിഞ്ഞതിനു ശേഷമാണ് രംഗത്തിറങ്ങുക ഗുരുവായൂർ, വടക്കേകാട്, മതിലകം എന്നീ സ്ഥലങ്ങളിലെ വീടുകളിൽ നിരവധി മോഷണങ്ങൾ നടത്തി. പോകുന്ന വഴിയിൽ ഏതെങ്കിലും അമ്പലത്തിന്റെയോ പള്ളിയുടെയോ ഭണ്ഡാരം കണ്ടാൽ കുത്തിപ്പൊളിച്ച് പണമെടുക്കും. തഞ്ചാവൂർ കണ്ണനെ തഞ്ചാവൂരിലെ വീട്ടിൽ നിന്നു തന്നെയാണ് അറസ്റ്റ് ചെയ്യാൻ കഴിഞ്ഞത്. ധാരാളം വാറണ്ടുകളും നിലവിലുണ്ടായിരുന്നു.

സി സി ജബ്ബാർ

വാഹന മോഷണതിലൂടെയാണ് ജബ്ബാറിന്റെ രംഗപ്രവേശം. 2000–2002 കാലഘട്ടത്തിൽ 300 ഓട്ടോറിക്ഷകളും 11 ജീപ്പുകളുമാണ് ജബ്ബാർ മോഷ്ടിച്ചു പൊളിച്ച് വിറ്റത്. കോഴിക്കോട് പൊലീസ് വാഹന മോഷണത്തിന് അറസ്റ്റ് ചെയ്തു. ജയിലിൽ നിന്നിറങ്ങിയ ശേഷം വീട് മോഷണത്തിലേക്കാണ് തിരിഞ്ഞത്. ആളുള്ള വീടുകളിൽ കയറി വീട്ടിലുള്ളവരെ ആക്രമിച്ച് സ്വർണം മോഷ്ടിച്ചെടുത്തു. അതിന് വളാഞ്ചേരി പൊലീസ് അറസ്റ്റ് ചെയ്തു. അതിനുശേഷം ഇയാൾ മോഷണത്തിന്റെ ശൈലി മാറ്റി. അമ്പലങ്ങളിൽ നിന്ന് വിലകൂടിയ ചെമ്പ് പാത്രങ്ങളും മറ്റും മോഷ്ടിക്കുന്നതായി പിന്നെ പതിവ്. ഇരുപതിൽ പരം അമ്പലങ്ങളിൽ നിന്നും മോഷണം നടത്തി. പട്ടാമ്പിയിലെ ഒരു തിയേറ്ററിൽ നിന്നാണ് ഇയാളെയും കൂട്ടുകാരെയും പിടികൂടുവാൻ കഴിഞ്ഞത്. മോഷ്ടിച്ച സാധനങ്ങൾ കണ്ടെത്തുവാനും കഴിഞ്ഞു.

ജോജോയും ആനന്ദും

തൊടുപുഴ സ്വദേശികളാണ് ജോജോയും ആനന്ദും. 2007ൽ തൊടുപുഴയിൽ കടയിൽനിന്ന് റബ്ബർ ഷീറ്റ് മോഷ്ടിച്ചുകൊണ്ടാണു തുടക്കം. തൊടുപുഴയിലും കരിങ്കുന്നത്തുമായി റബർ മോഷണം അൽപകാലം തുടർന്നു. തുടർന്ന് മോഷണ രീതി ഒന്നു മാറ്റി. തൊടുപുഴയിലും കാളിയാർ, ഏറ്റുമാനൂർ എന്നീ സ്ഥലങ്ങളിലും ക്രിസ്ത്യൻ പള്ളികളിലെ ഭണ്ഡാരം കുത്തിത്തുറന്നു മോഷണങ്ങൾ നടത്തി. 2008 ൽ ഇവർ വാഹനമോഷണത്തിലേക്ക് തിരിഞ്ഞു. 50 ൽ പകരം വാഹനങ്ങൾ മോഷ്ടിച്ചു.

2011 മാർച്ച് മാസത്തിൽ ഇരിഞ്ഞാലക്കുട മോഷണത്തിന് എത്തിയപ്പോഴാണ് ഞങ്ങൾ ഇവരെ അറസ്റ്റ് ചെയ്യുന്നത്. മോഷ്ടിച്ചെടുത്ത വാഹനങ്ങൾ പൊളിച്ചു വിൽക്കുകയും ചിലപ്പോൾ സ്പിരിറ്റ് ലോബിക്ക് കൈമാറുകയുമാണ് ചെയ്തിരുന്നത്. കോയമ്പത്തൂർ, പഴനി, മംഗലാപുരം എന്നീ സ്ഥലങ്ങളിലാണു വാഹനങ്ങൾ വിൽപന നടത്തിയിരുന്നത്.

രവി അഹമ്മദും സംഘവും

വീടുകളിലും അമ്പലങ്ങളിലും മോഷണം നടത്തുന്ന മോഷ്ടാക്കളാണ് രവി അഹമ്മദ് എന്നു വിളിക്കുന്ന തമ്പു സ്വാമിയും റഹിം എന്നു വിളിക്കുന്ന ബാലകൃഷ്ണനും. രാത്രിയിൽ സെക്കൻഡ് ഷോ സിനിമ കഴിഞ്ഞതിനു ശേഷമാണ് ഇവർ മോഷണത്തിനായി ഇറങ്ങുന്നത്. കളവിന് പോകുവാൻ തന്റെ കൂട്ടുകാരനായ ജയപ്രകാശൻ എന്നയാളുടെ ഓട്ടോറിക്ഷയാണ് ആശ്രയം. കളവു നടത്താൻ ഉദ്ദേശിച്ച സ്ഥലത്ത് ഓട്ടോറിക്ഷയിൽ കൊണ്ടുവിട്ട ശേഷം ജയപ്രകാശ് തിരിച്ചു പോകും. കളവ് കഴിഞ്ഞ ശേഷം വീണ്ടും ഓട്ടോറിക്ഷ വിളിച്ചു വരുത്തുകയും അതിൽ മോഷണവസ്തുക്കളുമായി സ്ഥലം വിടുകയും ചെയ്യും. വീടുകളിൽ നിന്ന് സ്വർണം മാത്രമാണ് മോഷ്ടിക്കുക. വീടിന്റെ അടുക്കളവാതിൽ കുത്തി തുറന്ന് അകത്തു കടക്കും. ആയുധം വീടിന്റെ പരിസരത്തു നിന്നു തന്നെ കണ്ടെത്തും. അമ്പലത്തിൽ നിന്നാണെങ്കിൽ സ്വർണ്ണവും വെള്ളിയും എടുക്കുകയും കൂടാതെ ഭണ്ഡാരം പൊളിച്ചു പണമെടുക്കുകയും ചെയ്യും. സെക്യൂരിറ്റിക്കാർ ഉള്ള അമ്പലത്തിൽ പോലും ഇവർ മോഷണം നടത്തിയിട്ടുണ്ട്.

സ്വർണ്ണം വിറ്റു കൊടുക്കുന്നതിന് ഇവർക്കു സ്ഥിരമായി ഒരു ബ്രോക്കർ ഉണ്ട്. അയാൾ മുഖാന്തിരം മലപ്പുറത്തും കോട്ടയ്ക്കലിലും ഉള്ള ജ്വല്ലറികളിലാണു വിൽപന നടത്തുന്നത്. ഇവരെ ഞങ്ങൾ പിടികൂടിയപ്പോൾ ഇരുപത്തിയഞ്ചിൽപരം അമ്പല മോഷണ കേസുകളും അഞ്ച് വീടു മോഷണക്കേസുകളും തെളിഞ്ഞു. മോഷ്ടിച്ച സാധനങ്ങൾ കണ്ടെടുത്തു കോടതിയിൽ ഹാജരാക്കാനും സാധിച്ചു.

സെൽവപുരം ആസിഫും സംഘവും

2015 കാലഘട്ടത്തിൽ വടക്കേക്കാട് തടാകം കുഞ്ഞുമുഹമ്മദ് ഹാജിയുടെ വീട്ടിൽ നിന്നു 500 പവൻ സ്വർണ ആഭരണങ്ങളും 50 ലക്ഷം രൂപയുടെ വജ്രാഭരണങ്ങളും മോഷണം പോയ കേസ് അന്വേഷിക്കുന്നതിനിടയിലാണ് സെൽവപുരം ആസിഫ്, പിസ്റ്റൾ യൂസഫ്, കേച്ചേരി ആന്റോ എന്നിവരെ പിടികൂടുന്നത്. ഇവർ വീടുകളിൽ മോഷണം നടത്തുന്നവരാണ്. ആസിഫ് കോയമ്പത്തൂർകാരൻ ആണെങ്കിലും മലപ്പുറം ജില്ലയിൽ നിന്ന് വിവാഹം കഴിച്ച് അവിടെ താമസിച്ചു വരുന്നയാളാണ്. കോയമ്പത്തൂർ, പെരിന്തൽമണ്ണ, വണ്ടൂർ, കുന്നംകുളം, ചെറുതുരുത്തി, വളാഞ്ചേരി, കുറ്റിപ്പുറം, ഒറ്റപ്പാലം, ഷൊർണൂർ, പന്നിയങ്കര, പൊന്നാനി, ചങ്ങരംകുളം എന്നീ സ്റ്റേഷൻ അതിർത്തികളിൽ എഴുപതോളം മോഷണ കേസുകളിൽ പെട്ടയാളാണ് ആസിഫ്. പിസ്റ്റൾ ആസിഫ് മലപ്പുറം ജില്ലക്കാരൻ ആണെങ്കിലും തമിഴ്നാട്ടിലായിരുന്നു താമസം. കാലിക്കറ്റ് യൂണിവേഴ്സിറ്റി അത്‌ലറ്റായിരുന്നു.

തമിഴ്നാട്ടിലെ തിരുപ്പൂർ, ഉടുമലൈ, ധാരാപുരം, ചെന്നൈ ചെങ്കൽ പേട്ട, കോയമ്പത്തൂർ, നാമക്കൽ, തൃച്ചങ്കോട് എന്നീ പൊലീസ് സ്റ്റേഷൻ അതിർത്തികളിലും കേരളത്തിലെ പാലക്കാട്, തൃശ്ശൂർ, പേരാമംഗലം, ഒല്ലൂർ, ഗുരുവായൂർ എന്നീ പൊലീസ് സ്റ്റേഷൻ അതിർത്തികളിൽ മോഷണ കേസിൽ പെട്ട് കേരളത്തിലെയും തമിഴ്നാട്ടിലെയും വിവിധ ജയിലുകളിൽ കിടന്നിട്ടുണ്ട്. 2003 കോഴിക്കോട് ആനക്കല്ലുരിൽ ജ്വല്ലറി ഉടമയെയും ഭാര്യയും കെട്ടിയിട്ട് ഒരു കിലോ സ്വർണം കവർന്ന കേസിൽ പ്രതിയായിരുന്നു. കേച്ചേരി ഷിന്റോ പെരുമ്പാവൂർ, ഗുരുവായൂർ, ചാല ക്കുടി, പുതുക്കാട്, പീച്ചി, കാസർഗോഡ്, ചെറുതുരുത്തി എന്നീ സ്റ്റേഷൻ അതിർത്തികളിൽ നിന്നും വിവിധതരം ആഡംബര വാഹന ങ്ങൾ മോഷണം നടത്തിയതിന് വിചാരണ നേരിട്ട് വരികയാണ്. കർണാടകയിൽ ചിക്മംഗളൂരിൽ വാഹന മോഷണവുമായി ബന്ധപ്പെട്ട് 2008ൽ ഉണ്ടായ കൊലപാതക കേസിലും പ്രതിയാണ്.

തൃശ്ശൂർ വിയ്യൂർ ജയിലിൽ കിടക്കുമ്പോൾ പരസ്പരം പരിചയപ്പെട്ട ഇവർ ഒത്തൊരുമിച്ച് കേരളത്തിലും തമിഴ്നാട്ടിലും പോണ്ടിച്ചേരിയിലും കർണാടകത്തിലും വൻ കവർച്ചകൾ നടത്തുവാൻ പദ്ധതിയിട്ടിരുന്നു. ജയിലിൽ നിന്നിറങ്ങിയ ശേഷം ഇവർ മോഷണശൈലി മാറ്റി. ബൈക്കു കൾ മോഷ്ടിക്കുകയും അതിൽ സഞ്ചരിച്ചു, റോഡിലൂടെ നടന്നു പോകുന്ന ധാരാളം സ്ത്രീകളുടെ മാലകൾ പൊട്ടിച്ചെടുക്കുകയും ചെയ്തു. വീടിന്റെ മുറ്റത്ത് നിൽക്കുന്ന വയസ്സായ സ്ത്രീകളുടെ മാലകൾ മോഷ്ടിക്കുകയും ഇവരുടെ രീതിയായിരുന്നു. റോഡിലൂടെ നടന്നു പോകുന്നവരുടെ ബാഗുകൾ തട്ടിപ്പറിച്ചു കൊണ്ടു പോകാനും മടിക്കാറില്ല. ജയിലിൽ നിന്നിറങ്ങിയ ശേഷം ഇത്തരം 24 കേസുകൾ കൂടി ചെയ്തതായി ഇവർ ഞങ്ങളോട് സമ്മതിക്കുകയും മുതലുകൾ കണ്ടെത്തുകയും ചെയ്തു. ഇവരുടെ കയ്യിൽ എയർ പിസ്റ്റളുകളും കത്തികളും ഉണ്ടായിരുന്നു. ആരെങ്കിലും എതിർക്കുകയാണെങ്കിൽ ഉപദ്രവിക്കാൻ മടിക്കാത്തവരായിരുന്നു. പല കേസുകളിലും ഇവർ ആക്രമണം നടത്തിയിരുന്നു. അതിസാഹസികമായി തന്നെയാണ് ഇവരെ ഞങ്ങൾ പിടികൂടിയത്.

■

www.ingramcontent.com/pod-product-compliance
Lightning Source LLC
LaVergne TN
LVHW100254051026
849517LV00006B/2086

* 9 7 8 9 3 9 3 5 9 6 6 3 5 *